தண்தழல்

கா.சிவா

வாசகசாலை..!

வாசகசாலை பதிப்பக வெளியீடு - 142

தண்தழல் | நாவல் | விலை: ரூ.320 | ஆசிரியர்: கா.சிவா | உரிமை: ஆசிரியருக்கு | முதல் பதிப்பு: டிசம்பர் 2023 | வெளியீடு: வாசகசாலை பதிப்பகம், சென்னை- 600073 | தொடர்பு எண்கள்: 9942633833 / 9790443979 | மின்னஞ்சல்:vasagasalaipublication@gmail.com | இணையதளம்: www.vasagasalai.com | நூல் வடிவமைப்பு: ந.ரமேஷ் குமார் | முகப்பு ஓவியம் : சுரேஷ்குமார் | அட்டை வடிவமைப்பு: சென்னை பாலாஜி | ISBN: 978-93-91367-84-8

பெண்கள் மீது மதிப்பையும் பிரமிப்பையும்
எனக்குள் உருவாக்கிய
ஆசிரியர் ஜெயமோகன்
அவர்களுக்கு

என்னுரை

இது என் முதல் நாவல். மூன்று சிறுகதைத் தொகுப்புகள், ஒரு கவிதைத் தொகுப்பிற்குப் பிறகு இந்நாவல்.

இந்த நாவலுக்கான விதை ஒரு பெண்ணின் அழுகையினால் என்னுள் விழுந்தது. எழுபத்தியைந்து வயதான பெண், தான் பதினைந்து வயதில் எடுத்த முடிவு தவறாகி, தன் வாழ்வே பொருளற்றதாகிவிட்டதாக வருந்தினார். அதைக் கேட்டபோது அவரை விட எனக்கு பெருந்திகைப்பு ஏற்பட்டது. பிறருக்கான அறுபது வருட வாழ்வு அப்படி பொருளற்றதாக ஆகுமா?

பல நாட்கள் தூக்கத்தின் நடுவே விழிப்பு ஏற்பட்டால் அவரின் துயர முகம் மனதில் தோன்றி பெரும் தொந்தரவு அளித்தது. அன்றைய தூக்கம் அவ்வளவுதான். இந்த தொந்தரவென்பது வெறும் தூக்கம் தொலைவதைப் பற்றியது மட்டுமல்ல. மனித வாழ்வைப் பற்றியும்தான். இத்தனை வருடங்கள் அவர் வாழ்வில் அடைந்த துன்பத்தை விட இந்தப் பொருளற்ற வெறுமை அளிக்கும் துயர் மிகப் பிரமாண்டமானது. அந்த விரிவை உணர்ந்தவுடன் என்னாலும் அதைத் தாங்க முடியாததாகிவிட்டது.

ஆனால், பூமியில் காணும் ஒவ்வொரு சிறு புல்லும் புழுவும் பூச்சியும் தன்னளவிலேயே முழுமை கொண்டுள்ளதை தினம் தினம் காண்கிறோம். இயற்கையின் படைப்புகள் அனைத்தும் முழுமை கொண்டியிருக்கையில் அவற்றின் வாழ்க்கை மட்டும் எப்படி பொருளற்றவையாக அமைந்திருக்கும்? நம்மால் மெய்யை அறிய முடியவில்லை என்பதால் இல்லையென்றாகிவிடுமா..? அப்படி இருக்கவேயிருக்காது என அத்துயரை மனதினுள்ளே அழுத்தி அழுத்தி மனதை

ஆற்றுப்படுத்த முயன்றேன். அதே சமயம் நடந்தவற்றை வேறு சிலரிடமும் கேட்டேன். இவர் கண்ணீருக்கு இன்னொரு பெண் அல்லற்பட்டு ஆற்றாது அழுத கண்ணீர்தான் மூலம் என்பதை உணர்ந்தபோது மனித வாழ்க்கையின் பலநூறு ஊடுபாவுகளும் சிடுக்குகளும் முரண்களும் மின்னல் வெட்டில் துலங்கி மறையும் இரவுக் காட்சியென சிலிர்க்க வைத்தன. அதைத் தொகுத்துக் கொள்ள முயன்ற என் முயற்சியின் விளைவே இந்நாவல்.

இந்நாவலில் இடம்பெற்றுள்ள பெரும்பாலான நிகழ்வுகள் உண்மையில் நிகழ்ந்தவையே. பொதுவாக நம்ப முடியாத விசயங்களை எழுதுவதே புனைவு என நம்பப்படுகிறது. ஆனால், அவ்வாறு நிகழ்வனவற்றை நம்ப வைப்பதற்கு உரிய தர்க்கத்தை எழுதுவதே புனைவு என நான் கருதுகிறேன். ஏனென்றால் நிகழ்ந்த நம்ப முடியாத சம்பவங்களை இவை இங்கே நடப்பதற்கான எல்லாச் சாத்தியங்களும் உள்ளன என என் மனதை நம்ப வைப்பதற்கு நான் முன்வைத்த தர்க்கங்களே இந்நாவலில் இடம்பெற்றுள்ளன.

ஆசிரியர் ஜெயமோகன் தனது கட்டுரையொன்றில், “பேரிலக்கியங்கள் வாசகனை பொங்கி வரும் கடலின் பேரலைக்கு முன் கையறு நிலையில் நிறுத்திவிட்டு விலகிவிடுகின்றன...” எனக் குறிப்பிட்டிருப்பார். அது உண்மைதான். ஆனால், எனக்கு வாசகன் மேல் அபிமானம் உண்டு. அப்படி நிர்கதியாக அவனை நிறுத்துவதற்கு அடிப்படையில் வாசகனான என் உள்ளம் ஒப்பவில்லை என்பதும் இந்நாவலின் வடிவத்திற்கு முக்கியக் காரணம்.

எழுத்தாளர் எம்.கோபாலகிருஷ்ணன் அவருடைய, ‘மனைமாட்சி’ நூலில் காட்டியுள்ளது போன்ற நிதானத்தையே கைக்கொள்ள மனம் விரும்புகிறது. ஆனால், என்னுள் இருக்கும் சிறுவன், ‘வேகவேகமாப் போ’ எனத் தூண்டிக் கொண்டேயிருந்ததால் நாவலின் நடை விரைவானதாக உள்ளது. அகச் சிறுவன் சற்று நிதானமடையும்போது என் நடையும் மாறும் என நம்புகிறேன்.

இன்னும் கொஞ்சம் செதுக்கலாம் எனக் கூறப்படும் கருத்துகள் மேல் எனக்கு உடன்பாடில்லை. வீட்டின் முன்னே தலையாட்டி நடனமிடும் மலர்ச்செடி அளிக்கும் தூய மகிழ்ச்சியை பூங்காவில் அழகாக கத்தரிக்கப்பட்டு நிற்கும் செடி அளிப்பதில்லை. படைப்பை விட்டு வெளிவந்தபின்

அதனை ப்ரக்ஞையோடு செப்பனிடுவது அப்படைப்பை செயற்கையானதாக மாற்றிவிடக் கூடும் என்ற அச்சம் எனக்குள்ளது. படைப்பு அத்தனை நேர்த்தியாக இருக்க வேண்டிய அவசியமும் இல்லை, சிறிய பிசிறுகளும் அழகாய்தான் இருக்கும் எனத் தோன்றுகிறது.

தோழி, எழுத்தாளர் கமலதேவி, நாவலை வாசித்துவிட்டு சிலவற்றை சேர்க்கச் சொல்லியதோடு நாவல் முடிய வேண்டிய இடத்தையும் சுட்டினார். அதோடு கச்சிதமான பின்னட்டைக் குறிப்பையும் வழங்கியுள்ளார். தொடர்ந்து படைப்புகளைக் குறித்து உரையாடிக் கொண்டிருக்கும் அவருக்கு என் நெஞ்சார்ந்த நன்றியும் அன்பும்.

ஏறக்குறைய ஒரு வருடம் நாவலுக்குள்ளேயே இருந்திருக்கிறேன். என் வாழ்வின் மறக்கவியலாத நாட்களாக அலைக்கழிப்பும் மகிழ்ச்சியும் வேதனையும் கலந்தவையாக அவை அமைந்தன. அந்நாட்களில் நான் தனிமையில் அமிழ்வதற்கான பொழுதுகளை அளித்த என் மனைவிக்கு என்றென்றைக்கும் என் அன்பு. அப்பா ஏதோ செய்து கொண்டிருக்கிறார் எனப் புரிந்துகொண்டு தங்களுக்கான தேவைகளுக்காக என்னைத் தொந்தரவு செய்யாமல் உடனிருக்கும் என் பிள்ளைகளுக்கும் என் மனதிற்கு பெரும் பலமளிக்கும் என் தாய் தந்தையருக்கும் எப்போதுமான அன்பு.

ஒவ்வொரு நாளும் நினைவில் தோன்றும் என் ஆசிரியர்கள் ஜெயமோகன், நாஞ்சில் நாடன் மற்றும் வண்ணதாசனுக்கு என் வணக்கங்கள். அவ்வப்போது அளித்த நாவலின் அத்தியாயங்களை பத்திரமாகப் பாதுகாத்து தன் அலுவலகப் பணிகளுக்கிடையேயும் தொகுத்தளித்த தோழி சரஸ்வதிக்கு நன்றி.

என் நூல்களை நிறைவான ஊக்கத்துடன் பதிப்பிக்கும் நண்பர்கள் கார்த்திகேயன் மற்றும் அருண் ஆகியோருக்கும் மற்ற வாசகசாலை பதிப்பக நண்பர்களுக்கும் எப்போதும் தீராத என் நன்றியும் அன்பும்.

sivaangammal1983@gmail.com
kasivawrites.blogspot.com
9789822779

கா. சிவா
21.12.2023

1

1970

அறந்தாங்கி செல்லும் சாலையில் இருந்து விலகிய ஆலவாய் கண்மாய்க்கரையில் நடந்து கொண்டிருந்தாள் வள்ளி. வெளிர் மஞ்சள் வண்ண நீர் கரையில் மோதி சிறு குமிழிகளுடன் மெல்ல திரும்பிக் கொண்டிருந்தது. கரையில் பாதம் பதியுமளவிற்கு கோரைப் புற்கள் மண்டியிருந்தன. லேசான துள்ளலுடன் நடந்தவளின் பார்வைக்கு பெத்தாயி கோவிலின் சுற்றுச்சுவரும் கருவறையின் விமானமும் தெரிந்தன. யாருமே கண்ணில் படாதது மனதில் ஒரு உற்சாகத்தை ஏற்படுத்தியது.

இதற்கு முன்னால் இப்படித் தனியாக வந்ததேயில்லை. திருவிழாவின் போது எங்கு பார்த்தாலும் மனிதர்களின் உடல்கள் நெருக்கும். கூட்டத்தில் தொலைத்துவிடக் கூடாதென்பதற்காக அம்மாவின் கரங்கள் அழுத்திப் பிடிப்பதால் வளையல்கள் அழுத்தி கை சிவந்துவிடும். எல்லோருடைய பேச்சொலியும் கார்வையாக வந்து மோதி செவியடைத்துக் கொள்ளும். மேளங்களின் ஓசையும் ராட்டினங்கள் சுற்றும் சத்தமும் அதில் அமர்ந்து விளையாடும் பிள்ளைகளின் கூச்சலும் மனதில் ஒருவித பதட்டத்தை உண்டாக்கிவிடும். வீட்டில் கிளம்பியபோதிருந்த மகிழ்ச்சி சுத்தமாக வடிந்து வீட்டிற்கு எப்போது போவோம் என்றாகிவிடும்.

அம்மா அறந்தாங்கி சந்தைக்கு சென்று வரும்போது பொரி உருண்டை வாங்கி வருவார். தங்கைகள் தம்பிகளுக்கு

கொடுத்தது போக வள்ளியாயிக்கு ஒரு உருண்டைதான் கிடைக்கும். வெல்லப்பாகில் செய்த அந்த பொரிவுருண்டை ஏல வாசத்துடன் மொறுமொறுப்பாக இருக்கும். வள்ளியாயி, அதை கடித்து தின்னாமல் ஒவ்வொரு பொரியாக, எல்லோரும் தின்று முடித்த பின்னும் அவர்களைப் பார்க்க வைத்துக் கொண்டு மெதுமெதுவாக ருசித்து தின்பாள். அதைப் போலவே இப்போது கிடைத்துள்ள இந்தத் தனிமையை துளித்துளியாக ரசிப்பதென முடிவு செய்தவள்போல மிக மெதுவாக அடியை எடுத்து வைத்தாள்.

கண்மாய்க்கரையில் வரிசையாக நின்ற பூவரசமும் மஞ்சனத்தியும் வீசும் இளங்காற்றிற்கேற்ப கிளைகளை அசைத்துக் கொண்டிருந்தன. கரையிலிருந்து நீருக்கு மேலேயும் கிளைகளை பரப்பியிருந்த ஆலமரம் தன் பல நூறு விழுதுகளால் நீரை வருடியும் விலகியும் விளையாடிக்கொண்டிருந்து. ஆலமரத்தின் அடர்ந்த இலைகளுக்குள்ளிருந்து பறவைகளின் விளையாட்டுகள் கீச்சொலியாகக் கேட்டது. நீரின் மேல் சிறு சலனம் ஏற்பட்டபோது விருட்டென ஒரு நாரை பாய்ந்து வந்து சிறு மீனை கவ்விக்கொண்டு பறந்தது.

காலில் மிதிபடும் பசிய புற்களைக் கண்டபோது இதை அறுத்துச் சென்று வெள்ளச்சிக்குப் போடலாம் என்று ஆசை உண்டானது. கடைவாயோரம் நுரை வழிய கிறக்கத்துடன் அவள் மெல்லும் காட்சி மனதில் தோன்றி மனதை மலரச் செய்தது. கோவிலுக்கு முன்னால் கிடக்கும் சமதளத்தில் எப்போதும் கால்களைக் குத்தும் சரளைக் கற்கள் இப்போது மெத்தென்று இருந்தது. உயரமான அரிவாளை கையில் பிடித்தபடி நின்று, அகன்று துருத்திய விழிகளால் எப்போதும் மிரட்டிக் கொண்டிருக்கும் கருப்பசாமி இப்போது அரிவாளை சுவரில் சாய்த்து வைத்துவிட்டு ஆசுவாசமாக கால் நீட்டி அமர்ந்திருந்தார். அவரின் இடக்கையில் வெற்றிலை இருந்தது. பாதி திறந்திருந்த அவர் விழிகளில் கனிவு மிளிர்ந்தது. அதைப் பார்த்து எந்த ஆச்சர்யமும் படாமல் கருவறை நோக்கிச் சென்றாள் வள்ளியாயி.

கல் பதிக்கப்பட்ட தரையில் நடந்தபோது ஓட்டுக்கூரையின் கீழ் நுழைந்த காற்று இவளின் கூந்தலை கோதியபடி சென்றது. நிதானமாக நடந்து நெறிக்கும் கூட்டம் இல்லாமல் அம்மனைக் காணப்போகும் உவகையுடன் கருவறையை அடைந்தாள். சில கணங்கள் மட்டுமே காண வாய்த்தாலும்

அவளின் விழிகளில் துலங்கும் பரிவும் அணுக்கமும் வாயில் அடைக்கிய கல்கோனா போல அடுத்த முறை காணும்வரை மனதிலேயே இனிமையாக நிலைத்திருக்கும். எப்படி இத்தனை பரிவோடு நோக்க முடியும் என ஒவ்வொரு முறையும் ஆவலாதி பொங்கி விழியில் நீர் கசியும். உள்ளம் மலர நிமிர்ந்து கருவறைக்குள் நோக்கினாள். அங்கே அம்மனைக் காணவில்லை. ஒரு கணம் திகைத்தபின் திரும்பி கருப்பரை நோக்கினாள். அவர் இவளைக் கவனிக்காமல் மெல்லிய கிறக்கத்துடன் வெற்றிலையை மென்று கொண்டிருந்தார்.

கருவறைக்கு பின்னால் கொஞ்சல் ஒலி கேட்டது. வள்ளி கருவறையைச் சுற்றிக்கொண்டு பின்னால் சென்றாள். கொடிகளென கிளைகளை அசைத்திருந்த அரச மரத்தின் அடியில் பெத்தாயி நின்றுகொண்டிருந்தாள். அவளின் இடது ஒக்கலில் உடை ஏதும் அணியாத கருப்பான பையன் அனத்திக் கொண்டிருந்தான். வலது கையில் இடையாடை மட்டும் அணிந்த ஒரு பையனைப் பிடித்திருந்தாள். பாவாடை சட்டையணிந்த ஒரு சிறுமி அரச மரத்தின் தடித்த வேரில் அமர்ந்து அந்தப்பக்கம் ஓடிய அணிலை ஆர்வமின்றி பார்த்துக் கொண்டிருந்தாள். அவள் அந்த இரண்டு பையன்களுக்கும் மூத்தவளாகத் தெரிந்தாள். பெத்தாயியின் முகத்தில் எப்போதுமிருக்கும் பரிவோடு ஒரு பரிதவிப்பும் இருப்பதாக வள்ளியாயிக்குத் தோன்றியது.

அரவம் கேட்டுத் திரும்பிய பெத்தாயி, “வந்துட்டியா வள்ளி.. வா வா ஒனக்காகத்தான் காத்திட்டிருக்கேன்” என்றாள். வள்ளி பெத்தாயியின் முகத்தையே விழி விரிய நோக்கிக்கொண்டிருந்தாள். அடர் கரு நிறம் ஒளிர்ந்து கொண்டிருந்தது. நாசியின் நுனியும் செவியின் விளிம்பும் வெய்யோன் ஒளி பட்டு வைரமென சுடர்ந்தது. உலகமனைத்தையும் புரப்பதான கருணையும் உயிர்களின் துயர் கண்டு எழும் பரிதவிப்பும் இயைந்தனவாய் விளங்கின விழிகள். “வள்ளி.... வள்ளீ” பெத்தாயியின் அழுந்தி அழைத்த குரலால் தன்நினைவு திரும்பினாள் வள்ளி.

“இந்த பிள்ளைகளைப் பார்த்தாயா..?”

அப்போதுதான் அவர்களை கவனித்துப் பார்த்தாள். ஒக்கலில் இருந்தவன் முகத்தில் எதையோ இறைஞ்சுவது போன்ற பாவம் நிலைத்திருந்தது. கையைப் பிடித்திருந்தவன் எதையாவது பற்றிப் படரத் துடிக்கும் கொடியை ஒத்த

விழியலைவைக் கொண்டிருந்தான். அந்தப் பெண் எதன் மீதும் அக்கறைப்படாத தன்மை கொண்டிருப்பவளாகத் தோன்றினாள். அவர்களை நோக்கிவிட்டுத் திரும்பி பெத்தாயியை நோக்கினாள்.

“இவர்கள் என் பிரியத்திற்குரியவளின் பிள்ளைகள். அவள் வேறு வாழ்க்கைக்குச் செல்கிறாள். இந்த பிள்ளைகளை உன்னிடம் ஒப்படைக்கிறேன். நீதான் இவர்களுக்குப் பொறுப்பு” என்று கூறினாள்.

அடுத்த கணம் யாராலோ உந்தப்பட்டதுபோல விருட்டென ஓடி கையை நீட்டி சின்னவனை வாங்கினாள். அப்போதுதான் கவனித்தாள் அவன் கால்கள் இரண்டும் வெவ்வேறு திசைகளை நோக்குவதை. இறைஞ்சும் அவனின் விழிகளைக் கண்டதும் பெருகிய வாஞ்சையுடன் இரண்டு கன்னங்களிலும் முத்திவிட்டு, பெரியவனை நோக்கி உவகையுடன் கை நீட்டினாள். அவன் சிறு தயக்கத்துடன் மெல்லடி வைத்து இவளருகில் வந்தான். இதைப் பார்த்துக்கொண்டிருந்த அந்தச் சிறுமியை நோக்கி, ‘நீயும் வாயேன்’ என்று கூவியழைத்த பின் அவளும் இவளருகில் வந்தாள். ஓரிலையும் தென்படாமல் முழுக்க மஞ்சளாய் பூத்து நிற்கும் கொன்றையென மேனியின் ஒவ்வொரு அணுவிலும் மகிழ்ச்சி ததும்ப வள்ளி நிமிர்ந்து பெத்தாயியை பார்த்தாள். பார்த்துக் கொண்டிருக்கும்போதே பெத்தாயியின் முகத்திலிருந்த புன்னகை உறைந்தது. அப்படியே உடலும் உறைந்து கருஞ்சிலையானாள்.

விழித்தவுடனேயே உடல் சிலிர்த்திருந்ததை உணர்ந்த வள்ளி கனவின் முடிவுக் காட்சியை மனதில் கண்டாள். அதிகாலையின் இளங்குளிர் காற்று மேனியில் பட்டதும் திரும்பினாள். சாளரத்தில் மேற்கே மறைந்து கொண்டிருந்த பிறைநிலா தெரிந்தது. வெளியே, பால் கறக்கும்போது எழும் கலவையொலிகளும் குருவிகளின் மெல்லொலிகளும் கேட்டன. கனவின் இறுதித்துணுக்கை மெல்ல மெல்ல இழுத்து முழுக்கனவையும் மீண்டும் கண்டாள். நேரில் நிகழ்ந்ததைப் போன்றே அத்தனை துல்லியமாகத் தெரிந்தது. விழித்தபோது உணர்ந்த சிலிர்ப்பை மீண்டும் உணர்ந்தாள். அதை மீண்டும் அடைவதற்கு மீண்டும் கனவிற்குள் நுழைய முற்பட்டவளை தடுத்து எழவைத்தது அம்மாவின் குரல்.

2

1970

வேப்பம்பட்டி கிராமமே மகிழ்விலும் கொண்டாட்டத்திலும் அதிர்ந்து கொண்டிருந்தது. நிதமும் மாலையில் கரகாட்டம், பொய்க்கால் குதிரை போன்ற ஆட்டங்களும் நாதஸ்வரக் கச்சேரி, உறுமி மேளம் போன்ற வாத்திய நிகழ்வுகளும் மாரியம்மன் கதை, ராமாயணம் போன்ற கதை கூறல்களும் வள்ளி திருமணம், பவளக் கொடி போன்ற கூத்துகள் என வேப்பம்பட்டியில் நிகழ்ந்து கொண்டிருந்தவற்றால் சுற்றியிருந்த கிராமங்களும் களிப்பில் மிதந்தன. ஒவ்வொரு ஆண்டும் சித்திரை மாதம் நடக்கும் மாரியம்மன் மது எடுப்பு விழா. செவ்வாய்கிழமையன்று நடக்கவுள்ளது. செவ்வாய் கிழமைகளில் நடப்பதால் இதனை செவ்வாய் என்றும் சொல்வார்கள்.

ஊரின் அத்தனை குடும்பத்தினருமே திருமண நிகழ்விற்கு அழைப்பது போலவே உறவினர்களை செவ்வாய்க்கு அழைப்பார்கள். முதன்மையாக பெண் கொடுத்த எடுத்த சம்பந்தி வகையறாக்களை வலியுறுத்தி அழைப்பார்கள். சம்பந்தி முறைக்கார்களும் குடும்பத்திற்கு ஓரிருவராவது எப்படியாவது வந்துவிடுவார்கள், தவிர்க்கவே முடியாத காரணமின்றி வராதவர்களுடன் சிலருக்கு தலைமுறைக்கும் முறைப்பாடு தொடர்வதுண்டு. இவ்வாறு பிற ஊரார்களை அழைப்பதற்கு ஏதுவாக ஒரு ஊரில் திருவிழா குறித்துள்ள நாள்களில் பிற ஊர்களில் நடத்துவதற்கு காப்புத் தடை என்று காரணம் கூறி அந்த ஊரின் செவ்வாய்களை அடுத்தடுத்த வாரங்களுக்குத் தள்ளியும் வைப்பார்கள்.

செவ்வாய்களே பெண்களுக்கானது என்று சொல்லுமளவிற்கு இதில் அவர்களே முழுக்க ஈடுபடுவார்கள். ஆண்டு முழுவதும் வயல், கொல்லை, வீடென வண்ணபேதமற்ற செயல்களாற்றிய பெண்கள் செவ்வாய்க்கு தேதி குறித்தவுடன் பல்வண்ண மலரெனவே மாறிவிடுவார்கள். தாங்கள் செய்யவேண்டிய பணிகளை விரும்பி மகிழ்வோடு எல்லோருமாய் இணைந்து செய்வார்கள். குறித்த தினத்திற்கு பதினைந்து தினங்களுக்கு முன்பாகவே செவ்வாய்க்கான பணிகள் தொடங்கும். ஆரோக்கியமான பசுக்கள் இடும் கெட்டி சாணத்தை எடுத்துவந்து நல்ல வெயிலில் காயவைப்பார்கள். அவை துளியீரமின்றி காய்ந்தபின் கைப்பிடிக்குள் அடங்கும் கருங்கல்லைக் கொண்டு பொடிப்பார்கள். பொடிக்கப்பட்ட சாணத்துகள்களை சொளகைக் கொண்டு சலித்து சற்று பெரிய பருக்கள், சிறிய பருக்கள் மற்றும் பொடியென பிரித்துக்கொள்வார்கள். தங்கள் கொல்லைகளில் விளைந்த மொச்சை, கேழ்வரகு மற்றும் சோள விதைகளைக் காயவைத்து அவற்றை புடைத்து தேறியவற்றை மட்டும் தனியாக வைத்துகொள்வார்கள், ஆண்டு முழுவதும் சேர்த்து வைத்திருந்த உடைந்த, விரிசலிட்ட, ஒழுகும் மண்பாண்டங்களை வாய்க்கட்டு கீழேயிருக்குமாறு தலைகீழாக கவிழ்த்து வாய்க்கட்டிற்கு மேல் ஒரு சாண் அளவு மட்டும் விட்டு மேல் உள்ளவற்றை தட்டி அகற்றுவார்கள். வாய்க்கட்டு உடைந்துவிட்டால் அதை ஒதுக்கி கழித்துவிடுவார்கள். இன்னும் இக்கத்தொடங்காத வெளிர் மஞ்சள் வைக்கோல்களை இணைத்து பிரிமனை போல இறுக்கிச் சுற்றி வைப்பார்கள்.

ஒத்த குணமும் மனமும் படைத்த ஐந்தாறு வீட்டுக்கார்கள் இணைந்து ஒரே வீட்டில் பாரி போடுவார்கள். அந்த வீடு பெண் தீட்டுப் படுவதற்கான குறைவான சாத்தியம் கொண்டதாக இருக்கும். விழா நாளிற்கு முந்தின வார செவ்வாயன்று ஊரின் அம்பலக்காரர் வீட்டில் முதல் பாரி போடப்படும். மறுநாள் ஊரார்கள் தங்கள் பாரிகளைப் போடுவார்கள். எடுத்துவைத்த மண்பாண்டத்தின் மேல்புறம் வைக்கோல் பிரிமனையை இடைவெளி இல்லாதவாறு இறுக்கமாக அழுத்தி வைத்து அதன் மேல் சற்று பெரிய சாணிப்பருக்களை தூவுவார்கள். வைக்கோல் மேல் தெரியாவண்ணம் தூவியபின், சிறியபரு சாணத்துகள்களை தூவுவார்கள். அதன் மேல் மிக

மிருதுவான சாணப்பொடியைத் தூவுவார்கள். மொச்சை விதைகளை சாணத்தின் மேல் அழுத்தி ஊன்றுவார்கள். கீழுள்ள பிரிமனை நனையுமளவிற்கு நீரைத் தெளிப்பார்கள். இவையனைத்தும் தேர்ந்தெடுக்கப்பட்ட வீட்டிலுள்ள ஒரே அறையில்தான் நடைபெறும். அந்த அறைக்குள் பாரி போடுவதில் அனுபவம் பெற்ற ஒருவரும் அவருடன் இயைந்து செயலாற்றும் ஒருவரும் என இரு பெண்கள் மட்டுமே செல்வார்கள். வேறு யாரும் செல்ல மாட்டார்கள். செல்லக் கூடாது. கேழ்வரகு மற்றும் சோளப்பயிர்கள் விரைவாகத் துளிர்க்குமென்பதால் அவற்றைக் கொண்டு போடும் பாரிகளை செவ்வாய் தினத்திற்கு மூன்று தினத்திற்கு முன் போடுவார்கள்.

ஒவ்வொரு குடும்பத்திற்கும் போடப்படும் பாரிகளின் எண்ணிக்கையும் மொத்தமாக ஓரிடத்தில் போடப்படும் பாரிகளின் எண்ணிக்கையும் ஒற்றைப்படையிலேயே இருக்கவேண்டுமென்பது நியதி. அறைக்குள் இருக்கும் பாரிப்பாண்டங்கள் ஒவ்வொன்றையும் தனித்தனி கோரைப் பாய்களால் சுற்றி வைப்பார்கள். பாரியை பராமரிப்பவர்கள் நித்தமும் விடியற்காலை நாலு மணிக்கு எழுந்து தலை குளித்துவிட்டு பாரிகளுக்கு முதல் நீர் தெளிப்பார்கள். பகல் பனிரெண்டு மணிக்கு இரண்டாவது முறையும், மாலை ஆறு மணிக்கு மூன்றாவது முறையும் நீர் தெளிப்பார்கள். முளைகளின் மேல் ஒட்டியிருக்கும் விதைக்கூடுகளை பதவிசாகக் களைவது, முளைக்காத விதைகளை அகற்றுவது, துளிர்க்கும் களைகளைப் பறிப்பது என்பதான பணிகளை மாரியம்மனை மனதில் இருத்தியபடியே செய்வார்கள். ஒவ்வொரு பாரியிலுமுள்ள ஒவ்வொரு துளிரும் அம்மனின் அருளாலேயே முளைக்கிறது, அவளை வேண்டிக்கொள்வதன் மூலமே அவள் அருளை ஈட்டமுடியும் என்பதே மூத்தோர் சொல் என்பதால், பாரி போட்ட நாள் முதல் நித்தமும் இரவில் கும்மி கொட்டியபடி அம்மனின் புகழ்மொழிகளைப் பெண்கள் பாடுவார்கள்.

"எப்படிடி இப்படி மினுமினுப்பா இருக்க..." என வள்ளியிடம் மூன்றாவது முறையாக வசந்தா கேட்டாள். வசந்தா வள்ளியியின் மாமன் மகள். செவ்வாய்க்காக வேப்பம்பட்டிக்கு ஒரு வாரத்திற்கு முன்பே வந்துவிட்டாள். பதினேழு வயதான வசந்தா வள்ளியைவிட நான்கு

மாதங்கள் இளையவள். வசந்தா வந்ததுமே இவர்களின் உலகம் இனிமை சொட்டும் தனியுலகமாக மாறிவிட்டது. காலையில் கண்விழித்தவுடன் எழாமல் பாயில் அமர்ந்தே பேசிக்கொண்டிருப்பார்கள். அவர்கள் பேசுவது சிறு குருவிகள் உரையாடும் ஒலியாகவே பிறருக்கு கேட்கும். "காலையிலேயே தொடங்கிட்டீங்களா... முழிச்சவுடன எந்திரிங்கடி. நாளு முழுக்க பேசப் பொழுதிருக்கு" என்று வள்ளியின் அம்மா நல்லதங்காளின் குரல் சலிப்புடன் கேட்டவுடன்தான் எழுந்து பாயைச் சுற்றுவார்கள்.

கொல்லைக்காட்டுக்குச் செல்வது, வெள்ளச்சிக்கு புல்லறுக்க வயக்காட்டிற்குச் செல்வது, குடி நீரெடுக்க ஊருணிக்குச் செல்வது, புழங்கு நீர் கோர கிணற்றுக்குச் செல்வது என எங்கும் சேர்ந்தே பேசித்திரிந்தார்கள். கட்டுத்தறியிலிருந்து அவிழ்த்துவிட்டால் கொல்லை, வயல் பக்கம் என்று சுற்றி மேய்ந்துவிட்டு தானாகவே இல்லம் திரும்பும் பசு போல நிதமும் செய்யும் பணிகளை செய்தபடியே வசந்தாவுடன் பேசித்திரிவதால் யாரும் கடிந்து கொள்வதில்லை. வீட்டு ஆண்கள்தான், 'என்னத்ததான் பேசுங்களோ' என்று அங்கலாய்த்தார்கள். பெண்கள் சலித்துக்கொண்டாலும், 'பேசிட்டு போகட்டும் நாம பேசாததா... இந்த வயசுல மட்டும்தானே இப்படி கவலையேதுமில்லாம பேசமுடியும்' என்ற எண்ணத்துடன் பெரிதாக கண்டுகொள்ளாமல் விட்டார்கள்.

"சிட்டுக்குருவிங்க மூக்கோட மூக்குரசி என்ன பேசுதுங்க...?"

"நாம இப்பபேசற மாதிரிதான்."

"ரெட்டவால் குருவி எப்படி இத்தனை கருப்பா இருக்குது... ?"

"அந்த செடியில பழுத்திருக்கிற மைப்பழங்கள தின்னுதான்."

"வேர்க்கடலச் செடியோட எல சொட்டுத் தண்ணிய தாங்கிட்டு நிக்குமெ ஏன்... ?"

"சூரியன் தாகத்தோட வரும்ல.. அதுக்கு கொடுக்கத்தான்."

"மாடுகளோட கழுத்துல மணி ஏன் கட்றாங்க... ?"

"புதர்ல இருக்க செடிய மேயப்போறப்ப அதுல பூச்சிபட்ட இருந்தா நழுவிப் போறதுக்காக."

“ வறண்டு வெடிச்ச தரையில மழை பேய்ஞ்சவுடன புல் எப்படி மொளைக்குது...?

“மண்ணுதான் புல்லோட வேரப் பொத்தி வச்சிருக்கு...”

“பச்சப்பாம்பு பறக்கும்னு சொல்றது உண்மையா...?”

“கூரையில ஆடுன பறங்கிக்கொடியப் பார்த்த யாரோ கட்டிய கதையாயிருக்கும்...”

“குருவிங்க ஏன் இத்தனை வடிவத்துல இருக்குதுங்க.. ? மனுசங்க எப்படி இத்தனை குணத்தோட இருக்காங்க.?” இப்படி மாறிமாறி செவியும் இதழும் ஒட்டி இருவரும் பேசிக்கொண்டிருந்த போதுதான் வசந்தா கேட்டாள், “எப்படிடி இப்படி மினுமினுப்பா இருக்க...?”. முன்பு கேட்ட இருமுறையும் கவனியாதது போலக் கடந்தவளை இம்முறை நழுவவிடாது இறுக்கிப்பிடித்தாள். அப்போது, பகல் இரவுக் கடலுக்குள் முழுகிக்கொண்டிருந்த அந்திப் பொழுது. கண்மாயில் குளித்துவிட்டு வீட்டை நோக்கி நடந்து கொண்டிருந்தார்கள். ”வெளியே எதைஎதையோ பேசித் திரிஞ்சாலும் உள்ளுக்குள்ள மொகத்தை ஒளிர வைக்கிற தித்திப்ப ஒளிச்சு வச்சிருக்கே.. அது என்னன்னு என்கிட்டக்கூட் சொல்லமாட்டியா?” என்று வசந்தா கேட்டாள்.

கண்மாய் நீரின் ஈரம் காயாத வள்ளியின் மேனியில் காற்றுப் படவும் மென்நடுக்கம் தோன்றியது. கண்ட கனவு நினைவில் எழுந்ததும் உடலெங்கும் மெல்லிய சிலிர்ப்பு ஓடியது. வெறும் கனவுதானே... எத்தனையோ கனவுகள் வருகின்றன. மறக்கின்றன. இந்தக் கனவு மட்டும் மறையாமல் மெய்யாக நிகழ்ந்தது போலவே மனதில் நிலைத்திருப்பது எப்படி என்று வியந்திருந்த வள்ளி இப்போது வசந்தா கேட்டவுடன் திகைத்துவிட்டாள். கனவுதானே யாருக்கும் சொல்லாமல் மறைத்துவிடலாம் என்று நினைத்தேனே.. உள்ளத்தை மறைக்கத்தெரியாத இந்த வெள்ளந்தி முகம் காட்டிக்கொடுத்துவிட்டதே. தன் முகத்தின்மேல் வள்ளிக்கு கோபம் வந்தது. இவளிடம் இனி மறைக்கமுடியாது. உள்ளுக்குள் பொத்தி வைத்து மறுகுவதைவிட இவளிடம் கூறி அதன் பொருளை அறியப் பார்க்கலாம். என்னைவிட இளையவளானாலும் அதிகப்பேரிடம் கதை பேசுபவள்.

இவளுக்கு ஏதாவது புரியக்கூடும் என்ற எண்ணத்துடன் கனவை விவரித்தாள்.

விரல்களாலும் விழிகளாலும் வார்த்தைகளாலும் கனவிற்குள் நுழைந்து வள்ளி விவரித்து முடிக்கும்வரை வசந்தாவால் அந்தக் கனவிற்குள் இடைபுக முடியவில்லை. ஆனால், சொல்லி நிறுத்திய கணம், ”தெளிவாத்தானே இருக்கு. குழப்பத்திற்கு ஒண்ணுமேயில்லையே. ஒனக்கு ஒடனே கல்யாணமாகப் போகிறது. மூன்று பிள்ளைகள் பிறக்கப் போகிறது” என்று யாரும் அறியாத ஒன்றைக் கண்டறிந்த துள்ளலுடன் கூறினாள்.

தான் யூகித்ததுதான் என்பதைப்போல வியப்பற்ற விழிகளுடன் நோக்கினாள் வள்ளி. ”திருமணம் ஆகறது பிள்ளைங்க பிறக்குறதப் பத்தி குழப்பம் இல்லடி. கால்கள் இரண்டும் வெவ்வேறு பக்கம் திரும்பியிருந்த பையனைப் பத்தி தானடி பயமா இருக்கு. நல்லாயிருக்கிற பிள்ளைகளை வளக்கிறதே பெரும்பாடா இருக்கிறப்ப அவன எப்படிடி வளப்பேன்?”

“ரொம்ப யோசிக்காதடி... கனவு சும்மா குறி காட்ற மாதிரிதான். அப்படியே நடக்கனும்னு இல்ல. எத்தனையோ பேர் கல்யாணமே ஆகாமத் திரியிறாங்க. கல்யாணம் ஆனாலும் புள்ளயில்லாம கொள்ளபேரு அலையிறாங்க. அப்படியெல்லாம் பரிதவிக்காம கல்யாணம் ஆகி புள்ளக பொறக்கற மாதிரி பெத்தாயியே வந்து காட்டியிருக்குது... சந்தோசப்படாம மனசுக்குள்ள ஏண்டி மறுகிக்கிட்டிருக்க”

வசந்தா முடித்தபோது வள்ளியின் மேனியில் மெல்லிய குறுகுறுப்பு பரவுவதுபோல சிலிர்த்துக்கொண்டதைக் கவனித்தாள்.

“நீ பெரிய கள்ளிதானடி. உள்ளுக்குள்ள ஊறுற தித்திப்ப மறச்சுக்கிட்டுதான என்கிட்ட பேசிக்கிட்டு இருந்திருக்க” என்றபடி வள்ளியின் இளங்கன்னத்தை செல்லமாய் தட்டினாள்.

3

1970

"சுருட்ட முடியும் மெலிசு மீசையுமா உன்னையே ஏக்கத்துடன் பாக்குற அவன்தானடி" என்று வசந்தா சுட்டியவனை கண்டவுடனேயே அய்யோ என வலதுகையால் தன் வாயைப் பொத்திக் கொண்ட வள்ளியின் இடது கை இயல்பாக பாரியை அழுத்திப் பிடித்துக்கொண்டது.. பெட்ரோமாக்ஸ் விளக்கு வெளிச்சத்தில் மங்கலாகத் தெரியும் விழிகளின் மூலம் இத்தனை ஆசையைக் காட்டமுடியுமா... உள்ளுக்குள் உருகி மாய்ந்தாள் வள்ளி.

கனவை வசந்தாவிடம் கூறி அதற்கு அவள் கூறியவற்றைக் கேட்டதும் தேன்மலர்களின் இருப்பிடத்தையறிந்த தேனீக்கள் ஆடும் வட்ட நடனம் போல வள்ளியின் மனமும் சுழன்றது. உடல் நிலையில்லாமல் தவித்தது. வீட்டை அடையுமுன்னே உறவினர்களால் வீடு நிறைந்து, கொண்டாட்டத்தின் ஒலி ஒழுங்கை வரை கேட்டது. அனைவரையும் வரவேற்று புன்னகைத்து உபசரித்தபோதே வள்ளிக்கு உள்ளுக்குள் பலவித எண்ணங்கள் வெவ்வேறு திசைகளில் ஓடித் திரும்பின. திருமணம் விரைவில் நிகழுமா, பிள்ளைகளை உடனே பெறுவேனா, மணக்கவிருப்பவனை இன்றே காணப்போகிறேனா எல்லாவற்றிற்கும் மேலாக வீட்டுப் பாரி எப்படி துளிர்த்திருக்கும்... அவிழ்த்துவிட்ட இளங்கன்றென எண்ணங்கள் துள்ளியோடின. புறத்தில் ஒன்றை பேசும்போது அகம் வேறொன்றைச் சொல்வதை முன்பே உணர்ந்துள்ளாள். ஆயினும்,, புறத்தில் பல

செயல்கள் புரியும்போதே உள்ளுக்குள்ளும் தெறிக்கும் பல எண்ணங்களை முதல் முறையாக எதிர்கொண்டாள். வாயிலிட்ட சூட மிட்டாய் போன்ற இந்த சுறுசுறு உணர்வு வள்ளிக்கு மிகவும் பிடித்திருந்தது. இது முடிவின்றி நீடிக்க வேண்டுமேயென ஏங்கினாள். இது நிலையானதில்லை என்பதை எங்கோ ஆழத்தில் உணர்ந்து விழிநீர் உகுத்தாள். தோளைத்தொட்ட வசந்தாவை அணைத்துக் கொண்டாள்.

“சாமியைக் கும்பிட்டுட்டு போயி பாரிகளை தூக்கிக்கிட்டு வாங்கடி” என நல்லதங்காள் கூறியவுடன் செவ்வாய்க்கு வந்திருந்த புதுப்பட்டி அத்தையையும் கைலாசபுரம் சின்னம்மாவையும் உடன் அழைத்துக்கொண்டு பாரி போட்டிருக்கும் வீட்டிற்குச் சென்றார்கள். எப்போதும் லண்ட்டியனும் முட்டை கிளாஸ் விளக்கும் மட்டும் எரியும் வீடுகளில் இன்று புதுப்பட்டியிலிருந்தும் அரிமளத்திலிருந்தும் வாடகைக்கு எடுத்துவரப்பட்ட பெட்ரோமாக்ஸ் விளக்குகள் எரிந்தன. அவற்றின் வெளிச்சம் வேலியாக வைக்கப்பட்டிருந்த கழியந்தட்டை, ஆடாதொடை மற்றும் கள்ளிகளின் இடைவெளிகளில் புகுந்து வந்து ஒழுங்கையில் கிடந்தது. பாரி போட்டிருந்த எல்லோருமே வந்து சேர்ந்தார்கள். பாரி போட்ட செல்லாத்தாவும் உடனிருந்த ராணியும் பாரிகளுக்கு மொச்சைப் பயறு, கத்தரிக்காயுடன் கருவாடு போட்டுச் செய்த வெஞ்சனமும் எள்ளு, தேங்காய் பள்ளு, ஏலக்காயுடன் வெல்லம் சேர்த்துச் செய்த கொழுக்கட்டையையும் படைத்து, சாம்பிராணி புகையெழுப்பியும் தீபம் காட்டியும் பாரிகளின் ஒவ்வொரு பயிரிலும் தளிரென ஒளிர்ந்திருக்கும் மாரியம்மனை வணங்க, அனைவரும் வெளியில் நின்று வணங்கினார்கள். பிரசாதமாக மந்தாரயிலைத் தொன்னைகளில் கொடுக்கப்பட்ட வெஞ்சனத்தையும் கொழுக்கட்டையையும் தின்றவுடன் பாரி போட்டிருந்த அனைவரும் பெரும் ஆவல் உந்த வேகமாக அறைக்குள் நுழைந்தார்கள்.;

வசந்தா லேசாக உந்தியபோதும் உள்ளெழுந்த அச்சத்தால் வள்ளி தயங்கி நின்றாள். இவர்களைக் கவனித்த செல்லாத்தா அருகில் வந்து வள்ளியின் தோள் தொட்டு, “வள்ளி உங்க வீட்டுல கூடிய சீக்கிரம் ஒரு நல்லது நடக்கப்போகுதுடி. போயி பாரியப் பாரு” என்றவரின் குரல் ஆசியெனவே ஒலித்தது. உள்ளேயிருந்து பாரியை தூக்கிக் கொண்டு

வெளியே வந்தவர்கள் வள்ளியைப் பார்த்து, "இன்னைக்கி உன் நாள்டி" என்று பார்வையால் சொல்லியபடி புன்னகையுடன் சென்றார்கள்.

நால்வரும் உள் நுழைந்தார்கள். பாரியை பார்த்ததும் வசந்தாவும் வள்ளியும் திகைத்து நின்றார்கள். செல்லாத்தா சொல்லியிருந்தாலும் ஒரு வாரத்திற்குள் இத்தனை உயரம் வளர்ந்திருக்கும் என இவர்கள் எதிர்பார்க்கவில்லை... மேல் முனை பிளந்த தங்க வேல்களோயென எண்ணவைக்கும் மிளிர்வுடன் மற்றவற்றைவிட இருமடங்கு உயரமாக வளர்ந்திருந்தது. மூன்று நாட்களுக்கு முன் பாவிய கேழ்வரகும் கூடவே மொச்சைக்கு இணையாக வளர்ந்திருந்தது. வள்ளி, வசந்தாவை நோக்கத் திரும்பிய அதே கணம் அவள் இவளை நோக்கித் திரும்பினாள். அப்போது ஒருவரிடம் தோன்றிய ஏதோவொரு அச்சத்தை இன்னொருவரும் உணர்ந்தார்கள்.

"பொங்கி வர்ற காவேரியப் பாத்து நெலயழிஞ்சு நின்ன ராமநாதபுரத்துக்காரன் மாதிரில்ல நிக்கிறாளுங்க.... ஏண்டி வள்ளி... கொறையா இருந்தாத்தாண்டி பயப்படனும். நெறையா இருக்கிறப்ப சந்தோசப்படனுண்டி..." என்று கூறிய புதுப்பட்டி அத்தை, வள்ளியை அழைத்துச் சென்று பாரியைத் தூக்கி தலையில் வைத்தார். ஏந்தியவுடன் முதலில் இதை தாங்குவதற்கு தனக்கு தகுதியிருக்கிறதா என்ற மெல்லிய கூச்சம் தோன்றினாலும் இது எனக்கெனவே அருளப்பட்டுள்ளது என்ற பெருமிதம் தொனிக்க வள்ளி நிமிர்ந்து நடந்தாள்.

வீட்டை அடைந்தபோது வள்ளி அறியாத ஒருவருடன் உரையாடிக்கொண்டிருந்த அப்பாவின் முகம் வியப்பில் ஒரு கணம் விரிந்தது. உடனே தன்னிலையடைந்து இயல்பாக அருகிருந்தவரிடம் பேசத் திரும்பினார். அருகிருந்தவர் அப்பாவிடம், "இப்படி செழிச்சிருக்கிறது குடும்பத்துக்கு நல்லது" என்றபின் பேசிக்கொண்டிருந்த விசயத்தை தொடர்ந்தார். நல்லதங்காளும் மற்ற பெரியவர்களும் ஒரு கணம் விழிகளால் வியந்து மறுகணம் இயல்பாய் இருப்பதான பாவனைக்கு மாறினார்கள். கொண்டுவந்த பாரிகளை சாமியறையில் இறக்கி வைத்து தயாராகயிருந்த தனலில் சாம்பிராணிப்பொடி தூவி புகையெழுப்பி தீபம் காட்டி அனைவரும் வணங்கினார்கள்,.

முற்றத்தில் வைத்திருந்த பெட்ரோமாக்ஸ் லைட்டை வெளியே கொண்டுவந்த அப்பா தாழ்வாரத்தில் நீண்டிருந்த பனங்கையில் மாட்டியபோது ஒளி நாலாதிசைகளிலும் பரவியது. தைத்த மந்தார இலைகளை திண்ணையில் வரிசையாக இட்டார்கள். புதுப்பட்டி மாமா, கைலாசபுரம் சித்தப்பா, தாஞ்சூர் சின்னய்யா, அரிமளம் பாபு அண்ணன் எல்லோரையும் அழைத்து அமர்த்தினாள் வள்ளி. அப்பா அவருடன் இருந்தவருடன் வந்து அமர்ந்தார். சித்தியும் அத்தையும் கடைசியாக அமர்ந்துகொண்டனர்.

வள்ளி சோற்றுச்சட்டியை தூக்கிக் கொண்டு சோறை அள்ளி வைத்தபடி செல்ல, நல்லதங்காள் கோழிக்குழம்பை ஊற்றி, சட்டியின் அடியில் அகப்பையால் துளாவி ஒவ்வொருவருக்கும் எலும்பும் கறியுமாக வைத்தபடி சென்றார். வசந்தா வெண்டையும் மொச்சையும் சேர்த்து செய்த புளி மண்டியை வைத்தாள். கோழிக்குழம்பின் வாசம் வள்ளியின் நாவையூற வைத்தது. இளஞ்சூட்டில் வறுத்த சோம்பு பூண்டு மிளகு மிளகாய் வற்றலுடன் பொரியரிசியையும் சேர்த்து அம்மியில் வைத்து சில துளிகள் நீர் தெளித்து அரைத்தெடுத்த விழுதினை கரைத்து ரசம்போல தண்ணியாகவோ குழம்புபோல கெட்டியாகவோ இல்லாமல் நடுவாந்திரமாக நல்லதங்காள் வைக்கும் கோழிக் குழம்பு உண்பவர்களை அசரடிக்கக்கூடியது.

அப்பாவின் அருகிருந்தவர் அம்மாவை நோக்கினார். அப்பார்வையில் ஒரு நிறைவும் மகிழ்வும் இருந்தது. "வார்த்தையிலோ பார்வையிலோ சொல்லனும்னு அவசியமே இல்ல. ருசி எப்படிங்கிறத மொகமே காட்டிடும். சமைக்கும்போது படுற சிரமங்கள்லாம் சாப்பிடறவங்களோட நிறைமுகத்தை கண்டவுடனே மறைஞ்சிடும்" என அம்மா முன்பொருமுறை கூறியிருந்தார். அம்மாவின் முகம் இப்போது பூரித்திருந்தது.

கீழத்தெரு மருது மாமா திட்டிக்கொண்டே சாப்பிடுவார். சில நாள்கள் தட்டைத் தூக்கி வீசுவார் என்று பேச்சு வந்தபோது, "அவனுக்கு மனசுல பெருசா ஏதோ காயம் இருக்கு. சோத்த தூக்கி அடிக்கிற அளவுக்கு வலிக்கும் போல. அது பெருசாகுறதுக்குள்ள ஆம்பளைங்க யாராவது அவங்கிட்ட பேசி அது என்னன்னு கண்டுபிடிச்சு சரி பண்ணப் பாருங்க" என அம்மா கூறினாள். அப்பா

சாப்பிடும்போது திட்டியோ குறை சொல்லியோ ஒருமுறை கூட வள்ளி கண்டதில்லை. அவர், அவ்வப்போது சமையல் வேலைக்கு செல்வதால் சமைப்பதின் பக்குவம் அவருக்கும் வந்திருக்கும் எனத் தோன்றியது.

வேட்டுச் சத்தம் கேட்டதும் சாய்ந்தமர்ந்து கதை பேசிக்கொண்டிருந்தவர்கள் எழுந்து தயாரானார்கள். பெட்ரோமாக்ஸ் விளக்கை தலையில் வைத்து தாங்குவதற்கு ஏதுவாக மரச்சட்டங்களால் செய்த பெட்டியில் விளக்கைத் தாங்கியவாறு இருவர் வர கூடவே தீப்பந்தத்தை ஏந்தியவாறு ஒருவர் வந்தார். துந்துபியை ஒருவர் ஊத, இருவர் மேளம் கொட்டியபடி வந்தார்கள். முதலில் கீழத்தெருவிற்கு சென்று அத்தெருவில் உள்ளோர்களை அழைத்துக்கொண்டு தெற்குத் தெருவிற்கு வந்தார்கள். இரவினில் படர்ந்த ஒளியினை மரங்கள் இலைகளை சுருக்கி நோக்கின.. வேட்டொலியால் உறக்கம் கெட்டு கிளைகளில் அமர்ந்திருந்த பறவைகள் வெளிச்சத்தை திகைத்து நோக்கின.

வள்ளியின் தம்பி ரவி பித்தளை சொம்பில் மஞ்சள் தண்ணீர் ஊற்றி வேப்பிலை கொப்பை செருகிய கரகத்தை தலையில் வைத்தபடி முதலில் ஒழுங்கைக்குச் சென்று பாரிகளுக்கு முன் கரகமாடிக் கொண்டிருந்த இளந்தாரிகளுடன் இணைந்து கொண்டான். மேளத்தின் தாளத்திற்கு தக்க ஆடும் இளைய கரகக்காரர்கள் முதலிலும், பாரி ஏந்திச்செல்லும் மங்கையர் இரண்டாவதாகவும் மற்றவர்கள் கடைசியாகவும் தொடர ஊர்வலம் ஊரின் தெருக்கள் வழியாக கோவிலை நோக்கி நகர்ந்தது.

வள்ளி எப்போதும் பாரியை தலையில் வைத்து ஒழுங்கையில் இறங்கியவுடனேயே ஒவ்வொருவரின் நேரத்திற்கோ பராமரிப்புக்கோ தக்க துளிர்த்திருந்த மற்றவர்களின் பாரிகளையும், வசதிக்கும் ரசனைக்கும் ஏற்ப அணிந்திருக்கும் அவர்களின் உடுப்புகளையும் பார்வையை இருபக்கமும் சுழற்றிப் பார்ப்பாள். குறையொளியிலும் நன்னாளின் உவகையால் பூரித்திருக்கும் உடலில் அணிந்துள்ள ஒவ்வொன்றுமே ஒளி கொள்ளும் மாயத்தை சலிக்காமல் காண்பாள். அடுத்த தெருவிலிருந்து இணைபவர்களைக் காண்பதற்காக மெல்லடி வைத்து பின் வரிசைக்குத் தங்குவாள். உயரத்தூக்கிய பெட்ரோமாக்ஸின் சிற்றொளியில் முப்புரி வேலின் கூர்மையுடன் ஒளிரும் பாரிகளின் முனை அம்மனின்

அருள் சுரக்கும் விழியின் துளியேதான் என்ற எண்ணம் இவளுக்குள் ஏற்படுத்தும் சிலிர்ப்பு பாரிகளை கோவிலில் இறக்கும்வரை நீடிக்கும். ஆனால், இன்று வள்ளியால் யாரையும் நிமிர்ந்து பார்க்கமுடியவில்லை. அத்தனை பேரும் தன்னையே நோக்குவார்கள் என்ற எண்ணத்தால் உள்ளூர விதிர்த்து நாணமும் தயக்கமும் விழிகளைத் தாழ்த்த நிலம் நோக்கியே நடந்தாள். ஒவ்வொரு வருடம் பாரி போடும்போதும் எல்லோருடையதை விடவும் உயரமாக வளரவேண்டும், அதை அனைவரிடமும் உயர்த்திக்காட்டி கூத்தாடவேண்டும் என்ற விழைவு இருக்கும். ஆனால், அந்த விழைவு நிறைவேறியுள்ள இப்போது கொண்டாடுவதை ஏதோவொன்று தடுத்தது. செல்லாத்தா வீட்டிலிருந்து தூக்கிவரும்போது அடைந்த பெருமிதத்திற்கு இப்போது கூச்சம் எழுந்தது. பாரி உயரமாக வளர்வது என்பதை வெற்றியாக எப்படிக் கொள்ளமுடியும்? இதில் எங்களின் பங்கென்ன? இது ஈட்டியதல்ல. அமைந்தது. இதனை எப்படி உரிமை கொள்ளமுடியும்? அப்படியென்றால் கடந்த வருடங்களிலெல்லாம் தோல்வியா அடைந்தோம்? அப்போது நம்ம கையிலென்ன உள்ளது என்று கூறிவிட்டு இவ்வருடம் மட்டும் எங்கள் வெற்றியென்று கொண்டாடலாமா...? எனத் தோன்றிய அடுக்கடுக்கான எண்ணங்களுடன் வள்ளி நடந்துகொண்டிருந்தபோது லேசாக தோளை இடித்தாள் வசந்தா. "ஒருத்தன் உன்னையே பார்க்கிறானடி..." என்றாள். வெளிச்சத்தில் சென்ற இவளால் வெளிச்சம் குறைந்த பகுதியில் நடந்து வந்தவர்களை தெளிவாகப் பார்க்க முடியவில்லை. இவளின் தேடலைக் கண்ட வசந்தா, "சுருட்ட முடியும் மெலிசு மீசையுமா உன்னையே ஏக்கத்தோட பாக்குற அவன்தானடி" என்று வசந்தா சுட்டியவனை கண்டவுடனேயே அய்யோ என வலதுகையால் தன் வாயை பொத்திக் கொண்ட வள்ளியின் இடது கை இயல்பாக பாரியை அழுத்திப் பிடித்துக்கொண்டது. பெட்ரோமாக்ஸ் விளக்கு வெளிச்சத்தில் மங்கலாகத் தெரியும் விழிகளின் மூலம் இத்தனை ஆசையை காட்டமுடியுமா.... உள்ளுக்குள் உருகி மாய்ந்தாள் வள்ளி.

ஒழுங்கையோரம் இவளை நோக்கியபடியே அவன் நடந்து வந்தான். அவன் விழிகளைக் கண்டவுடன் பிறந்ததிலிருந்தே உள்ளுக்குள் உறைந்து காத்திருந்த ஒன்று

விழித்துக்கொண்டது. இவன்தானா இவன்தானா என்று தனக்குள்ளேயே துலாவியது. ஒரு கணம் கடப்பதிற்குள்ளேயே இவனேதான் என உறுதி செய்தது. வள்ளி பொங்கியெழுந்த நாணத்தால் பெரும் சிலிர்ப்புடன் தலை குனிந்தாள். பெண்கள், ஒவ்வொரு சிறிய ஒழுங்கைகளிலிருந்தும் மதுவும் பாரியும் சுமந்துவந்து முதன்மையான சாலையில் செல்லும் நீள்வரிசையில் இணைந்து கொண்டார்கள். வரிசை நீண்டும் அகன்றும் பெரிதாகியபடியே முத்துமாரியம்மன் கோவிலை நோக்கிச் சென்றது.

'டும்.. டும்..' என்ற சத்தம் உடலை உலுக்கத் திரும்பிப் பார்த்தாள் வள்ளி. வேட்டியை தொடை தெரியுமளவு தூக்கிக்கட்டிய ஒல்லியான உடல் கொண்ட ஒருவர் தன் இடது கையில் பிடித்திருந்த பீடியின் கங்கில் வலது கையிலிருந்த வேட்டின் திரியைப் பற்றவைத்து விசையுடன் மேல்நோக்கி வீசினார். அதே வேகத்தில் திரி முழுதும் கரைந்து கங்கு வெடியின் மருந்தைத் தீண்டவும் தீப்பொறி சிந்த உயரப் பாய்ந்து 'டும்'மென வெடித்தது. ஒன்று வெடிக்கும் பொழுதில் அடுத்தது மேல்நோக்கி பாயுமாறு வேகத்துடன் இயங்கினார். அதனால் வேட்டுச் சத்தம் தொடர்ச்சியாக எழுந்தது.

வேட்டுப் போடுவதன் பொருள் பாரியும் மதுவும் கோவிலின் அருகில் வந்துவிட்டன, அம்மனுக்கு பூசை தொடங்கவுள்ளது என்பதை அறிவிப்பதாகும். அதோடு பக்கத்து ஊர்க்காரர்கள் கூத்து தொடங்கவுள்ளது என்பதையும் அறிந்துகொள்வார்கள். அவ்வப்போது கண்ணில் பட்டபடி முன்னால் சென்றுசெண்டிருந்தவன் கோவிலை அடைந்தபோது காணமலானான். வள்ளியின் விழிகள் நாற்புறமும் சுழன்று தவித்தன. முன்னால் செல்லும் ஆண்களில் பெரும்பாலானவர்கள் கூத்துத் திடலுக்கு சென்று வாகான இடம்பார்த்து அமர்வார்கள். இவனும் அப்படிச் சென்றிருப்பானோ. ஆம்; அப்படித்தான் இருக்கும். வேடிக்கை பார்க்க வந்தவன்தானே. மதுவும் பாரியும் எடுத்து வருவதைப் பார்த்தபின் கூத்துப் பார்க்கத்தானே போவான். என்னையவே பார்க்கவா வந்தான் என மனம் பொங்குவதைக் காண வள்ளிக்கே வியப்பாக இருந்தது. என்னாயிற்று எனக்கு.. ஏனிப்படி தவிக்கிறேன்.. அவன்தான் என எனக்குத் தோன்றினால் போதுமா? அவனுக்குத்

தோன்ற வேண்டாமா..? என்று எண்ணம் எழுந்தபோதே அவனுக்கும் அப்படித்தான் தோன்றியிருக்கும்... என ஓர் உறுதியும் தோன்றியது.

கோவிலை அடைந்து ஒருமுறை வலம் வந்தபின் பெண்கள் தலையில் சுமந்து வந்ததை இறக்கி அம்மன் சன்னதிக்குள் அடுக்கி வைக்கவேண்டும். முன்னால் சென்ற இளைஞர்களில் சிலர் மட்டும் வரிசையாக நின்று பெண்களிடமிருந்து பாரியையும் மதுக்குடத்தையும் பெற்று ஒவ்வொரு கைகளுக்காக மாற்றி சன்னதியில் நிற்கும் பூசாரியிடம் அளித்தார்கள். பூசாரி அவற்றைச் சாய்ந்துவிடாமல் நெருக்கமாக அடுக்கினார். வரிசையின் ஒழுக்கிலேயே வள்ளி நகர்ந்தபோதும் தலையைத் திருப்பி அவன் தென்படுகிறானா என நோக்கி காணாமல் சலித்தாள். அப்போது தன்மேல் பதியும் ஒரு பார்வையின் நோக்கை உணர்ந்து முன்பக்கம் பார்த்தாள். பாரிகளை வாங்கிக் கொண்டிருந்தவர்களில் ஒருவனாக அவன் நின்று இவளையே நோக்கிக் கொண்டிருந்தான்.

சட்டென இவள் விழிகள் துடிக்கத் துடிக்க அவன் விழிகளிகளோடு பொருதிக் கொண்டன. உயிரையே உறிஞ்சும் அப்பார்வை தெரிவிப்பதென்ன... உள்ளத்தை உருக்கும் ஏதோவொன்றை அல்லவா சொல்கிறது. என் உயிரே நீதான் என்றா.. உனக்காகவே பிறந்தேன் என்றா... முற்பிறப்பின் தொடரும் பந்தம் என்றா... நீயின்றி என் வாழ்வில்லை என்றா... இனி எப்போதும் பிரியேன் என்றா... என்னை விலகிவிடாதே என்றா... அல்லது எல்லாவற்றையுமா...? வரிசை நகர்ந்து கொண்டிருந்தது. அவன் கைகள் அனிச்சையாக முன்னிருப்பவர் கொடுப்பதை வாங்கி அடுத்தவரிடம் தந்துகொண்டிருந்தது. வள்ளியின் கையிலிருந்த பாரியும் வாங்கப்பட்டது. பின் நின்ற பெண் இவளை முன்னோக்கி உந்தினாள். இவள் பார்வையை விலக்காமலேயே வரிசைக்கு வெளியே நகர்ந்தாள். உடல் திரும்பியபோதும் தலை திரும்பவில்லை. வசந்தாதான் வள்ளியை உலுக்கினாள். திடுக்கிட்டு பெரும்பாடுபட்டு விழிகளைப் பிடுங்கினாள். எத்தனை எளிதாக பொருந்திக் கொண்டன. ஆனால், விலக்குவது எத்தனை கடினமாகவுள்ளது...? பொருந்தியிருப்பதுதான் இயல்பானதுபோலும் என்று எண்ணியவாறு வசந்தாவின்

முகத்தை நோக்குவதற்கு நாணி வேறுபக்கம் பார்த்தபடியே நடந்தாள்.

எல்லாப் பாரிகளையும் மதுக்குடங்களையும் இறக்கி அடுக்கியபின் சிறுவர்கள் கொண்டுவந்த கரக சொம்பையும் அடுக்கினார்கள். அது முடிந்ததும் கோவிலின் சன்னதிக்கு வெளியே கட்டப்பட்டிருந்த பெரிய வெண்கல மணியை ஒருவன் வலுவுடன் இழுத்து அடித்தான். ஊர்மக்கள் எல்லோரும் கோவில் சன்னதியை நோக்கி கூடினார்கள். அம்மனுக்கு பூசாரி ஐந்துமுக கற்பூர தீபம் காட்டினார். சில பெண்கள் குலவையிட அனைவரும் அம்மனின் ஒளிர்முகத்தைக் கண்டு இரு கைகளையும் நெற்றிக்குமேல் தூக்கி வணங்கினார்கள்.

வள்ளி வழக்கமான நேரத்தைவிட அதிக நேரம் அம்மனை வணங்கினாள். "என்னடி, வேண்டுதல் பலமோ ..?" என வசந்தா கேட்டபோதுதான் தான் எதையும் வேண்டவில்லை என்பதை உணர்ந்தாள். ஆனாலும் வசந்தாவிற்கு பதிலேதும் கூறாமல் கூத்து திடலை நோக்கி நடந்தாள். அப்போது ஓடிவந்த தம்பி, "நான், அம்மா அப்பாவோட வீட்டுக்குப் போறேன். தேடப் போறியேன்னு அம்மா சொல்லிட்டு வரச் சொன்னாங்க..." என்று கூறிவிட்டு திரும்பவும் ஓடினான். அங்கே நின்ற அம்மாவும் அப்பாவும் இவர்களுக்கு கையசைத்துவிட்டு திரும்பிச் சென்றார்கள்.

இவ்வளவு நேரம் தம்பியின் நினைவே எழவில்லையே என்று வள்ளிக்கு லேசாக குற்றவுணர்ச்சி எழுந்தது. இவளின் முகத்தில் தெரிந்த உணர்வை அறிந்த வசந்தா, "இனிமே இப்படித்தான். நமக்குன்னு ஒருத்தன் வந்திட்டா எல்லாம் மறக்கத்தான் செய்யும்..." என்று பெரிய அனுபவசாலி போலக் கூறவும், சிணுங்கலுடன் அவள் தோளில் தட்டியபடி வாகான இடம் பார்த்து அமர்ந்தார்கள். இவர்களைச் சுற்றிலும் ஆங்காங்கே நான்கைந்து பேர்களாக குழுமி அமர்ந்திருந்தனர். திடலைச் சுற்றிலும் சிறு சிறு விளக்குகள் எரியும் பல கடைகள் இருந்தன. தின்பண்டங்களும் விளையாட்டுச் சாமான்களும் அதிகமாக காணப்பட்டன. விதவிதமான பனையோலை விசிறிகளை கையில் ஏந்தியபடி இருவர் திரிந்தனர்.

கோவிலின் கிழக்கு திசையில் அமைந்த திடலின் கிழக்கு எல்லையில் கூத்துக் கொட்டகை போடப்பட்டிருந்தது.

இரண்டடி உயரத்திற்கு மண்மேடை இருக்கிறது. அதன்மேல் தென்னந்தட்டிகளை வேய்ந்து கொட்டகை போட்டிருந்தார்கள். “மேடை அப்படியே இருக்குமாடி...” என வசந்தா கேட்டாள். “அப்படியே எப்படி இருக்கும். மழை பேயறப்போ அங்கயிங்க கொஞ்சம் கரைஞ்சு ஓடிடும். கொட்டகை போடறதுக்கு முன்னால மண்ண நிரவி சமமாக்குவாங்க...” என்று வள்ளி கூறியபோதே கூத்து தொடங்குறதற்கான ஆர்மோனிய ஓசை எழுந்தது. கோவிலைச் சுற்றி நின்றவர்களும் வந்து அமர்ந்தார்கள்.

“டான்ஸ் பபூன மட்டும் பாத்துட்டு கிளம்புவோம்டி. முழுசா பாக்கிறதுக்கு எனக்கு புடிக்காது...” என்ற வசந்தாவின் தோளை தன் தோளால் இடித்து, “போடி இவளே... கதையே அவங்களுக்கு அப்புறம்தானே. அதப் பாக்க வேண்டாங்கிற...” என்றாள் வள்ளி. “எனக்குப் புடிக்காது... ஏன்னா புரியாது...” என்று முகத்தைக் கோணலாக வைத்தபடி கூறிய வசந்தா, “இன்னிக்கு என்ன கூத்து...” என்று கேட்டாள். கூறுவதற்காக வாய் திறந்தவள் ஒருகணம் திகைத்தபின், “அங்.. இப்போ பபூன் சொல்வாறு தெரிஞ்சுக்க..” என்றாள். வசந்தா புரியாமல் கூத்து மேடையை நோக்கினாள். இப்படி வசந்தாவுடன் பேசிக்கொண்டிருந்தபோதும் தன் மேல் விழும் விழி நோக்கினை உணர்ந்துகொண்டும் இருந்தாள். ஒரு முள்ளின் கூர்முனையின் தொடுகை போன்ற அது ஒரு குறுகுறுப்பாக, ஒரு அரணாக, ஒரு சிலிர்ப்பாக, மெல்லிய எரிச்சலாக, சிறு சலிப்பாக வெவ்வேறு விதமான உணர்வையளித்தது.

இரு புறங்களிலும் தொங்கவிடப்பட்ட பெட்ரோமாக்ஸ் விளக்கு கூத்துமேடையை ஒளியால் நிறைத்தது. இடப்பக்கம் நாற்காலியில் அமர்ந்திருந்த பின்பாட்டுக்காரர் மேசைமீது வைத்திருந்த ஆர்மோனியத்தில் அதன் உச்சபட்ச ஒலியை எழுப்பினார். அவரின் வலப்பக்கம் மிருதங்கம் வைத்துக்கொண்டு ஒருவரும் இடதுபக்கம் நாதஸ்வரம் இசைப்பவரும் அவருக்கு அருகில் ஜால்ரா அடிப்பவரும் அமர்ந்திருந்தார்கள். கூத்துப் பார்க்கக் கூடியிருந்த அனைவரும் மேடையை நோக்கினார்கள். கூத்துப் பார்க்க பிடிக்காதவர்களும் இந்தத் தொடக்கத்தை காண்பதில் ஆர்வம் கொண்டார்கள்.

“வந்தேன் வந்தேன் வந்தேனே நாகரீகக் கோமாளி வந்தேனே...” என்ற குரல் உச்சஸ்ததியில் ஒலிக்க கண்ணைப் பறிக்கும் வாடாமல்லி நிறத்தில் சட்டையும் மஞ்சள் நிறத்தில் பேன்ட்டும் அணிந்த சற்று குள்ளமான பபூன் வேகமாக குதித்து வந்து மேடை முழுவதும் வலம் வந்தபின் மேடையின் மையத்திற்கு வந்தான். அவன் உடைகளோடு, பூசப்பட்ட ஒப்பனைக் கலவையால் அவன் முகமும் ஒளியில் மிளிர்ந்தது.

“வாங்க வாங்க ஒக்காருங்க... வந்த காலில் நிக்காதீங்க...” என இரு தடவை சத்தமாகக் கூறியவுடன் பின்பாட்டுக்காரரரும் இருதடவை இழுத்து பாடினார். “நீங்கள்லாம் எங்க எசமான்ங்க. நீங்க நின்னாக்க எங்களால சரியா கூத்து நடத்த முடியாது. எல்லோரும் அமைதியா ஒக்காந்து இந்தக் கூத்த முழுசாப் பாத்து எங்கள வாழ்த்தனும்னு வேண்டிக் கேட்டுக்கிறேன்..”

“புதுக்கோட்டை மாவட்டம் அரிமளம் வட்டம் தேத்தாம்பட்டி கிராமத்தில குடிகொண்டிருக்கிற முத்துமாரியம்மன் கோவில் செவ்வாய் விழாவுக்காக நடக்க இருக்கிற கூத்து வள்ளி திருமணம்...”

பபூன் கூத்தின் பெயரைக் கூறியவுடன் வசந்தா வள்ளியின் முகத்தைப் பார்த்தாள். அவள் சற்று நாணத்துடன் பார்வையை விலக்கிக் கொண்டாள்.

பபூன் கூத்தில் நடிப்பவர்களின் பெயர்களை வரிசைக்கிரமமாக கூறியபிறகு சில பாடல்களைப் பாடினான். வள்ளி இருந்த மனநிலையில் அவற்றைக் கவனிக்கவோ ரசிக்கவோ முடியவில்லை. அவை வேறெங்கோ கனவில் நிகழ்வதாகவே தோன்றியது. வசந்தா, “ஏன்டி இப்படி இருக்க?” எனக் கேட்கவும், “ரொம்ப சோர்வா இருக்கு. சுக்குமல்லி காப்பி வாங்கு” என்று கீழே தணல் கனல அதன்மேல் வைத்த பித்தளை சட்டியின் கயிறைப் பிடித்து தூக்கிக் கொண்டு திரிபவனை சுட்டிக் கூறினாள்.

“கையில காசு இல்லையேடி. உன்கிட்ட இருக்கா..?”

“அப்பா எப்பவும் செவ்வாய்க் காசு கொடுப்பாங்க. இன்னிக்கு அவங்க கூட வந்தவரோட பேசிக்கிட்டு மறந்துட்டாங்க. நானும் கேக்காம வந்திட்டேனே...” என வருத்தம் தொனிக்க கூறினாள். அப்போது ஆர்மோனியம் வேகமாக ஒலிக்கவும் மேடையை நோக்கித் திரும்பினார்கள்.

டான்ஸ்காரி வந்தாள். மிளிரும் சிவப்பு நிறப் புடவை கட்டியிருந்தாள். அவளின் முகமும் ஒப்பனையால் ஒளி சிந்தியது. மேடையே குலுங்குமளவிற்கு ஆடியபடி பாடினாள். பின்பாட்டுக்காரர், முகத்தில் வரவழைத்துக் கொண்ட இளிப்புடன் பின்பாட்டு பாடினார்.

"இந்தாங்கம்மா..." என்ற குரல் கேட்கவும் இருவரும் திரும்பிப் பார்த்தார்கள். சுக்குமல்லி விற்பவன் நின்று கொண்டிருந்தான். அவன் கையில் பிடித்திருந்த குவளையை நீட்டினான். அதிலிருந்த சுக்கு மல்லி காப்பியிலிருந்து எழுந்த ஆவியில் அதன் வாசம் தெரிந்தது.

"எங்ககிட்ட காசு இல்லை.."

"பரவாயில்லம்மா நாளைக்கு குடுங்க.. கை காட்டி பேசிக்கிட்டு இருந்தீங்களா அதான் வந்தேன்.." என்றான்.

அவனாக வரவில்லை என வள்ளிக்குப் புரிந்தது. குவளையை வாங்கிக் கொண்ட வள்ளி வசந்தாவிடம் கொடுத்து தானும் வாங்கிக் கொண்டாள்.

"நாளைக்கு காசு கொடுத்தர்றேன்.." என்று சொல்லியபோது "சரிம்மா.." என்று கூறி நகர்ந்தான். அப்போது வள்ளியின் முகத்தில் தோன்றிய பெருமித உணர்வுக்கான காரணத்தை யோசித்தபடியே லேசான உரப்புடன் இருந்த இளஞ்சூடான காப்பியை நிதானமாகக் குடித்தாள்.

வள்ளி தன்மேல் பட்ட பார்வைநோக்கில் ஒரு இணக்கத்தை உணர்ந்தாள். திரும்பிப் பார் பார் என உள்ளம் உந்தியபோதும் உறுதியாக இருந்தாள். ஆனால், அந்த உறுதியின் நிலைத்தன்மைமேல் ஊசிமுனையளவு ஐயம் எழுந்தது. காப்பியைக் குடித்தவுடனேயே வசந்தாவை கூட்டிக்கொண்டு வீட்டிற்கு வந்தாள்.

4

2010

மேனியை மென்மையாய் வருடி சிலிர்க்க வைத்த இளங்காற்றை உணர்ந்தபடி எழுந்தார் சுந்தரம். திறந்திருந்த சாளரத்திற்கு வெளியே மலர் செடிகள் தெரிந்தன. இரவு பொழிந்த பெருமழையினால் பாதிப்படையாமல் நிறைவு கொண்டவைபோல குதூகலித்திருந்தன.. பிச்சியின் முளைவிட்டிருந்த ஆயிரக்கணக்கான செம்மொக்குகளில் பாதி பூத்திருந்தன. சிறு பூச்செண்டாகவே அமைந்த செம்மலர்கள் ஒரு இட்லி அளவுக்கு இருந்தது. அவற்றை இணைத்து செந்நிறப் பூச்செண்டாக கடையில் அறிமுகப்படுத்த எழுந்த எண்ணத்தை ஒதுக்கி அருகிலிருந்த நந்தியாவட்டை செடியை நோக்கினார். கூர்ந்து பார்த்தால் மட்டுமே தெரியும் வண்ணம் இலைகளை மறைத்து தூய வெண்மலர்களால் பெரிதாய் புன்னகைத்தது அது. பலநூறு பிஞ்சுக் குழந்தைகளின் விரித்த உள்ளங்கைகளெனவே தாவியது. உலகின் அத்தனை மலர்களும் தன் சிறு கைகளை விரித்து பிரபஞ்சத்தையே அணைத்துக்கொள்ள விழைவதாகத் தோன்றியது. அந்த எண்ணம் தோன்றியதுமே மெல்லிய குற்றவுணர்வு எழுவதை வியப்புடன் நோக்கினார்.

இரவு செல்வி கூறிய செய்தியைக் கேட்டவுடன் உறக்கம் வராமல் கொந்தளித்துக் கொண்டிருந்த மனம் இப்போது சலனமின்றி இருந்தது. அடியாழத்தில் இனிமை சிறுதுளியென ஊறுவதை உணர்ந்தார். மனம் எதையோ உணர்ந்துவிட்டது. தம்பி லட்சுமணனின் மகள் சந்தையிலிருந்து காய்கறி

ஏற்றிவரும் லாரி ஓட்டுபவனை விரும்புகிறாள் என்பதில் உள்ள நன்மையை எண்ணி உள்ளம் உவகை கொண்டது.

பெற்றவர்கள் எந்தவித இன்பங்களையும் ருசிக்காமல் பாடுபட்டு பிள்ளைகள் சுகமாக வாழவேண்டும் என வசதிகளைச் சேர்த்தால் பிள்ளைகள் துன்பத்தில் விழவே விழைகின்றன. இதைச் சொன்னால் கேட்கிற மனநிலையிலா இளசுகள் உள்ளன. தங்களுக்கு எல்லாம் தெரியும் என்ற செருக்குடன் அல்லவா வளர்ந்துள்ளார்கள். நாங்கள் பெரிதாகப் படிக்கவில்லை நீங்களாவது படித்து பெரிய ஆளாக வரவேண்டுமென பெற்றோர் பேச்சுக்குக் கூறுவதை, 'பெருசுங்களுக்கு சிருசுகளோட மனசு எப்படி தெரியும்? படிச்சிருந்தா தெரியும்'னு எகத்தாளம் பேசுங்க. பெரிய வீடு, கார், ஏசி என வாழ்ந்துவிட்டு அவனோடு சென்று இடுக்கமான ஒண்டுக் குடித்தனத்தில் வாழ்ந்து எதை சாதிக்கப் போகிறார்கள். டேய் சோமாறி உனக்காக எங்க வீட்டையும் வசதிகளையும் விட்டுட்டு வந்திருக்கேன் என்னை மகாராணி மாதிரி பாத்துக்கனு என்று அவனைத் தூண்டுவதைத் தவிர? இந்தச் சொல்லைக் கேட்கக் கூடாதென்பதற்காகவே தன்னால் இயல்வதற்கும் மேலாக உழைக்க ஆரம்பிக்கும் அவன் ஒரு கட்டத்தில் முடியாமல் சோர்வுறுவான். அத்தருணத்தில் எல்லாத் துன்பங்களுக்கும் காரணம் இவளென்று அவனுக்குத் தோன்றும். இவளைச் சந்திக்கும் முன்பு எத்தனை இனிமையான வாழ்க்கையாக இருந்தது என்பதை அவன் கூற, ஏழ்மையில் உழன்ற அவனே அத்தனை இன்பத்தை எண்ணிக் கொண்டானென்றால், இவளுக்கு சொல்வதற்கு அதைவிட பத்து மடங்கு இருக்கும். சில மாதங்களுக்குள்ளாகவே இளமையின் குறுகுறுப்பும் இனிமையும் கலைந்து போய்விட பெற்றோரிடம் திரும்ப தன்முனைப்பும் பிடிவாதமும் தடுக்க, சாக்கடைப் பன்றிகள் போல துயருக்குள்ளேயே மூழ்கிக் கொண்டு அதை இன்பம் என்றும் லட்சிய வாழ்க்கையென்றும் வெளியே சொல்லிக்கொண்டு திரிவார்கள். அவர்கள் உள்ளம் மட்டுமே அறியும் மெய்யை. இவர்கள் கூறும் பொய்களை மெய்யென்று நம்பி அந்த வாழ்வில் சாகசம் உள்ளதாகக் கருதி இன்னும் பல இளசுகள் அதே பாதையை தேர்ந்தெடுத்து சீரழிவதை யாராலும் தடுக்கமுடியாது. இதை சரியாக கணித்ததை பெருமிதத்துடன் எண்ணியபோதே இளமையின் தினவில் தான் செய்தவை சுந்தரத்திற்கு நினைவிலெழுந்தது.

இருபது வயதின் கிளர்ச்சியுடனும் தினவுடனும் ஊருக்குள் வலம் வந்தான் சுந்தரம். எந்தக் கவலையும் பொறுப்பும் இல்லாத, பனிரெண்டாவது முடித்து வேலை தேடும் பருவம். அப்பா தரும் பணத்துடன் சின்னம்மாவிடம் பெறும் பணத்தையும் கொண்டு நண்பர்கள் யாரையும் சேர்க்காமல் தனியாகவே செலவழிப்பான். சைக்கிளில் பள்ளத்தூருக்கு சென்று ஓட்டலில் முறுகல் தோசையும் மெதுவடையும் உண்பது, டவுன் பஸ் ஏறி காரைக்குடி பாண்டியனில் வெளியாகி இரண்டு வருடங்களான படங்களைப் பார்ப்பது என்று நகர்ந்த வாழ்வு ஒரு தருணத்தில் சலிப்பானது. இம்மாதிரி சலிப்பைத் தவிர்க்கவே பலரும் வேலைகளுக்கு சென்றபோது. சுந்தரத்திற்கு வேறொரு வாய்ப்பு இருந்தது.

எப்போதும் அப்பா, சுந்தரத்தை தன்னுள் சிறு குறுகலின்றி நோக்குவதில்லை. சின்னம்மா இவனிடம் தயக்கமின்றி எதுவும் பேசுவதில்லை. சுந்தரம் எண்ணியிருந்தால் அந்த குறுகலையும் தயக்கத்தையும் எளிதில் போக்கியிருக்க முடியும். ஆனால், அவற்றை மறைந்துவிடாமல் கவனமாகப் பார்த்துக்கொண்டான். அதில் தன்னைப் பற்றி இவனுக்கு பெருமிதமாக இருந்தது. உழுகச் செல்பவர்களும் பஞ்சாலைக்கு செல்பவர்களும் ஆறு மணிக்கெல்லாம் கிளம்பிவிடுவார்கள். வீட்டு வேலைகளை முடித்து மாடுகளை மேய்ச்சலுக்கு அவிழ்த்துவிட்ட பெண்களும் பள்ளி செல்லும் பிள்ளைகளும் ஒன்பது மணிக்குக் கிளம்புவார்கள். அதன்பின் பின் மதியம் வரை பறக்கும் குருவிகளோடும் உலவும் காற்றினோடுமே ஊர் தனித்திருக்கும். இதில் சில விலக்குகள் உண்டு. படுக்கையிலேயே கிடக்கும் வயசாளிகள், வயலை வாரத்திற்கு விட்டுவிட்டு வேறு வருமானத்தில் குடும்பம் நடத்துபவர்கள். சுந்தரம் போன்று வீம்பாக வேலைக்குச் செல்லாமல் இருப்பவர்கள். ராதாவும் இந்த வகைமையில் ஒருத்தி. வட இந்தியாவில் எங்கோ வேலை பார்த்து இரண்டு மாதங்களுக்கொருமுறை மணியார்டர் அனுப்புவனின் மனைவி. கணவனைப்பற்றி யார் கேட்டாலும் பம்பாயில் துணிக்கம்பெனியில் அதிகாரியாக இருப்பதாகக் கூறுவாள். மூன்றாவது படிக்கும் பையனையும் வயதான மாமியாரையும் கவனித்துக் கொள்வதும் பசு மாடொன்றை பராமரிப்பதும்தான் வேலை. சுந்தரம் காரைக்குடி பாண்டியனில் ‘அவள் அப்படித்தான்’

படத்தின் இடைவேளையில் கை முறுக்கும் டீயும் வாங்கிக்கொண்டிருந்த ராதாவைப் பார்த்தான். இரண்டு நடுத்தர வயதுப் பெண்களுடன் வந்திருந்தாள். அவர்களுக்கும் சேர்த்தே வாங்கினாள். அவள் கையில் வைத்திருந்த மணிபர்சும் அதனுள் அடுக்கியிருந்த ரூபாய் தாள்களும் இவன் கண்ணில் பட்டன. ஊரில் பெண்கள் பொதுவாக கசங்கலான சுருக்குப்பைதான் வைத்திருப்பார்கள். சிறுசிறு வெண்மணிகள் பதிக்கப்பட்டு ஒளிர்ந்த அந்த ரோஸ்கலர் மணிபர்ஸ் இவனை அவளை கவனிக்க வைத்தது. அவள் முகத்தை சற்று கவனித்தபோது நடிகை ஸ்ரீப்ரியா சாயலில் தெரிந்தது.

சுந்தரத்திற்கு எப்போதாவது செயற்கையாக உதடு சுழிக்கும் ஸ்ரீதேவியைவிட நிரந்தரமாகவே சற்று சுழிந்திருக்கும் உதட்டைக் கொண்ட ஸ்ரீப்ரியாமேல் தனிப்பிரியம் உண்டு. அந்த சுழிப்பு காண்பவரை இளக்காரம் செய்வதைப்போலவும் அவளின் திமிரைக் காட்டுவதாகவும் தோன்றும். ராதாவிடம் ஸ்ரீப்ரியாவின் சாயலைக் கண்டது லேசாக வளைந்து குழைந்த அந்த உதட்டுச் சுழிப்பில்தான். கணவன் ஊரில் இல்லாத நிலையில் பிற ஆண்களை விலகியிருக்க வைப்பதற்கான கருவியாக இந்த ஏளனச் சுழிப்பை உதட்டில் கொண்டிருப்பாள் என சுந்தரத்திற்குத் தோன்றியது. இவன் நோக்கை மேனியிலுணர்ந்த ராதா முழுதாகத் திரும்பாமல் விழியின் சிற்றசைவால் நோக்கினாள். சுந்தரத்தைக் கண்டதும் விழிகளிலிருந்த யாரென்ற வினா நீங்கி ஆச்சர்ய பாவம் தோன்ற மெலிதாய் புன்னகைத்தாள். ஆனால், அப்புன்னகையில் நேற்றுவரை இருந்த இயல்பு மறைந்து ஒரு திகைப்பும் தயக்கமும் புதிதாய் தோன்றியதை இவன் உணர்ந்தான். இதற்கு முன் இருந்தவொன்று அழிந்துவிட்டதையும் இனி ஒருபோதும் ராதாவை இயல்பாக நோக்க முடியாதென்பதையும் அறிந்தான். விழியின் சிறு நோக்கில் ஆண்களின் எண்ணத்தை பெண்கள் அறிந்துவிடுவதன் நுட்பத்தின் மீதான வியப்பு இப்போதுவரை சுந்தரத்திற்குத் தீரவில்லை.

ராதா மீது தனக்கு ஏற்பட்டிருப்பது ஈர்ப்பா காதலா காமமா என்பது பற்றிய எந்த பிரக்ஞையும் சுந்ததரத்திற்கு இல்லை. காரைக்குடியிலிருந்த தன் அம்மா வீட்டில் தங்கிவிட்டு மறுநாள்தான் ராதா ஊருக்கு வந்தாள்.

சுந்தரத்தின் வீட்டைக் கடந்தபோது இயல்பான நோக்கென்று காண்பவர் கருதுமாறு நோக்கிச் சென்றாள். உள்ளேயிருந்த சுந்தரம் இவள் பார்வையில் படவில்லை. ஆனால், இவன் அவளையும் அவள் நோக்கையும் கண்டான். ஏழு நாள்கள் ஊர் ஆட்கள் கண்ணில்படாமல் அவள் வீட்டின் பின்புறம் நின்ற மாமரத்தின் நிழலில் நாளுக்கு இருமுறை மட்டுமே வெளிப்படும் அவள் பார்வையில் படுமாறு நின்றும் அமர்ந்தும் படுத்தும் அவளை மட்டுமே எண்ணத்தில் இருத்தி இருந்தான். எதற்காக அப்படி அவளுக்காக காத்துக் கிடந்தான்...? அவள் அழகுக்காகவா, காமத்திற்காகவா, அவளிடமிருந்த பணத்துக்காகவா... பேரழகியல்ல மாநிறத்துடன் கிராமத்துப் பெண்கள்போல மெலிந்து ஒட்டிய தேகமாக இல்லாமல் சற்று பூசிய லேசாக மினுக்கும் மேனிதான். காமம் என்பதையும் அதன் இன்பம் இதுவென்றும் அறியாதவன்தான்... பணத்திற்காக பெரிதாக ஏங்கும் நிலையிலும் இல்லாதவன்தான்... பின் அப்போது அவனை அவளை நோக்கி தவமென இருத்தியது எது என பின்பு பல முறை யோசித்தபோதும் உறுதியான பதிலை அவனால் கண்டடையக் கூடவில்லை. ஆனால், சுந்தரத்திற்கு இப்போது தோன்றியது அது கைக்கொண்ட எதையும் தீவிரத்துடன் இயற்றும் இளமையின் கட்டற்ற தன்மைதான் என்று.

எட்டாம்நாள் சுந்தரம் மாமரத்தடிக்குச் செல்லவில்லை. மதியமாக பின்வாசல் வழியாக சுந்தரத்தின் வீட்டிற்குள் ராதா வந்தாள். இவள் வருவாள் என்று கணித்து சுந்தரம் வீட்டில் தங்கவில்லை, முன் தினம் மரத்தின் கிளையை பிடித்திருந்தபோது மாயிலைகளால் கூடு கட்டியிருந்த முசிறுகள் இவன் கைவழியாக இறங்கி தோளிலும் கழுத்திலும் கடித்துவிட்டன. கடிபட்ட இடங்கள் சிவந்து தடித்துவிட்டது, உடல் லேசாக சூடு கண்டிருந்தது. நொய் கஞ்சி வைத்து இவனைக் குடிக்கவைத்த பிறகு சின்னம்மா வயலுக்கு சென்றிருந்தார். உடலில் பெரிதாக சோர்வில்லை எனினும் வெயில்பட்டால் எரிச்சல் வரக்கூடும் என சின்னம்மா கூறியதால் பனைநார்க் கட்டிலில் விழிமூடி படுத்திருந்தவன் கதவின் அரவம் கேட்டு அரைக்கண் விழித்துப் பார்த்தான். ராதாவின் உருவம் நிழல் போலத் தெரிந்த்து. கனவோ என ஒரு கணம் திகைத்தவன் அடுத்த கணத்தில் மெய்தான்

என்பதை உணர்ந்து எழுவதற்கு உன்னினான். அதேகணம் பெரும் பொருமலுடன் பாய்ந்து வந்த ராதா இவனை நெஞ்சோடு சேர்த்தணைத்தாள். அவளிடமிருந்து கேவல் எழுந்து கொண்டிருந்ததை, தனங்களின் மென்மையை, அதனுள் எழுந்துகொண்டிருந்த விரைவுத் துடிப்பினை, வேர்வையில் திரிந்த மஞ்சள் வாசத்தை, எதையாவது பற்றத் துடிக்கும் தன் உதடுகளின் தவிப்பை, கழுத்தைச் சுற்றியிருந்த கரங்களின் இறுக்கத்தை, தன்னுள் பொங்கியெழுந்த பெரும் பரவசத்தை, தன் கரங்கள் தழுவிக்கொண்டிருந்த அவள் இடையின் வாளிப்பை.... எல்லாவற்றையும் நிகழ்வதென்ன எனப் புரியாமல் சில கணங்கள் மட்டுமே நோக்கிக் கொண்டிருந்தான். அதன்பின் உடல்கள் தங்கள் ஆதி விழைவை நோக்கிப் போவதையும் இயல்பாக நிறைவேற்றிக் கொள்வதையும் வேடிக்கைதான் பார்த்தார்கள் இருவரும். இப்போதும் அந்த முதல் அனுபவம் மெல்லிய தித்திப்பாய் நீடித்தது. அன்றோ அதன் பிறகான ஒரு பொழுதிலோ "ஏன் யாரிடமும் புகார் எதுவும் சொல்லவில்லை" என்று கேட்டபோது அவள் கூறியது அப்படியே நினைவிலுள்ளது, "பிறந்ததிலிருந்தே என்னை அழகானவள்னு யாருமே சொன்னதில்ல. என் அக்கா என்னவிட செவப்பா அழகா இருப்பா. நான் பொறந்து ஒரு வருசத்திலேயே தம்பி பொறந்துட்டான். என்னை யாருமே கண்டுக்கல. கல்யாணத்துக்குப் பின்னால அவரும் அவசரமா அவரு காரியத்தப் பாப்பாரே தவிர அழகா இருக்குறேன்னு சொன்னதேயில்ல. பொண்ணுங்களுக்கு யாராவது தன்னை அழகா இருக்கேன்னு சொல்லனும்னு ஏக்கம் இருந்துக்கிட்டேயிருக்கும். அப்படி யாராவது சொன்னாக்கூட அவங்க மனசுலேர்ந்து சொல்றாங்களா இல்ல தன் தேவைக்காக சொல்றாங்களான்னு எங்களுக்கு தெரிஞ்சிடும். அதோட பார்வய வச்சே ஒருத்தன் எந்த நோக்கத்தோட பாக்கறான்னு எங்களுக்குப் புரியும். அன்னக்கி ஒன் பார்வை என் மேல பட்டப்ப ஒடம்பெல்லாம் ஜில்லுன்னு ஆயிடுச்சு. எத்தன வார்த்தையாலயும் சொல்லமுடியாத மாதிரி என் அழக மட்டும் பிரமிச்சுப் பார்த்தியே.... இதுக்காகவே பொறந்ததிலேர்ந்து ஏங்கிக்கிட்டிருந்த என் உள்ளுக்குள்ள இருந்த எதோவொன்னு அப்படியே பொங்கி என்னையே முழுசா மூழ்கடிச்சிடுச்சு" இதைக் கேட்டபோது 'அப்படியா வெக்கங்கெட்டுப் பார்த்தேன்'

என தனக்குள் எண்ணிக்கொண்டான். "அதுவுமில்லாம ஒன் மேல புகார் கொடுத்தா அத சாக்கா வச்சு என்கிட்ட நெருங்கப் பாப்பாங்கள்ல "....

இப்படித்தான் லெட்சுமணன் பொண்ணு காவ்யாவையும் அந்தப் பையன் ஈர்த்திருப்பானோ. இவர்களிடம் பேச முடியுமா. பேசும் ஒரு சொல்லுக்காவது செவி கொடுப்பார்களா... என்ற எண்ணம் எழுந்தபோதே இளமையின் வேகத்தில் எந்த பின் விளைவையும் கருதாமல் தான் செய்த செயல் நினைவுக்கு வந்தது. வீட்டின் பின்கட்டில் கயிற்றுக் கட்டிலில் ராதாவுடன் கிடந்தபோது முன் கதவு திறக்கும் ஒலி கேட்டது. முன் வாசல் வழியே பார்த்தால் பின்வாசல் வரை தெரியும். இங்கிருந்து வெளியேறுபவரை அங்கிருந்தே காணமுடியும். சுந்தரம் வேகமாக எழுந்தான். சூடு ஒடம்பாக் கெடக்கிறானே என்பதற்காக வயலிலிருந்து சின்னம்மா வேகமாக திரும்பியிருப்பார் என்ற எண்ணம் தோன்றியபோதும் கொல்லைக்குள் நுழையும் மாடுகளை ஓட்டுவதற்காக சுவரில் சாத்தி வைத்திருந்த கம்பை கையில் எடுத்த சுந்தரம் சின்னம்மா வருவதற்குள் வேகமாக உள்ளே சென்றான். செல்லும்போது இவனைப் பார்த்து, படுத்திருந்தவன் எழுந்து நடக்கிறானே என்ற மகிழ்வுடன் நின்று கொண்டிருந்த சின்னம்மாவின் தலையில் ஓங்கி அடித்தான். ஏனென்று அறியாத திகைப்புடன் மயங்கிச் சாய்ந்தாள் சின்னம்மா.

முற்பிறப்பில் நிகழ்ந்ததோ எனத் தோன்றிய நிகழ்வுகளின் நினைவால் மெல்லிய புன்முறுவலுடன் அமர்ந்திருந்த சுந்தரத்தை நோக்கியவாறு அறைக்குள் நுழைந்தாள் செல்வி.

"காவ்யாவும் நம்ம பொண்ணுதானங்க. அது கஷ்டப்படறத நம்மால தாங்க முடியுமா?'" என்று கேட்டாள்.

"லட்சுமணன் பொண்ணு எப்படி நம்ம பொண்ணாகும். நான் சொன்னமாதிரி செஞ்சிட்டில்ல. பிறகென்ன.. நடப்பதெல்லாமே நன்மைக்கின்னு போய்க்கிட்டே இரு" என்று சொன்னவனை இவருக்குள் ஆவி எதுவும் புகுந்திருக்குமோ என்று எண்ணியபடியே வெளியேறினாள். உள்ளுக்குளூறிய இனிமையில் சற்று திளைக்க ஆரம்பித்தான் சுந்தரம்.

5

2010

எஸ்.ஆர் காய்கனி பேரங்காடியின் பணம் பெறும் இடத்தில் அமர்ந்திருந்தான் சுந்தரம். கடையினுள்ளே வாடிக்கையாளர்கள், நின்றபடியே எடுக்க ஏதுவாக மரப்பலகைகளால் உருவாக்கிய மேடைகளில் தனித்தனியாக குவித்திருக்கும் காய் கனி கீரைகளில் தங்களுக்குத் தேவையானதை மட்டுமல்லாது பார்க்க அழகாக இருக்கும் பெயர் தெரியா பழங்களையும் காளான்களையும் கையில் ஏந்திய நீல, சிவப்பு நிற ப்ளாஸ்டிக் கூடைகளில் பார்த்துப் பார்த்துப்போட்டனர். எந்தக் காய் குறைகிறது எனக் கவனித்து அதனை கொண்டு வந்து நிரப்பும் பணியை செய்ய வடஇந்திய பையன்கள் தன்வீரையும் சகாவையும் ஏவியும் அவர்கள் வேறு பணியில் இருந்தபோது தானே அப்பணியை செய்துகொண்டும் சுழன்று கொண்டிருந்தாள் லட்சுமணனின் மனைவி கல்யாணி. காலையில் எழுந்து குளித்துவிட்டு காப்பி குடித்தவுடன் கடைக்கு வரும் கல்யாணி வீட்டிற்கு திரும்புவது கடையை முடித்துவிட்டு இரவு பத்தரை மணிக்குதான்.

இரவு செல்லும்போது காய் கனிகளை கூடைகளிலும் கழியம்பெட்டிகளிலும் ஒருக்கி வைப்பதோடு சரி. கடை முழுக்க காய்கறி கழிவுகளும் கசங்கிய தாள்களும் கிழிந்த நெகிழிப்பை உறைகளும் குப்பையாக பரந்து அப்படியே கிடக்கும். சுந்தரம் நேராக கோயம்பேடு சந்தைக்கு சென்றுவிடுவான். கல்யாணிதான் மொழி சரியாகத் தெரியாத அல்லது தெரியாததுபோல ஏய்க்கும் வட இந்திய

பையன்களை வைத்துக்கொண்டு சுத்தம் செய்வாள். ஆண்கள் வேலை ஏவும்போது சடுதியில் முடிக்கும் அவர்கள் பெண்கள் சொல்லும் வேலைகளை விருப்பமின்றியும் முகத்தை ஒருவித இறுக்கத்தில் இருத்திக்கொண்டும்தான் செய்கிறார்கள். இதற்கு அவர்கள் ஊரிலுள்ள ஆண்களுக்கான வழக்கங்கள் காரணமாக இருக்கலாம் என்று எண்ணிக்கொண்ட கல்யாணி எவரிடமும் புகார் தெரிவித்ததில்லை. குப்பைகளைப் பெருக்கி ஒருக்கம் செய்வதே உடலில் அலுப்பை ஏற்படுத்திவிடும். ஆனால், பணி தொடங்குவதே அதன்பின்தான் என்பதையுணரும்போது மனம் அயர்ந்துவிடும். இரவு பதினோரு மணிக்கு படுத்து பலமுறை புரண்டு உடலின் அலுப்பை சற்று போக்கி உறக்கத்தில் ஆழ்வதற்கே பனிரெண்டாகிவிடும். காலை ஐந்துமணிக்கு எழுந்தால்தான் ஆறுமணிக்கு கடைக்கு வரமுடியும். உடலின் அலுப்பு ஒரு உடன்பிறந்த நோயெனவே உடலில் நீங்காதிருந்தது. சிறுமகவென அயர்ந்து அடம்பிடிக்கும் மனதைக் கெஞ்சி கொஞ்சி இழுத்தபடியேதான் நாள் முழுக்க கல்யாணி இயங்குவாள். இரவு மீதமான காய்களில் வதங்கியோ அழுகியோ இருப்பவற்றைக் கழித்து சீராக உள்ளவற்றை மட்டும் மேடைகளில் பரப்புவார்கள். கழித்தவற்றில் முழுதும் சிதைந்ததை மட்டும் குப்பைக்குத் தள்ளிவிட்டு மற்றதை தனியாக வைப்பார்கள். இவற்றை உணவகங்கள் நடத்துபவர்களும் சாலையோர விற்பன்னர்களும் சகாயமான விலைக்கு வாங்கிச் செல்வார்கள். இந்த இரண்டாம்தரக் காய்கள் எப்போதாவது இல்லாமலானால் இதற்காக வருபவர்கள் பெரிதாக மாய்ந்துபோவார்கள். ஒரு நாளாவது சற்று அதிகவிலைக்கு நல்ல காயை வாங்கிச்செல்ல அவர்களுக்கு மனம் வராது. ஒவ்வொரு காயையும் கனியையும் கீரைகளையும் தனித்தனியாக பார்த்து ஒருங்கு செய்து முடித்து மனதையும் உடலையும் இலகுவாக்கும்போது புதிய காய்களுடன் லாரி வந்துவிடும். அய்யோவென்று உள்ளேவொரு கூப்பாடு எழும். முதல் மூட்டையை இறக்கியவுடனேயே காய்களை சரிபார்க்கத் தொடங்கவேண்டும்.

ஒவ்வொரு காய்க்கும் வெவ்வேறு ஒப்பனை. முட்டைகோஸ் என்றால் மேலேயுள்ள இரண்டு இதழ்களை நீக்கவேண்டும். சேனை, உருளை போன்ற கிழங்குகளென்றால் அதன்மேல்

இறுக்கமாகப் பிடித்திருக்கும் களிமண்ணை நீக்கவேண்டும். கேரட், பீட்ரூட், முள்ளங்கியை நீரில் முக்கி அலசவேண்டும். ஒவ்வொன்றையும் தனித்தனியாக நீர் நிரம்பிய சிறு தொட்டியில் கொட்டி அலசவேண்டும். எதை முதலில் கொட்டவேண்டும் என்பது எந்தக் காய் மேடையில் குறைவாக இருக்கிறது என்பதைப் பொருத்து அமையும். பூசணி சுரையில் படிந்துள்ள தூசியை துணிகொண்டு துடைக்கவேண்டும். நாசிக் வெங்காயத்தின் மேல் தோலை எடுக்கவேண்டும். நெல்லூர் வெங்காயத்தின் கீழ் பகுதியை அழுத்திப் பார்த்து பிரிக்கவேண்டும். புதுக்காய்களை மேடையில் கிடக்கும் காய்களோடு கலக்கவேண்டும். வாடிக்கையளர்கள் புதுசு பழசு வேறுபாட்டை அறியாமல் செய்வதற்காகவே அதிக ஒளி உமிழும் குண்டு விளக்குகள் எரியவிடப்பட்டிருக்கிறது. முதல்முறை இந்த விளக்கின் பயனைக் கேட்டபோது, "அறியாமை இருளைப் போக்க அறிவு ஒளி ஏற்றவேண்டும்" என்று இளமையில் படித்தது நினைவுக்கு வந்து கல்யாணி புன்னகைத்துக் கொண்டாள்.

சுந்தரம் மூட்டைகளை இறக்கிவிட்டு வீட்டிற்குச் சென்று குளித்து உண்டுவிட்டு கல்யாணிக்கு காலை உணவை எடுத்து வருவான், அவன் வரும்வரையில் கடைக்கு வருபவர்களை இவள்தான் கவனிக்கவேண்டும். வந்த புதிதில் வாடிக்கையாளர்களிடம் எப்படிப் பேசுவது, முகத்தை எப்படி வைத்துக் கொள்ளவேண்டும் என்பதை சுந்தரம்தான் மனதில் பதிய வைத்தான். வியாபாரிக்கு புன்னகை எத்தனை அவசியமென்றால் கடிந்து பேசும்போதும் முகத்திலுள்ள புன்னகை மறையாமலிருக்க வேண்டும் என்று அழுத்திக் கூறினான். அப்போதுதான் அவரை முதலில் ஊரில் பார்த்தபோது இனிய குணம் கொண்டவராக தன் மனதில் பதித்தது அந்த புன்னகைதான் என்பதை உணர்ந்தாள்.

எத்தனை இனிமையான பொழுதுகள் என்ற எண்ணம் தோன்ற ஒருகணம் உள்ளம் பொங்கி விம்மல் எழுந்தது. பனிக்கால காலை. கல்யாணியின் காட்டோரக் கொல்லையில் வேர்க்கடலை பறிப்பு, சூரியனுக்கு முதுகை காட்டியவாறு அம்மா, அண்ணன், சின்னம்மா, தம்பி எல்லோரும் மிருதுவான மண்ணிலிருந்து வேர்க்கடலை செடிகளை பறித்துப் போட்டார்கள். சுட்டுவிரல் அளவுள்ள மனிதர்கள் மரக்கிளைகளில் தொங்குவது போல கடலைகள் ஆடின.

அவற்றில் நல்ல முற்றிய கடலைகளுடன் பொக்குகளும் இன்னும் பெருக்காத வெண்குருத்துகளும் ஊடூடி இருந்தன. மென்பொருக்கு மண் உடையும் 'டப்' என்ற மெல்லொலியும் ஈர மண்வாசமும் பசும்வேர் வாசமும் கலந்த இனிய மணம் அங்கு பரவிக்கொண்டிருந்தது. பக்கத்துக் கொல்லையின் குறுக்குவரப்பில் ஓங்கி வளர்ந்து நின்று நிழலை இவர்கள் வயலுக்குள் பரப்பி நின்றது உதிய மரம். பக்கத்து சேரியிலிருந்து வந்திருந்த சுடலை, காடன், சோலை மூவரும் அந்த நிழலில் அமர்ந்து வேர்க்கடலையை செடியிலிருந்து ஆய்ந்து தனித்தனிக் கூடைகளில் போட்டுக்கொண்டிருந்தார்கள் கூடைகளில் கடலை ஓரளவு சேர்ந்தபின் மரக்காலால் அளந்து சணல் சாக்குகளில் போட்டுவிட்டு அதைக் குறித்துக்கொள்வதும், அவர்கள் ஆய்வதற்காக பறித்த செடிகளை அள்ளிவந்து போடுவதும், ஆய்ந்து முடித்த தாள்களை அள்ளிச்சென்று தனியாக குவிப்பதும், இடையிடையே அவர்களின் வேலை செய்யும் முறையை பகடி செய்து அவர்களையும் கேலியாகப் பேசவைத்து சூழலை இலகுவாக்கியபடி பதினேழு வயது கல்யாணி தென்றலென சுற்றி வந்து இயங்கிக் கொண்டிருந்தாள்.

அப்போது பக்கத்து வீட்டு கந்தமாமா வெளியூர்க்காரர் ஒருவருடன் வந்தார். அப்பாவை அழைத்து வரப்பில் அமர்ந்து சிறிது நேரம் பேசிக்கொண்டிருந்தார்கள். கல்யாணி, செய்துகொண்டிருந்த வேலைகளோடு அப்பா பறித்துக்கொண்டிருந்த இடத்தில் நின்று செடிகளையும் பறித்தாள். வேலைக்கு நடுவில் ஒருமுறை மட்டும் வந்தவரை நோக்கினாள். பார்ப்பவர்களை உடனே கவரக்கூடிய வசீகரமான புன்னகையுடன் அவர் பேசிக்கொண்டிருந்தார். கடலை வியாபாரியாக இருக்கக்கூடும் என்று கல்யாணிக்குத் தோன்றியது.

அவர்கள் சென்றபிறகு அப்பா எதையும் கூறாமல் செடியைப் பறிக்க வந்தார். கொல்லை முழுவதுமாக இருந்த செடிகளைப் பறித்து, ஆய்ந்து, ஆய்ந்தவர்களுக்கு கூலியாக கடலையை அளந்து கொடுத்தபின் எல்லாக் கடலைகளையும் சாக்குகளில் கட்டி வீட்டிற்கு கொண்டுவந்து மறுநாள் காயப்போடுவதற்கு ஏதுவாக திண்ணையில் அடுக்கிய பிறகு ஆசுவாசமாக அமர்ந்தபோதுதான் அப்பா சொன்னார். கல்யாணியை பெண்பார்க்கவே அவர் வந்ததாக.

சென்னையில் கடை வைத்திருக்கும் அவரின் தம்பிக்கு இவளை மணம் செய்ய அவருக்குப் பிடித்துவிட்டதாகவும் இவர்களின் சம்மதத்தை தெரியப்படுத்துமாறும் கூறிவிட்டுச் சென்றதாகவும்..

கல்யாணிக்கும் மகிழ்ச்சிதான். ஊரில் பனிக்காலம், வெயில் காலம், மழைக்காலம் என பருவங்கள் மாறும். பருவங்களுக்கேற்ப செய்யவேண்டிய வேலை மாறுமே தவிர குறையாது. உடல் நோவென்று ஓய்ந்திருந்தாலும் மற்றவர்கள் செய்து கொண்டிருக்கும்போது அமர்ந்திருக்கையில் மனதில் தோன்றும் குற்றவுணர்வை தாங்குவது பெரும்பாடு. அதற்கு வேலையே பார்த்துவிடலாம். விருப்பத்தைவிட செய்தாக வேண்டும் என்ற கட்டாயம் அளிக்கும் சோர்வு மிகுதி. சென்னைக்கு வாக்கப்பட்டுபோன பாலாம்பாள் இரண்டு பிள்ளைகளுடன் ஊர் திருவிழாவிற்கு வந்து முகம்கொள்ளாச் சிரிப்புடன் கொண்டாடிவிட்டு செல்வதைப் பார்க்கும்போது தனக்கும் இப்படி அமையவேண்டுமேயென ஆசையாக இருக்கும்.

இதெல்லாத்தையும்விட அவரின் புன்னகை எத்தனை அழகாக பிரியமானதாக இருக்கிறது. இவரின் தம்பியும் இவரைப்போலத்தானே இருப்பார் என்று பலவிதங்களில் ஓடிய எண்ணங்களுடன் கல்யாணி திருமணத்திற்கு சம்மதித்தாள். இப்போது தோன்றியது எத்தனை மடத்தனமான முடிவு.. கடையின் முன்பக்கம் மரக்கூண்டில் காதல் பறவைகள் சதா பேசிக் களித்திருந்தன. வாடிக்கையாளர்களை வரவேற்பதாக அவர்களுக்கு தோன்றும்படி வைக்கப்பட்டிருந்தது. அவற்றின் குரல் அவ்வப்போது கல்யாணிக்கு அவள் இளமையை நினைவுறுத்திக் கொண்டிருந்தது.

ஊரில் எந்த வேலையாக இருந்தாலும் சிவகாமியோ கமலாவோ அல்லது இருவருமோ உடனிருப்பார்கள். அவர்களோடு பேசுவதற்கு எத்தனை விசயங்கள் இருந்தன. அம்மா சொன்னது, அப்பா செய்தது, தம்பியின் சேட்டைகள், பாட்டி கூறிய கதை, வானொலியில் கேட்டது, பார்த்த கூத்து, சென்ற படம் இவற்றோடு முருங்கை மரத்தில் படர்ந்துள்ள அரி பூச்சி, செடியில் துளிர்த்த புது மொட்டு, புளியம்பூவின் புளிப்பான இனிப்பு, சிறிய அகத்தி மரத்தை பற்றியேறும் வெற்றிலைக்கொடி, விதவிதமான வடிவங்களில் நகரும் பூச்சிகள், கள்ளிச் செடிக்குள் நுழைந்தோடிய பச்சைப் பாம்பு,

இரவெல்லாம் அமட்டிக்கொண்டிருந்த வெள்ளைப்பசு, ஆங்காரமாய் மோதி விளையாடும் ஆடுகள், கசக்க வேண்டிய கந்தை துணிபோல கிடக்கும் நாய் போன்ற பார்த்தவை நரி, ஓநாய், கரடி, புலி பற்றிக் கேள்விப்பட்டவை என எல்லாவற்றையும் புரிந்தும் புரியாமலும் ஆளுக்கொன்றைச் சொல்லி பேசிச்சிரித்து களிப்பதில் வேலையின் பளுவும் உடலின் நோவும் தீண்டாமல் மனம் அதுபாட்டிற்கு தனித்து மகிழ்ந்து திரியும்.

ஆனால், இங்கு உள்ளத்தில் திரள்வதை கூறுவதற்கு ஆள் யாரும் இல்லை. அவசரமாக வேகுவேகுவென காய்களை எடுத்து, அதை எடைபோட்டு கணக்கிடும் நேரத்தில் பெரும் புயலை எதிர்கொள்ளும் கொடியென மேனி நடுங்க நிற்பவர்களையும், ஒவ்வொரு காயையும் நத்தை நடக்கும் நிதானத்துடன் திருப்பி, அழுத்தி, சுரண்டி பார்த்துக் கொண்டிருப்பவளால் தாங்கமுடியாத அளவுக்கு அத்தனை மெதுவாக எடுப்பவரையும், தாயின் மடியிலிருந்து குனிந்து கைநீட்டி எடுத்த காயை நாவினில் ஊறும் நீரினால் சோதித்தபடி எம்பி, எரிந்து கொண்டிருக்கும் விளக்கை பிடிக்க முனையும் பிள்ளையையும், எடை போட்டதை பையில் போடும்போது தன் கையில் மறைத்திருந்த காயையும் சேர்த்துப் போட்டுக்கொள்பவரின் லாவகத்தையும், கொட்டும்போது புன்னகைத்த காய்கள் விளக்கின் வீரியத்தால் முகம் கூம்புவதையும், கண்டவுடனேயே எடுத்து கடிக்கத் தூண்டும் கேரட்டையும் தக்காளியையும் எடுத்து வாயில் வைப்பவரை கடிந்துகொள்ள மனம் தயங்குவதையும், பகல் முடிந்து இரவு எப்போது வருகிறது என்பதைக் காண எண்ணி ஒவ்வொரு நாளும் கழிவதை இன்னும் பலவும் மனதிற்குள் சேர்ந்து கொண்டேயிருக்கும். ஆனால், நாள் முழுக்க உடன் இருப்பது சுந்தரமும் விடலைப் பயல்களும்தான்.

இரவு வீட்டிற்கு செல்லும்போது பிள்ளைகள் உறக்கத்தில் இருப்பார்கள். கணவன் லட்சுமணன் இவளைவிட அதிக களைப்போடு இருப்பான். உள்ளத்தில் ஊறித் திரண்டவையெல்லாம் என்னவென்றே அறிய முடியாவண்ணம் நொதித்து நாற்றமடிக்க தொடங்கியபோது அதைக்காண சகிக்காமல் உள்ளுக்குள் எதையும் ஊறவிடாமல் தடுக்கும் முயற்சியில் மனதையும் வேலைக்குள் திணிக்கத் தொடங்கினாள். படிக்கும்போது மனம் ஒன்றிப் படி என பெரிய

வாத்தியார் கூறிக்கொண்டேயிருப்பார். அப்படிப் படித்த ராகினி இப்போது திருப்பூரில் தைத்துக்கொண்டிருக்கிறாள். அப்போது மனதை ஊன்றப் பழகாத கல்யாணியின் மனம் வேலைக்குள் அகப்பட்டு, தைக்கும் நூல் துணியோடு இயைவதுபோல உடலுடன் இணைந்து அதைப் போலவே உழன்று நசிந்தது.

திருமணம் முடித்துவந்த சில நாட்களிலேயே சுந்தரத்தின் புன்னகை மீது ஒரு விலக்கம் உருவானதை உணர்ந்தாள். இயற்கையாக மலர்ந்த மலர்களைப் போன்றே இவரது புன்னகையும் இருப்பதாகவே முதலில் தோன்றியது. ஆனால், புதிதாக மலர்வதும் பின் வாடுவதுமாகிய இயற்கையின் விதியை ஒப்பாமல் எப்போதுமே மலர்ந்தேயிருக்கும் சுந்தரத்தின் புன்னகையில் நிலைத்த செயற்கைத்தன்மை கொடுத்த ஒவ்வாமையால் உருவானது அந்த விலக்கம் என்பது பிறகு புரிந்தது. அதைத் தவிர சுந்தரத்தின்மேல் கல்யாணிக்கு வேறேதும் புகார்கள் பெரிதாக இல்லை. ஓரகத்தி செல்வி நாள் முழுக்க வீட்டில் பாடுபடுகிறாள். சமையல் வேலைகளைச் செய்தபடி பிள்ளைகளையும் கவனித்துக் கொண்டு உறவினர்கள் வீடுகளில் நிகழும் பிறந்தநாள், காதுகுத்து, சடங்கு, திருமணம், சீமந்தம், பிள்ளை பிறப்பு, அறுபது சாந்தி, கோவில் திருவிழா என எல்லாத்தேவைகளுக்கும் செல்வதோடு துக்க காரியங்களுக்கும் அவள்தான் செல்கிறாள். அதோடு பிள்ளைகளின் பள்ளி கல்லூரிகளில் நடக்கும் நிகழ்வுகளுக்கும், பிள்ளைகள் அடம்பிடிக்கும்போது அவர்களுடன் கடற்கரை, பொருட்காட்சி, திரைப்படம் எல்லாவற்றிற்கும் அவள்தான் துணை என்பதால் அவள் பாடு தன்னைவிட அதிகமானதுதான் என்ற எண்ணத்துடன் செல்விமேல் கல்யாணிக்கு சற்று பரிதாபமும் ஏற்படும்.

தன் சின்ன மகள் ரஞ்சனி படித்து முடிக்க இன்னும் காலம் இருக்கிறது. மூத்தமகள் காவ்யா கல்லூரிப் படிப்பை முடித்துவிட்டு கம்ப்யூட்டர் கம்பெனியொன்றில் பணியாற்றுவதில் சற்று ஆசுவாசமாக உணர்ந்தாள். அவளுக்கு நல்ல இடத்தில் மணம் செய்துவிட்டாள் இந்த உயிரையே உருக்கும் வேலையிலிருந்து விடுபடலாம். என்று சில சமயங்களில் தோன்றும் எண்ணம் மென் குளிரென மனதைத் தழுவி ஒருவித இனிமையை உண்டாக்கியது.

6

2010

எஸ்.ஆர் காய்கனி பேரங்காடியின் வாயிலையொட்டி சாலையை பார்த்தவாறு அமைந்திருக்கும் தடுப்பில் இயங்கிக்கொண்டிருந்த பழரசக் கடையில் இருந்தான் லட்சுமணன். காய்க் கடையிலிருந்தும் இத்தடுப்பிற்குள் வர வழி இருந்தது. பழங்களை சாறெடுப்பதற்கு ஷாலிம் என்ற பையன் இருந்தாலும் தயாரான பழரசங்களை எடுத்துக் கொடுப்பதற்கும் அருந்திவிட்டு வைத்த குவளைகளை கழுவுவதற்கும் லட்சுமணனும் உதவ வேண்டியிருந்தது. இங்கு அமர்ந்திருந்தபோதும் கடைக்குள் கல்லாவில் அமர்ந்திருந்த அண்ணன் சுந்தரத்தின் இருப்பையும் காய்கனி வரிசைகளுக்குள் நடமாடிக் கொண்டிருந்த மனைவி கல்யாணியின் செயல்களையும் இவன் உணர்ந்துகொண்டிருந்தான். கடைக்கு வரும் பலரும் வாழ்வின் தீராத இடர்களைப் பற்றியே பேசிக்கொள்ளும்போது லட்சுமணனுக்கு சுந்தரத்தின் முகம் நினைவில் தோன்றி மனம் நெகிழ்ந்துவிடும். சிறிய வயதில் இவனை சின்னம்மா தன் இடுப்பிலேயே தூக்கிக்கொண்டு திரியும். ஒழுங்காக நடக்க முடியாததால் பள்ளிக்கும் சரியாகச் செல்லாமல் படிப்பும் வரவில்லை. இப்படி எண்ணும்போதே, 'போயிருந்தா மட்டும் கிழிச்சிருப்பாரு' என்று உள்ளிருந்து கேட்கும் ஒரு குரலை வியப்போடு நோக்கினான்.

அப்பா சமையல் வேலைக்கும் சின்னம்மா வயல் வேலைக்கும் சென்று ஈட்டுவதைக் கொண்டுதான்

அக்கா அண்ணன் தம்பியோடு இவனையும் சேர்த்து நான்கு பிள்ளைகளையும் கவனிக்க வேண்டும். கூடவே இவனின் வைத்திய செலவையும். வைத்தியரிடம் செல்லும் நாட்களில் சின்னம்மாவினால் வேலைக்கு செல்லமுடியாது. அப்போது அறியாத சின்னம்மாவின் பாடுகளை இத்தனை ஆண்டுகளுக்குப் பிறகு இப்போது யோசிக்கும்போதுதான் உணரமுடிகிறது. எப்படியோ இந்த வயதான காலத்தில் சின்னம்மாவை தம்பி தாங்கிக்கொண்டிருக்கிறான் தன்னை அண்ணன் தாங்குவதுபோல என்ற எண்ணம் தோன்றியது.

சுந்தரம் முதலில் பார்த்துக் கொண்டிருந்தது இந்தக் பழரசக்கடையைதான். சரியாகச் சொல்வதென்றால் சுந்தரத்திற்காகத்தான் இந்தக்கடையை அமைத்தார்கள். இவர்களின் முக்கியமான பங்காளியான ராசப்பா அண்ணன்தான் காய்கடையை வைத்திருந்தார். சுந்தரம் ஊரில் ஒரு பிரச்சனையில் மாட்டியபோது ஊருக்கு வந்திருந்த ராசப்பா தன் கடையில் வேலை பார்க்கவென அவரை அழைத்து வந்தார். சுந்தரம் தன் சொந்தக்கடையெனவே கருதி காலையிலிருந்து இரவுவரை ஓய்வில்லாமல் வேலை பார்த்தாராம். பெண் பார்க்கத் தொடங்கியபோது காய்கடையில் வேலை செய்பவருக்கு பெண் கொடுக்கத் தயங்கினார்களாம். இதற்காகவே ராசப்பண்ணனின் மனைவி மலர்க்கொடி அண்ணியின் யோசனைப்படி பழரசக்கடை வைத்துக் கொடுத்தார்களாம். இதெல்லாம் சுந்தரம் கூறியதுதான். அதற்குமேல் யாரிடமும் லட்சுமணன் கேட்டதுமில்லை, எவரும் இவனிடம் எதுவும் கூறுவதுமில்லை. இளவயதிலிருந்தே தனிமைத்துயரில் கிடைக்கும் மெல்லின்பத்தை ருசித்துப் பழகிவிட்டதால் யாரிடமும் மனம்விட்டல்ல இயல்பாகக்கூட பேசப் பழக இவன் உள்ளத்தில் பெரும் விலக்கம் இருக்கிறது.

எப்போதும் ராசப்பண்ணன்தான் காய் சந்தைக்குச் சென்றுவந்தார். பழரசக்கடை தொடங்கிய பிறகு சுந்தரண்ணனே இவருக்குத் தேவையான பழங்களோடு அவர்கள் கடைக்கான காய்களையும் வாங்கிவந்து ராசப்பண்ணனின் வேலையைக் குறைத்தாராம். தனிக்கடை வைத்த பிறகும் அவர்களுக்கு நன்றியோடு உதவிய அண்ணனின் செயலை எண்ணும் போது தானும் அதேபோல நன்றியோடு இருக்கவேண்டும் என லட்சுமணன் உறுதி கொண்டான்.

பதினெட்டு வயதில் ஊரில் இருந்தபோது வைத்தியர்களின் உதவியோடு சின்னம்மாவின் பெருமுயற்சியினால் லட்சுமணனின் கால் பெருமளவு குணமாகிவிட்டது. முன்பு, காலை கீழே ஊன்றினால் விண்ணென்று உச்சந்தலையில் ஒரு தெறிப்பு எழும். அடுத்த அடியை வைக்க தீக்குள் கால் வைப்பதற்கு திடப்படுத்துவதென மனதைக் கெஞ்ச வேண்டும். அடுத்தடுத்த அடிகள் வைக்கும்போது அந்த தெறிப்பு உடலின் எந்தெந்த தசைகளில் தைக்கும், எங்கெங்குள்ள எலும்புகளில் மோதித் திரும்பும் என்பதை உணர்ந்து அதை எதிர்கொண்டு ஏற்பதற்குத் தயாராக இருப்பதால் அதன் வீரியம் குறைந்திருப்பதாகத் தோன்றும். ஒவ்வொரு அடியையும் தயக்கத்தோடும் வலியோடுமே வைக்கும்போது உலகமே தனக்கெதிராக செயலாற்றுவதாக தோன்றும்.

சின்னம்மாதான், "உயர்ந்தெழுந்து மறிக்கும் மலையையும் செதுக்கி வழியமைக்கலாம், அதற்கு நம்பிக்கையெனும் சிறு உளி வேண்டும்" என்று எதையாவது சொல்லிக்கொண்டிருப்பார். அவையெதுவும் பொருளாகாத சொற்களாகவே இவன் மனதில் ஒட்டிக்கொண்டுள்ளன. சின்னம்மா கூறியது மட்டுமல்ல இவன் மனதளவிலும் துவண்டு விடலாகாது என பெரியவர்கள் கூறிய எந்த தன்னம்பிக்கை சொற்களும் இவன் உள்ளத்திற்குள் ஊடுருவவில்லை. ஆனால், உள்ளத்திலிருந்து இல்லாமல் மேலோட்டமாக எப்பொழுதிலும் எவருக்கும் அச்சொற்களை லட்சுமணனால் சொல்லமுடியும். இவனைக் காண்பவர்களெல்லாம் உடல் எப்படியிருக்கிறது என வினவுவார்கள். உடல் நோவோடு அதை அவர்களுக்கு புரியவப்பதற்கு பெரும் பிரயத்தனம் தேவைப்படும். சுந்தரம் ஊரில் இருந்தபோதும் சென்னைக்கு வந்தபின் எப்போதாவது ஊருக்கு வரும்போதும் ஒருமுறைகூட இவனிடம் உடல்நிலையப் பற்றிக் கேட்டதில்லை. கேட்டால் தம்பி மனம் கலங்குவான் என்பதற்காக கேட்காமலிருந்த அண்ணன்மேல் லட்சுமணனுக்கு அப்போது ஏற்பட்ட மதிப்பு இப்போதும் நீடிக்கிறது.

லேசான வலியுடன் நடமாடத் தொடங்கியவுடன் சின்னம்மா தடுத்தபோதும் அவளுக்கு உதவும் பொருட்டு தானும் சிறிது ஈட்டலாம் என்று லட்சுமணன் காணடுகாத்தான் பஞ்சு மில்லுக்கு வேலைக்குச் சென்றான். காலை ஆறு மணிக்குச் செல்பவன் மூன்று மணிக்கு வீடு திரும்புவான்.

இவனை இயந்திரப் பகுதிக்கு அனுப்பாமல் பொருட்கள் அறையில் பணியாளர்கள் கேட்கும் பொருளைக் கொடுத்து அவர்களது பெயர்களை குறித்துக் கொள்ளும் இலகுவான இவனுக்கேற்ற வேலையை தந்தார்கள். குறைவானதுதான் என்றாலும் பெற்ற ஊதியத்தை முழுதாக சின்னம்மாவிடமே கொடுத்தான். அவர், அதில் கால்வாசியை தினமும் காலையில் சிறிதுசிறிதாக இவனுக்கே அளித்தார், தனிக்கடை அமைந்ததும் உதவிக்கு ஆள் வேண்டுமென ஊருக்கு வந்த சுந்தரம் இவனை அழைத்தார். சின்னம்மாவும் அப்பாவும் அண்ணன் கூறுவதற்கு மாறாக எதுவும் பேசுவதில்லை.

நடந்தும் சைக்கிளிலுமாக நகர்ந்து கொண்டிருந்த லட்சுமணின் வாழ்க்கை சென்னையில் விரைவு ரெயில் வேகத்திற்கு மாறியது. காலையிலிருந்து இரவுவரை வேலை இடுப்பை பதம் பார்த்தது. சுந்தரம் எழுந்தவுடன் சந்தைக்குச் சென்று காய்களும் பழங்களும் வாங்கி வந்தபின் வீட்டிற்குச் செல்வார். சுந்தரமும் இவனும் ராசப்பண்ணனின் வீட்டு மாடியிலேயே தங்கியிருந்தார்கள். மலர்க்கொடி அண்ணி தன் இரண்டு பிள்ளைகளையும் பள்ளிக்கு அனுப்பியபின் இவர்களுக்கு சமைப்பார். சுந்தரம் அங்கேயே உண்டுவிட்டு சிறிது ஓய்வெடுத்துவிட்டு கடைக்கு வரும்போது லட்சுமணனுக்கு எடுத்து வருவார். கடையில் வருமானம் வருகிறதே சின்னம்மாவிற்கு கொஞ்சம் அனுப்பலாம் என்று கேட்டபோது, ஊருக்கு எவ்வளவு பணம் அனுப்பினாலும் அதற்கான செலவிருக்கும். நம் இருவருக்கும் திருமணம் செய்வதற்கு பெரியவர்களைச் சிரமப்படுத்தாமல் நாமே சேர்த்து வைத்துக்கொள்வோம் என்று சுந்தரம் கூறியபோது அண்ணனின் நல்யோசனையை எண்ணி லட்சுமணனுக்கு பெருமிதமாக இருந்தது.

அக்காவிற்கு சின்னம்மாவும் அப்பாவுமே மாப்பிள்ளை தேடி திருமணம் செய்தார்கள். இவர்கள் இருவரும் திருமணத்திற்கு முதல்நாள் சென்று மறுநாள் திரும்பினார்கள். ”கடையை இரண்டு நாட்களுக்குமேல் அடைத்தால் வாடிக்கையாளர்கள் வேறு கடைக்குச் சென்று பழகிவிடுவார்கள். மீள அவர்களை நம் கடைக்கு இழுப்பது கடினம். வாடிக்கையாளர்களில் விலைக்காகவும் தரத்திற்காகவும் வருபவர்களைவிட வழக்கத்திற்கும் அணுக்கத்திற்கும் வருபவர்களே மிகுதி. செல்லும் புதுக்கடை

அவர்களுக்குப் பழகி அணுக்கமாவதற்குள் நாம் கடையை திறந்தால்தான் அவர்களை தக்க வைக்க முடியும்” என இரண்டாம் நாள் கிளம்பத் தயங்கிய லட்சுமணனிடம் சுந்தரம் விளக்கினார். வணிகப் பரம்பரையினன்போல வியாபாரத்தின் இத்தனை நுணுக்கங்களை இவர் எப்படிக் கற்றார் என இவனுக்கு மலைப்புத் தோன்றியது.

சுந்தரத்திற்கு பெண் தேடுவது மலையேற்றம் போல பெரும் மலைப்பை கொடுத்தது. பேசி சம்மதித்து அருகில் வரும்போது பெண்வீட்டார்களை எதுவோ தடுத்தது. பெண் தேடியவர்களோ லட்சுமணனோ அறியாத ஒன்றை அவர்கள் உணர்ந்து விலகினார்கள். கடைசிவரை இவர்கள் அதை உணரவில்லை. எட்டு ஆண்டுகள் தேடிக்களைத்தபின் இவர்கள் மேல் அன்பும் பரிவும் கூடவே பரிதாபமும் கொண்ட ஒன்றுவிட்ட மாமா மாணிக்கம் சுந்தரத்தைவிட பத்து வயது இளையவளான தன் மகள் செல்வியை மணம் செய்துகொடுக்க முன்வந்தார். திருமண செலவுகளை எல்லாம் சின்னம்மாதான் செய்தார். ”பிள்ளைங்க கல்யாணச் செலவ செய்யிறது பெத்தவங்களோட கடமை. அதை பிள்ளைங்களோட சம்பாத்தியத்த வாங்கிச் செஞ்சா பெத்தவங்களுக்கு வக்கில்லன்னு ஊருக்குள்ள பேச்சு வந்திடும். நம்மாளல அவங்களுக்கு அவமானம் வரக்கூடாதுன்னுதான் நான் பணம் கொடுக்கல” என்று சுந்தரம் கூறியபோது நெகிழ்வில் விழியிலிருந்து நீர் வழிந்தது லட்சுமணனுக்கு.

தன் மனதில் எப்போதுமே அண்ணன் சுந்தரத்தின் இருப்பை உணர்ந்துகொண்டேயிருப்பான் லட்சுமணன். அவரின் மகன் மகளையும் தன் இரு மகள்களையும் சிறு இணுங்குகூட பிரித்துப் பார்க்காமல் ஆசையுடன் அரவணைப்பதைக் காணும்போதெல்லாம் நெக்குருகுவான். அண்ணன் தம்பிகளுக்கிடையே பிணக்கு ஏற்படுவதற்கு முதன்மையான காரணம் பணம்தான். அதைப் பிரிக்கும்போது கரும்பாறையில் தோன்றும் விழியறியா மெல்லிய பிளவென மனதில் விரிசல் தோன்றி இணைக்கவே இயலாத பிரிவாகிவிடும். எனவே வருமானம் மொத்தமும் ஒன்றாக இருவருக்குமானதாகவே இருக்கட்டும் என்று கூறியதை அவர் சொல்லி முடிப்பதற்குள் இவன் ஏற்றுக்கொண்டான். சுந்தரம் பழரசக்கடை ஆரம்பித்த சில ஆண்டுகளில் ராசப்பா தன் கடையை விட்டுவிட முடிவு செய்தார்.

ஏனென்ற காரணத்தை லட்சுமணன் அறியவில்லை. சுந்தரமே அதையும் நடத்த ஏற்பாடானது. லட்சுமணன் தனியாக பழரசக்கடையை கவனித்துக் கொள்ள சுந்தரம் காய்கனிக் கடையில் கவனம் செலுத்தினார்.

அண்ணன்மேல் லட்சுமணனுக்கு பெரும் பிரியம் ஏற்பட்டதற்கு கடையை கவனிப்பதையன்றி பிற வேலைகளை இவனுக்குத் தராததும் ஒரு முக்கிய காரணம். எந்த வெளி நிகழ்வுகளுக்கும் இவனை இழுப்பதில்லை. திருமண வரவேற்பு, தெரிந்தவர்களின் கடை திறப்பு, பிள்ளைகளின் பள்ளி விழாக்கள், ஊர்த் திருவிழா, இவர்களின் சாதிசங்க நிகழ்வுகளுக்கு மட்டுமில்லாமல் துக்க காரியங்களுக்கும் சுந்தரமே சென்று வருவார்.. ஊரில் இருந்தபோது, நாலு எடத்துக்கு போனாத்தான் நல்லது கெட்டது தெரியுமெனக் கூறி நடக்கும் நிகழ்வுக்கெல்லாம் சின்னம்மா இவனையும் நடக்க வைத்தும், பேருந்தின் நெரியும் கசகசப்பிற்குள் திணித்தும் பின் இறங்கவேண்டிய இடத்தில் உருவியும் வம்படியாக இழுத்துச் செல்வார். அவ்விடங்களுக்கு செல்வது தனக்கு ஒருவித கூச்சமாக உள்ளதென இவன் கூறும்போது அதைப் போக்கத்தான் என்பார். இருசக்கர வாகனத்திலோ ஆட்டோவிலோ செல்லும் அண்ணனும் அதுபோல செய்யாதது இவனுக்கு பெரும் ஆசுவாசமளித்தது.

இந்த சொந்தக்காரர்கள் வீடுகள்கூட பரவாயில்லை, அரசு அலுவலகங்களுக்குச் செல்வது லட்சுமணனுக்கு சுத்தமாக பிடிக்காத விசயமாகும். முன்பு, இரண்டு ஆண்டுகள் தொடர்ந்து வானம் பொய்த்தபோது, புதுப்பட்டி டீக்கடையில் கிடந்த நாளிதழில் கண்ட வறட்சி நிவாரணம் பெறுவதற்கு பதிய வேண்டுமென்ற செய்தியை யாரோ பரப்பிவிட, புதுக்கோட்டை ஆட்சியர் அலுவலகத்திற்கு கிளம்பிய ஊர்க்காரர்கள் பலரோடு சின்னம்மா வீம்பு பிடித்த இவனையும் இழுத்துச் சென்றார்.

ஆட்சியர் அலுவலகத்தின் முகப்பிலிருந்த திறந்தவெளியில் பல ஊர்க்காரர்களும் பெரும் திரளாய் குழுமியிருந்தார்கள். எப்படிப் பதிவது, யாரிடம் கேட்பது என்று எதுவும் புரியாதபோதும் தாம்தான் முதலில் பதிய வேண்டுமென ஒவ்வொருவரும் விரும்பியதால் எந்த ஒழுங்குமின்றி எறும்புகள்போல அங்குமிங்கும் அல்லாடித் திரிந்த பலநூறு மனிதர்களை பார்த்தபோதே இவனுக்கு லேசாக கிறக்கம்

தோன்றியது. நல்ல உடை அணிந்திருந்த அலுவலர்கள் பழுப்பு வேட்டியும் வெளுத்த லுங்கியும் கசங்கியும் சுருங்கியுமிருந்த சேலைகளையும் அணிந்திருந்த மக்களை புழுக்களைப்போல பார்த்து, 'எல்லோரும் கலைந்து செல்லுங்கள். உங்கள் ஊரிலேயே வந்து கணக்கெடுப்பார்கள்' எனக் கூறினார்கள்.

அவர்கள் கூறியதென்ன எனச் சரியாக புரியாத இவர்கள் அங்குமிங்குமாக அலைபாயந்ததில் கடும் நெரிசல் ஏற்படவும் காவலர்கள், கூட்டத்தை நோக்கி தடியைச் சுழற்ற ஆரம்பித்தார்கள். காவலர்களின் காலணி மணலில் பட்ட வேகத்தில் புழுதி எழுந்து பரவ குழப்பம் மிகுந்தது. கல் பட்ட தேனீக்கள்போல பதறி கூவியும் விலகியும் இணைந்தும் தவித்து ஒருவரோடொருவர் மோதி விழுந்து முனங்கியபடி எழுந்து ஓடியும் நகர்ந்தும் அவ்விடத்திலிருந்து எல்லோரும் வெளியேறினார்கள். கரை உடைந்த நிறை கண்மாய் நீர்போல சில நிமிடங்களில் திரண்டிருந்த மக்கள் இல்லாமலாக அந்த வெறுமை பெரும் விசையாக மனதை தாக்கியது. உடம்புக்கு முடியாத இவனுக்காக சின்னம்மா ஓரமாக நின்றதால் இவர்களுக்கு உடலில் பாதிப்பேதுமில்லை. ஆனால், இப்போதுவரை அரசு அலுவலகம் என்றாலே இவனுக்கு உள்ளுக்குள் உதற ஆரம்பித்துவிடும்.

சுந்தரம் இவனை அழைக்காமல் தான் மட்டும் அரசு அலுவலகங்களுக்கு சென்று வருகிறேன். கடையை பார்த்துக்கொள் எனச் சொல்லிவிட்டு செல்லும் ஒவ்வொரு முறையும் தன் அகத்தை எப்படித்தான் அண்ணன் அறிந்திருப்பார் என்ற வியப்பு லட்சுமணனுக்குத் தோன்றும். கடைக்கான அனுமதி வாங்குவதற்காக செல்ல வேண்டுமென அண்ணன் கூறியபோது தன்னைத்தான் அனுப்புவாரோ என முதலில் பயந்தான். அவர் செல்வதைச் சொல்கிறாரென்பதை அறிந்தபோது பெரும் நிம்மதியடைந்தான். அதன்பின் இடம் வாங்க, வீடுகட்ட அனுமதி பெற, பட்டா மாற்ற, வீட்டுக்கு வரிகட்ட என எல்லாவற்றிற்கும் செல்வி அண்ணியையே அழைத்துச் சென்றதில் இவனுக்கு மகிழ்ச்சி. அண்ணன்மேல் இன்னும் பிரியம் கூடியது.

அண்ணன்மேல் பிரியத்தை முதன்முதலில் இவன் உணர்ந்த தருணம் ஒரு தித்திப்பாகவே மனதில் தங்கியுள்ளது. சூரியனையல்ல வெயிலைக் காணவே கண்கூசும் நடு மதியம், சுந்தரமும் லட்சுமணனும் மட்டுமே வீட்டில்

தனித்திருந்தார்கள். பசி இருவரையுமே வாட்டியது. தின்பதற்கு எதுவுமேயில்லை. வயலுக்குச் சென்றிருந்த சின்னம்மா வழியில் கிடந்த சாணிகளைப் பொறுக்கிக் கொண்டு வந்ததோடு பெரியவீட்டு மரத்திலிருந்து விழுந்து கிடந்த மாம்பழம் ஒன்றையும் எடுத்து வந்தார். இருவருக்குமே பெரும் ஆவல். அண்ணன் கண்களில் தெரிந்த துடிப்பைக் கண்டதும் தனக்கு ஒரு துண்டும் மிஞ்சாது என்றே இவனுக்குத் தோன்றியது. முற்றத்திலிருந்த தூணில் சாய்ந்தமர்ந்திருக்க சுந்தரம் பழத்தை அரியும் அடுப்படிக்கே சென்றதும் அண்ணனே முடித்துவிடுவான் என எண்ணி சோர்வு ஏற்பட்டது. ஆனால், சுந்தரம், வெட்டப்பட்ட மாம்பழத்துண்டுகளில் ஒன்றைக்கூட எடுத்துக் கொள்ளாமல் அனைத்தையும் இவனிடமே கொண்டுவந்து கொடுத்தான். "ஒனக்கு வேண்டாமாண்ணே?" எனக் கேட்டபோது, "சின்னப்பையன், நீயே தின்னு" எனக்கூறிவிட்டு தள்ளியமர்ந்து இவன் கண்கலங்கத் தின்றதை பார்த்து ரசித்துக் கொண்டிருந்தான். அப்போது தோன்றிய பிரியம் இத்தனை ஆண்டுகளாக வளர்ந்து கொண்டேயிருக்கிறது.

7

1970

"உன் மனசிலேர்ந்து செந்தமிழனை இவ்வளவு எளிதா எடுத்திட முடியுமாடி ...?" என்று கேட்ட வசந்தாவின் முகத்தில் வெளிப்பட்ட அதிர்ச்சியை வள்ளி தன்னுள்ளே உணர்ந்தாலும் எடுத்த முடிவில் தீர்க்கமாக நிற்பதான உறுதியை தன் முகத்தில் காட்டினாள் .

அன்று திருவிழாவிற்கு கருப்புச் சட்டையுடன் வந்திருந்தவரின் பெயர் செந்தமிழன் என்பதையும் அவள் ஊர்க்காரர்தான் என்பதையும் வசந்தாதான் கூறினாள். இவரோடு ஐந்து பேர் இணைந்து கட்சி அலுவலகம் திறந்துள்ளார்களாம் . இவர் செயலாளர். ஊரிலுள்ள ஊருணியின் நீர் மக்களால் சேந்தமுடியாமலானபோது பத்துப்பேரைத் திரட்டிக் கொண்டு கீழாநிலைக் கோட்டையிலிருக்கும் பேரூராட்சித் தலைவரைப் பார்த்துப் பேசி ஊருணியின் ஓரத்தில் கிணறு ஒன்று அமைக்க கோரிக்கை வைத்தார்கள். பத்துப்பேர் என்பதே முழு ஊரும் செல்வது போலத்தான் . ஆறு மாதத்திற்குள் கிணறு வந்தது. பேச்சு வன்மையுள்ளவர். பெண்களிடம் அவசியமானபோது மட்டும் அளவாக மரியாதையுடன் பேசுவார். கட்சியின் கொள்கை கடவுள் இல்லை எனக் கூறினாலும் இவர் அப்படி வம்படியாக வலியுறுத்துவதில்லை. ஊருக்காகப் போராடி உயிர் கொடுத்தவர்களே குலதெய்வங்களாக உள்ளார்கள் என்பதை இளையவர்களிடம் கூறி மக்கள் மனதில் நிலைக்க ஊருக்கு நாட்டுக்கு ஏதாவது செய்யவேண்டும் என்று அவர்கள் உள்ளத்தில் பதியவக்கிறார்

. இதெல்லாம் செந்தமிழனைப் பற்றி வசந்தா கூறிவற்றிலிருந்து முதன்மையானதாக வள்ளி எடுத்துக்கொண்டவை. அவரை நேரில் சந்திக்கும்வரை தன் ஊர்க்காரன் என்பதால் வசந்தா சற்றுக்கூடுதலாகக் கூறியதாக வள்ளிக்குத் தோன்றியது. ஆனால், சந்தித்தபின் அவள் கூறியது மிகக் குறைவென உணர்ந்தாள். மற்றவர்களின் நலனுக்கு இயற்றவேண்டியதைப் பற்றி மட்டும் எண்ணிக்கொண்டிருப்பவர்கள் பாடநூல்களில் மட்டுமே இருக்கிறார்கள் என்ற எண்ணம் எத்தனை தவறானது. ஊரைப் பற்றியும் சக மனிதர்கள் வாழ்வு பற்றியும் இத்தனை யோசிக்க முடியுமா. பெண்களிடம் இப்படியும் மதிப்புடன் பேசமுடியுமா என வியப்புகள் வள்ளிக்கு எழுந்துகொண்டேயிருந்தன.

தன் ஊரில் விவசாய வேலைகள் முடிந்தவுடன் வள்ளி வசந்தாவின் ஊரான மேல்நிலைப்பட்டிக்கு சென்றாள். செந்தமிழன் ஒழுங்கையில் சென்றபோது வசந்தா கூறி சாளரத்தின் வழியாக வள்ளி இரண்டுமுறை அவனைப் பார்த்தாள். திருவிழாவன்று இரவில் விளக்கொளியில் பார்த்தபோது எண்ணியதைவிட வடிவான உடலும் எழிலான முகமும் கொண்டிருந்தார். திருவிழா சமயங்கள் தவிர பிற நாட்களில் வெளியூர் பெண் ஒருத்தி ஆடவனிடம் பேசுவது பெரும் அலரைக் கிளப்பிவிடும் என்பதால் மூவருமே பொருத்தமான நேரத்திற்காக பொறுத்திருந்தார்கள்.

இவர்கள் இருவரையும் சென்று விறகு வெட்டிவருமாறு வசந்தாவின் அம்மா கூறினார். வசந்தா எப்படியோ அவனுக்குத் தகவல் தெரிவித்துவிட்டு வந்தாள். இவர்களூர் கொல்லைகளைக் கடந்து, கைலாசபுரம் செல்லும் வழியில் வேலிக்கருவை மரங்கள் ஊரைவிட்டு விலக்கி வைக்கப்பட்டவர்களைப்போல இருபுறமும் காடாக பரவி நின்றன. விலக்கப்பட்டதன் வேதனை வஞ்சமாக மாறியதுபோல முட்களாக மரம் முழுவதும் துளிர்த்து எதையேனும் கீறவும் கிழிக்கவும் தவமென காத்திருந்தன.

அந்தக் கொல்லையில் தரையில் முளைத்திருக்கும் புல்லைத் தின்பதற்கு ஆவல் எழுந்து திரும்பும் மாடுகள் முன்பு எப்போதோ முள்களினால் பெற்ற கீறல்கள் நினைவுக்கு வந்ததுபோல சட்டென தலையை திருப்பிக்கொண்டு நேராகச் செல்லும். புற்களுக்குள் ஊடாடும் சிற்றுயிர்களை

கொறிக்கும் காக்கைகள், மைனாக்கள் தவிர பிற பறவைகளும் அந்த இடத்திற்குள் தரையிறங்காது. ஊருக்குள் பிறர் மரத்தின் சிறு கிளையை உடைத்தாலும் பஞ்சாயத்து வரை செல்ல வேண்டியிருக்கும். ஆனால், யார்பேரிலும் இல்லாதது என்பதாலேயே கைவிடப்பட்ட இந்நிலத்தில் வளரும் இந்த முள்மரங்களை யார் வேண்டுமானாலும் வெட்டிக்கொள்ளலாம். வேறு வேலைகள் இல்லாத சமயங்களில் ஒரு மூன்று நாட்கள் வெட்டிச் சென்று காயவைத்து அடுப்படி பரணில் அடுக்கி வைத்துவிட்டால் விறகுக்கென ஓராண்டிற்கு அலையவேண்டாம். மரத்திலிருந்து விழுந்துகிடக்கும் பனையோலைகளையும் வேலியோரமாக காய்ந்து கிடக்கும் கழியந்தட்டைகளையும் பற்றவைப்பதற்கு பாவித்துக்கொண்டு சமாளிக்கலாம்.

வேலிக்கருவைகளை வேரோடு வெட்டாமல் கிளைகளை மட்டும் வெட்டுவதால் அடுத்தடுத்து வெட்டிக்கொள்ள ஏதுவாக விரைவாக துளிர்த்து வளர்ந்துவிடும். இந்த மரங்களைக் காணும்போதெல்லாம் வள்ளிக்கு வியப்பெழும். கனி மரங்களுக்கு மலரும் கனியும் எப்படியோ அதுபோலத்தானே இம்மரங்களுக்கு முட்கள். மனிதர்கள் மேல் எவ்வளவு பயம் இருந்தால் கிளைகளில் ஒவ்வொரு இஞ்சுக்கும் சுற்றி எல்லாப் புறங்களிலும் முட்களால் தன்னை பாதுகாக்க முயற்சிக்கும். மலர்களைப் போலவே முட்களும் எத்தனை விருப்போடு மென்மையாகத் துளிர்விடுகிறது. வளர்ந்து திடமாகும்போதுதானே முள்ளெனவே ஆகிறது. குழவி புழுக்களை கொட்டிக்கொட்டி தன்னைப்போல ஆக்குவதைபோல, வஞ்சம் கொண்டவர்கள் தங்கள் வாரிசுகளையும் வஞ்சம் கொள்ளச் செய்வதைப்போல, இந்த மரமும் முட்களை உண்டாக்குகின்றன. பெற்றவர்கள் உள்ளம் எப்படியோ அப்படியே பிள்ளைகள் வளர்வார்கள் போலும் என்று பலவாறாக வள்ளிக்குத் தோன்றியது. புரியாத கோபத்தில் அடிக்க கையோங்கிவரும் சிறுபிள்ளையென, எதோவொரு உயிரின் சருமத்தை நீண்ட காற்றிலாடியபடி காத்திருக்கும் அந்த முட்களின் ஒளிரும் கூர்முனையில் ஆள்காட்டி விரலைவைத்து அழுத்தி சிவப்புத்துளி துளிர்ப்பதைப் பார்க்க எழுந்த ஆவலை அச்சத்துடன் நோக்கி அடக்கினாள்.

செவ்வாய் முடிந்து இரண்டு நாட்களுக்கு அவன் பார்வை குறுகுறுவென மேனியெங்கும் சிலிர்ப்பை ஏற்படுத்தினாலும் பிறகு குறைந்துவிட்டது. இவன் மட்டுமா. எத்தனையோ பேர் அப்படிப் பார்க்கிறார்கள் அதற்காக அவர்களையெல்லாம் எண்ணிக்கொண்டிருந்தால் அன்றாடம் ஆட்டம் கண்டுவிடும் என தனக்குள் சொல்லிக்கொண்டு அவனை மனதினுள் அழுத்திவிட்டு வேலைகளில் ஈடுபட முனைந்தாள். செவ்வாய் முடிந்ததும் தன் ஊருக்குச் சென்ற வசந்தா ஏதோ சாக்கு சொல்லி ஒரு வாரத்தில் திரும்பவும் வந்தாள். மகள் கேட்பதற்கு எப்படியோ அத்தை இசைந்துவிடுகிறார். அல்லது அத்தை இசைவதற்கேற்ற காரணத்தை வசந்தா கூறுவாள் போலும். வந்தவள் நாள் முழுக்க செந்தமிழனின் குணத்தையும், அவன், வசந்தாவைப் பார்க்கும் போதெல்லாம் வள்ளி நலமாகயிருக்கிறாளா என்றும், இவளைப் பார்ப்பதற்கு வேறு வாய்ப்பு ஏதேனும் உண்டாவென தவிப்புடன் வினவுவதையும் விவரித்து அவனைக் குறித்த சித்திரத்தை வள்ளி மனதில் பதித்திட முனைந்தாள். ஆனால், அவள் ஊருக்கே இவளையும் அழைத்துக் கொள்வதற்கு முயல்வதாக வள்ளிக்குத் தோன்றியது. இவள் அங்கு சென்றாலும் அவளுக்கு மணமாகும்போது அவள் வேறு ஊருக்குத்தானே செல்லவேண்டும். அல்லது அவ்வூரிலேயே ஆள் பார்த்துவிட்டாளா என்ற ஐயமும் எழுந்தது. ஆனால், வசந்தா தனக்குப் பிரியமானவர்களுக்கு வாழ்க்கை நல்லவிதமாக அமையவேண்டும் என்ற தவிப்பில்தான் இதைச் செய்வதாகச் சொன்னாள். கூடவே, இருவர் குணமும் ஒரே மாதிரிப் பொருத்தமானதாக தனக்குத் தோன்றுவதாகவும் வேறுவேறு துணைகளைத் தனித்தனியே தேடியலைவதைவிட இருவரும் இணையலாமேயென்றும். வசந்தா தனக்காக இத்தனை மெனக்கெடுகிறாளே என்பதற்காகவே வள்ளி மேல்நிலைப்பட்டிக்கு வந்தாள்.

வசந்தாவும் வள்ளியும் முடியை பின்பக்கமாக கொண்டையிட்டபின், எடுத்துச் சென்றிருந்த துண்டினை நெற்றியிலிருந்து தலையின்மேல் முடியைப்பொத்தி பின்பக்கமாக கொண்டைக்குக் கீழே இறுக்கி முடிந்துகொண்டு விறகு வெட்டத் தயாரானார்கள். முதலில் கிளையின் நுனியிலிருந்த சில முட்களை கையால் பிடிப்பதற்கு தோதாக ராட்டினார்கள். முள் களையப்பட்ட அந்த

இடத்தை இடக்கையால் பிடித்து வளைத்துக் கொண்டு அக்கிளையின் முனையில் வலக்கையிலிருந்த அரிவாளால் ஓங்கி வெட்டினார்கள். வெட்டியபின் இடக்கையை வலுவுடன் இழுத்து இன்னொரு வெட்டு வெட்டியதும் உரிந்த பசும்பட்டையுடன் கிளை தனியாக வந்தது. அதிலிருந்த பெரிய முட்களை ராட்டியபின் வெட்டவெளியில் ஒன்றன்மேல் ஒன்றாக வைத்தார்கள். வேலியோரத்தில் வேர்பிடித்து அருகிலிருந்த மரத்தை இறுக்கியபடி படர்ந்திருந்த கொடியை மேல்பக்கமாக வெட்டி உருவி இழுத்துவந்த வள்ளி, கொடியை நீளவாக்கில் போட்டு வெட்டிய விறகினை கட்டுவதற்கு வசமாக குறுக்காக அதன்மேல் வைத்தாள். அதற்குள் வசந்தா அடுத்த கிளையை வெட்ட ஆரம்பித்திருந்தாள்.

ஒரு கட்டுக்கான விறகுகளை வெட்டி முடித்து சற்று இளைப்பாற அமர்ந்தபோது தோளில் துண்டோடும் கையில் அரிவாளோடும் செந்தமிழன் வந்தான். வள்ளிக்கு மனதில் பெரிய பதட்டமெல்லாம் ஏதுமில்லை. ஆனாலும் அவனை நிமிர்ந்து பார்க்காமல் தலையைக் குனிந்துகொண்டாள். “நீங்க வர்றதுக்குள்ள ஒரு கட்டுக்கு வெட்டிட்டு ஒக்காந்துட்டம்“ என்று அவன் தாமதத்தை சுட்டுவதுபோல வசந்தா கூறியதை கவனிக்காததுபோல கொடியை வெட்டிவந்து போட்டுவிட்டு விறகை வெட்ட ஆரம்பித்தான். இவர்கள் இருவரும் வெட்டிய நேரத்தில் அதே அளவான விறகை ஒருவனே வெட்டிக்கொண்டு வந்து கொடிமேல் அடுக்கி அதை இறுக்கிக் கட்டியபின், இவர்கள் வெட்டிய விறகுகளையும் கட்டினான் துண்டை உதறி முகத்தை துடைத்துவிட்டு உடலின் வியர்வையையும் துடைத்தபடி சற்றுத் தள்ளி அமர்ந்தான்.

“பாக்கனும் பாக்கனும்னு துடிச்சிங்களேன்னு வரச்சொல்லி ஊர்லேர்ந்து வந்திருக்கா. ஆனா, ஒங்களுக்கு நேரமில்ல” வசந்தா அவனை நோக்கிக் கேட்டாள்.

“ஊருக்குள்ள ஒரு பிரச்சனைனா ஒடனே போயிடலாம். ஆனா, ஒரு பொண்ணப் பாக்குறதுக்கு அந்த மாதிரி வந்திற முடியுமா. எதுடா சாக்குக் கிடைக்குமுன்னு அவனவன் அலைஞ்சிக்கிட்டு திரியிறானுகல்ல. ஒனக்குத் தெரியாதா வசந்தா.. நீயே இப்படிச் சொன்னா அந்தப் புள்ள என்ன நெனைக்கும்?” வள்ளியை ஒருமுறை நோக்கிவிட்டு வசந்தாவைப் பார்த்துச் சொன்னான்.

வள்ளியின் விழிகளைத் தவிர மற்ற அனைத்துக் கண்களும் அவனையே கூர்ந்து நோக்கிக்கொண்டிருந்தன.

“ஓங்களப்பத்தி தெரியாதா? சும்மா கேக்கனுமேன்னு கேட்டேன். சரி, நீங்க ரெண்டு பேரும் பேசிக்கிட்டிருங்க. நான் போயி வெறகு வெட்றேன்” என எழ முயன்றாள். வள்ளி எதுவும் சொல்லாமல் அமர்ந்திருந்தாள். அவன் வந்ததிலிருந்து உடல் அமர்ந்திருக்க. இவள் மனமும் விழிகளும் தன் அத்தனை நோக்குகளையும் அவன்மேல் செலுத்தின. அவனின் செயல்களைக் கண்டு ஒவ்வொரு கணமும் வியப்பால் விம்மின. இப்படியும் ஓர் ஆண்மகனா பெண்ணைக் காணவரும் ஆவலாதியில்லை. கண்டவுடன் குழைவோ வழிதலோயில்லை. இவள் உடலை முழுதாக நோக்கவில்லை. விறகு வெட்டுவதற்காகவே வந்தவனைப்போல வெட்டத் தொடங்கிவிட்டானே.. வெட்டுவதில்தான் எத்தனை லாவகம், எத்தனை துடிப்பு அடுக்கியதில் ஒரு லயம். விரும்பும் பெண்ணைக் காணவந்துள்ளோம், அவள் தன்னை நோக்குகிறாள் என்ற பிரக்ஞை துளியுமின்றி விறகு வெட்டவே பிறப்பெடுத்தவன் போல இயங்கியவனைக் கண்டு உள்ளம் மாய்ந்துபோனது.

எந்த செயலாக இருந்தாலும் முழு ஈடுபாட்டோடு இயங்குவான்போலும். தன்னை ஒரு பொருட்டாக எண்ணாதவனிடம் எப்படி தன் மனம் மயங்குகிறது என்பதை வியப்போடு கவனித்தாள். தன்னைக் கவர்வதற்காக வலிந்து எதையும் செய்யாமல் தன் இயல்பாகவே அவன் இருந்ததுதான் தன்னை அவன்பால் ஈர்த்ததோ? அவனோடு தனியாக அமர்ந்திருப்பதால் எந்த பாதிப்பும் ஏற்படாது என்ற நம்பிக்கை வள்ளிக்கு தோன்றிவிட்டது.

“நீ இரு வசந்தா. ஒனக்குத் தெரியாத ஒன்றையும் பேசப்போறதில்ல. தனியா விட்டுட்டு போனா அந்தப் புள்ள பயப்படாதா” என்று செந்தமிழன் தடுப்பதுபோல கையை நீட்டினான் வசந்தா அப்படியே அமர்ந்துகொண்டாள்.

இவர்கள் இருவரையும் ஒரு கணம் நோக்கிவிட்டு விழி திருப்பி மரங்களைப் பார்த்துக் கொண்டிருந்தவன் பேசுவதற்கான சொற்களை ஒழுங்கு படுத்துவதுபோலத் தோன்றியது.

“எப்படின்னுல்லாம் சொல்லத் தெரியல. சின்ன வயசிலேயே யாராவது, கஷ்டப்படறதப் பாத்தா அவங்களுக்கு. என்னால் முடிஞ்ச ஏதாவது செய்யனும்னு தோணும். அப்படி செய்யாம விட்டுட்டா மனசு அரிச்சுக்கிட்டே இருக்கும். செய்யிறதால் வர்ற கஷ்டத்தவிட செய்யாட்டிதான் அதிகமாயிருக்கும். அம்மா இதவொரு வியாதிங்கிறாங்க. எனக்கு அப்படித் தோணல. மனுசனோட இயல்பான குணமே அடுத்தவங்களுக்கு உதவறதுதான்னு எனக்குத் தோணுது”

“இருங்க இருங்க. இப்ப என்ன உங்க கட்சி மேடையிலயா பேசறிங்க நீங்க கல்யாணம் பண்ணிக்க நெனக்கிற பொண்ணுக்கிட்ட மொதமுறையா பேசறீங்க. அந்த நெனைப்போட பேசுங்க” என்றாள் வசந்தா.

“தெரியுது, கட்சி மேடையில எதப்பத்தி வேணா பேசலாம். யாரும் பெருசா எடுத்துக்க மாட்டாங்க. ஆனா, மொதத் தடவை பாத்தவுடனேயே எனக்கானவ இவதான்னு மனசுக்குள்ள தைச்ச பொண்ணுக்கிட்ட என்னப்பத்தி முழுசா சரியா சொல்லிடனும். ஏன்னா, இது ரெண்டு பேரோட வாழ்க்கையில்லையா? பொண்ணுங்களுக்கு புடிச்ச மாதிரி எதையாவது சொல்லி கல்யாணம் பண்ணுனதுக்கப்புறம் இதெல்லாம் முன்னாடியே தெரியாமப் போச்சேன்னு அந்தப் பொண்ணு கரையக்கூடாதுல்ல...”

“ஒங்களப்பத்தி இதுக்குமேல எதுவும் தெரிஞ்சுக்க வேண்டாம். அன்னிக்கு எங்க ஊர்ல ஒங்க கண்ணப் பாத்தப்ப பொண்ணா பொறந்ததே உங்கள கட்டிக்கத்தான்னு தோணுச்சு. ஆனா, ரெண்டு மூணு நாள்ல எனக்கே அந்த நெனப்பப்பத்தி வெசனமா இருந்துச்சு. அதோட ஒரு ஆளப் பாத்தவொடனே. எப்படியிப்படித் தோணுச்சுன்னு ஆச்சரியமாவும் இருந்துச்சு. தன் உயிரையே கண்ணுல வச்சு அவ்வளவு அன்போட ஒருத்தன் பாக்கறப்ப எந்தப் பொண்ணுமே அப்படித்தான் நெனைப்பான்னும் தோணுது. ஆனா, ஏறக்குறைய எல்லா ஆம்பளைகளுமே புள்ளைங்கள அப்படித்தானே பாக்கறாங்க... அதுல நீங்களும் ஒருத்தர்னு மனச சமாதானம் பண்ணிக்கிட்டேன். இவ வம்படியா கூப்பிட்டாளேன்னுதான் வந்தேன்” வள்ளி பேசுவதை இருவருமே வியப்போடு நோக்கினார்கள்.

“இங்க வந்தப்பறம் ஒங்க நடத்தை, பேச்சு, குணம் பாத்ததும் ஒங்கள மாதிரி நல்ல மனுசனக் காண்றதே அதிசயம்னு தோணுது” என்று முடித்தாள்

“அப்ப உங்க ரெண்டு பேருக்கும் ஒருத்தருக்கு இன்னொருத்தர பிடிச்சிருக்கு சரிதானே... அடுத்து ஆக வேண்டியத நான் பாக்கட்டுமா. பொதுவா பொண்ணுங்க இந்த வேலையெல்லாம் பாக்கமாட்டாங்க. என் வள்ளிக்காக நான் இதை செய்யிறேன்” என்று கூறியபடி சிறுபிள்ளையைப்போல வசந்தா இருவரையும் நோக்கினாள். வள்ளியும் செந்தமிழனும் ஒருவர் விழிக்குள் மற்றவர் விழுந்து எழமுடியாமல் திணறுவது போலிருந்தார்கள். சிறிது நேரம் பொறுத்தவள் தாங்க முடியாமலானபோது வள்ளியின் தோளில் தட்டினாள். கனவிலிருந்து விழிப்பவள் போல திகைத்து நோக்கியவளை ‘இப்படியே பார்த்துக்கொண்டிருந்தால் போதுமா.. அடுத்து என்ன செய்வதென்று யோசிக்க வேண்டாமா?’ என்று கேள்வியுடன் அவனையும் நோக்கினாள்.

“வசந்தா, உனக்குத்தான் தெரியுமே.. தங்கச்சி மோகனாவுக்கு இன்னும் மூணு மாசத்துல கல்யாணம் வச்சிருக்கு. அது முடிஞ்சவுடனே இந்த விசயத்த சொல்லலாம். வள்ளி வீட்ல அவசரமா எதுவும் பண்ணிட மாட்டாங்கள்ல”

“அங்க கல்யாணத்தப்பத்தி எந்தப் பேச்சும் இதுவரைக்கும் வரலை. அப்படியே வந்தாலும் வள்ளியோட சம்மதமில்லாம எதுவும் செய்யமாட்டாங்க” என வசந்தா கூறியபோது மூவருக்குமே ஒரு இனிய கனவு போலவே இருந்தது. இத்தனை எளிதாக இருவரின் வாழ்க்கை பற்றிய முடிவு எடுக்கப்படுமா என்று யோசித்தபோது, ஆம்; இப்படித்தான் எல்லா பெரிய முடிவுகளும் எட்டப்படுகின்றன எனத் தோன்றியது. அடுத்த இரண்டு நாள்களும் மூவரும் வந்தார்கள் விறகு வெட்டியதோடு பல விசயங்களையும் பேசினார்கள் ஊருக்கெல்லாம் வெயில் கொளுத்தியபோது இவர்கள் இருந்தயிடத்தில் குளுமையும் மணமும் சூழ்ந்திருந்தன. வள்ளி ஊருக்குக் கிளம்பியபோது “எப்பவும் நீ கூடவே இருக்கிற மாதிரி நெனப்போடயே

இருப்பேன், உன்ன தனியான ஆளாவே நெனைக்க முடியல. நான்ங்கிறதே நீயும் சேர்ந்துதான்” என்று செந்தமிழன்

கூறியபோது தனக்கும் அப்படியே தோன்றுவதை வள்ளி உணர்ந்தாள்.

இரண்டு மாதங்களுக்குபின் வசந்தா, வள்ளி வீட்டுக்கு வந்தாள். இதற்கு முக்கியமான காரணம் செந்தமிழன் கொடுத்த கடிதம்தான். வள்ளியை நேரில் சந்திக்க முடியாதென்பதால் அவளிடம் கொடுக்குமாறு வசந்தாவிடம் கொடுத்திருந்தான். அதைக் கொடுத்தபோது அவன் முகம் துயர் கொண்டிருந்ததைக் கண்டதும் காதலில் பிரிவு பெரும் துன்பம்தான்போலும், ஆனாலும் அதில் ஏந்தான் இத்தனை ஆவலோடு இறங்குகிறார்களோ என்ற அங்கலாய்ப்புடன் ஒட்டியிருந்த அந்த பழுப்பு உறையை பிரிக்காமல் இங்கு கொண்டுவந்திருந்தாள்.

அத்தை மாமாவிடம் சிறு முறுவலைமட்டும் காட்டிவிட்டு கொல்லையில் புல்லறுத்துக்கொண்டிருந்த வள்ளியிடம் பேருவகையோடு ஓடிவந்தாள். இந்த கடிதத்தை கண்டவுடன் மகிழ்வில் அணைத்துகொண்டு குதிப்பாள் என்று எண்ணியபடி ஓசையெழாமல் அவளின் பின்புறம் சென்று அவள் தோளைத் தொட்டாள். எதிர்பாராத தொடுகையினால் அதிர்ந்த வள்ளி இவளை உதறி விலகித் திரும்பினாள். வசந்தாவைக் கண்டதும் அதிர்ச்சி மாறி கோபமும் மகிழ்வுமாய் முகம்மாற அடிப்பதற்கு ஓங்கினாள். இடுப்பில் தாவணிக்குள் மறைத்து வைத்திருந்த கடிதத்தை விரைவாக எடுத்து அவளின் ஓங்கிய கையில் வைத்தாள். கடிதத்தைக் கண்டதும் திகைத்து கையை விலக்கிக்கொண்டாள் வள்ளி.

“இது ஒன்னவரு கொடுத்ததுதான், ஏன் பயப்படற” என்று கேட்ட வசந்தாவின் குரலில் ஏமாற்றம் தொனித்தது.

“வேண்டாம், அதை பிரிக்கவேண்டாம் ஒன்கிட்ட இந்த விசயத்த எப்படிச் சொல்றதுன்னு யோசிச்சுக்கிட்டிருந்தேன். தெய்வாதீனமா நீயே வந்துட்டே” என தலை குனிந்து தயங்கியவளை வசந்தா எதுவும் புரியாதவளாய் நோக்கினாள்.

“நேத்து அப்பா ஒரு மாப்பிள்ளையைப் பத்தி சொன்னாரு”

“யோசிச்சு சொல்றேன்னு சொல்ல வேண்டியதுதானே...”

“அவரும் யோசிச்சுதான் சொல்லச் சொன்னார். நாந்தான் ஒடனே சரின்னு சொல்லிட்டேன்”

"ஏண்டி ஏன் அப்படிச் சொன்ன... உன் மனசிலேர்ந்து செந்தமிழனை இவ்வளவு எளிதா எடுத்திட முடியுமாடி ...?" அதிர்ச்சியுடன் கேட்டாள்.

"ஏன்னா, அப்பா சொன்ன மாப்பிள்ளைக்கு மூணு புள்ளைங்க. ரெண்டு பையனுங்க, ஒரு பொண்ணு" என்றாள் தீர்க்கமுடன் வள்ளி.

8

1970

செவ்வாய் முடிந்த ஒரு வாரத்திற்கு பிறகு சமையல் வேலைக்காக நாட்டாம்பட்டிக்கு சென்ற வள்ளியின் அப்பா சண்முகம் மூன்று நாள்கள் கழித்து ஒருவித பரிதவிப்புடன் திரும்பினார். எப்போதும் வேலை முடித்து திரும்பி வரும்போது அவர் முகத்தில் ஒரு நிறைவிருக்கும். அங்கு மீதமாகியிருக்கும் தேன்குழல், பூரணச்சீயம் போன்ற இனிப்புப் பலகாரங்களை சிறிய ஓலைக்கொட்டானில் வைத்து எடுத்துவருவதால்தான் அந்த நிறைவென வள்ளி முதலில் எண்ணியிருந்தாள். ஆனால், பல சமயங்களில் பலகாரங்கள் இல்லாமல் வரும்போதும் அதே நிறைவுடன் இருப்பதைக் கண்டு அப்பாவிடம் ஒருமுறை வினவினாள். "ஓலகத்துல எந்த வேலை பாக்கறப்பவும் அதோட பலன கண்முன்னாடி பாக்கமாட்டோம். வெள்ளாம பண்ணி நாட்டுக்கே கொடுக்குற வெவசாயின்னு சொல்லுவாங்க. ஆனா, எந்த வெவசாயியும் அந்த நிறைவ அடையறதில்ல. ஒரு வேலைய முடிச்ச திருப்திதான் அவங்ககிட்ட இருக்கும். ஆனா, சமையக்காரங்க மட்டும் தான் செய்யிற வேலையோட பயனை கண்ணாறப் பாக்குறோம். எதக் கொடுத்தாலும் போதுங்கிற நிறைவு மனுசனுக்கு வராது. வாய் வேணும்னா போதும்னு சொல்லுமே தவிர மனசு இன்னம் இன்னம்னு துடிக்கிறது மொகத்துல அப்படியே அப்பட்டமா தெரியும். ஆனா, சாப்பிடும்போது வயிறு நெறஞ்சவுடன் அவங்க போதும்னு சொல்றது வாயால் மட்டுமில்ல மனசாலயுந்தான். சில சமயங்கள்ல. சாப்பாடு

சரியில்லையினு வாய் சொன்னாலும் மனசுல உண்டான நிறைவ முகம் காட்டிடும். என்னதான் சமையக்காரங்க கூலிக்காக வேல பாத்தாலும் அந்த நிறைவுக்கு தானும் ஒரு காரணங்கிற எண்ணம் அவங்களுக்கு வந்திடுது. அதுதான் மொகத்துல தெரியிது” என்று விவரித்தார்.

அப்பா கூறியது முழுதாக புரியாதபோதும் செய்கின்ற வேலையினால் ஏற்படும் நிறைவு அது என்பதை மட்டும் உணர்ந்து கொண்டாள். ஆனால், என்றைக்குமில்லாத வகையில் இன்று அப்பாவின் முகம் மட்டுமில்லாமல் உடலே தவிப்பில் தளும்பிக் கொண்டிருந்தது. ஒரு சருகில் பற்றிய தழல் அருகிலிருப்பதையும் தொற்றி துளிர்த்தெழுவதுபோல அப்பாவின் தவிப்பைக் கண்ட வள்ளியையும் அத்தவிப்பு தொற்றிக்கொண்டது. “என்னப்பா ஆச்சு?” என்று கேட்டபோதே அவளுக்கு ஏனென்று அறியவியலா தேம்பலும் எழுந்தது. சிறு கீறலுக்குக் காத்திருந்த நீர் தளும்பிய கண்மாய்க்கரை உடைப்பெடுத்துப் பொங்குவதுபோல பெரும் கேவலுடன் வெடித்து அழுதார். சத்தம் கேட்டு முற்றத்தில் லண்டியனை ஏற்றிக்கொண்டிருந்த நல்லதங்காளும் ஓடி வந்தார் . அப்பாவுடன் சேர்ந்து என்னவென்றறியாது அழுதுகொண்டிருந்த வள்ளியையும் பார்த்து அவருக்கும் கண்ணீர் வழிந்தது . கேவல் சற்று அடங்கியபின், “நம்ம கதிரேசன் இருக்கான்ல... அவம் சம்சாரத்துக்கு ரொம்ப முடியல”

வள்ளிக்கு அப்பா யாரைச் சொல்கிறார் எனப் புரியவில்லை. அம்மா ஏதோ புரிந்தது போலவும் யூகிப்பது சரிதானா என யோசிப்பது போலவும் இருந்தார். இவர்களின் முகங்களை நோக்கிய அப்பா, “அதாம்மா செவ்வாய்க்கு வந்திருந்தானே அவந்தான்” என்றார். இருவரும் சற்று தெளிந்து பின் சோகத்திற்குள் நுழைந்தார்கள்.

“ரொம்பக் கொணமான புள்ள. பாக்கறப்பல்லாம் அண்ணேன்னு அப்படி உருகும். அதுக்குப் போயி இப்படி. முந்தா நாளு சாயந்திரம்தான் லேசா குளுர்ற மாதிரியிருக்குன்னுச்சாம் . நேத்துக் காலையில் எந்திரிக்கவே முடியலயாம். அரிமளத்துல பாக்கமுடியாதுன்னு புதுக்கோட்டைக்கு கொண்டு போயிருக்காங்க. வேலைய வெரசா முடிச்சுப்புட்டு பாக்குறதுக்கு போனேன். இன்னைக்கு ராத்தாண்டாதுன்னு சொல்லிட்டாங்கன்னு

ஒடஞ்சு அழுவறான். இவனக் கண்கொண்டு பாக்க முடியல. ஒங்ககிட்டவேற சொல்லலையா அதான் சொல்லிட்டு கொஞ்சம் ரூபாயும் எடுத்திட்டுப் போலாம்னு வந்தேன்" தேம்பலுக்கு நடுவே சில சில வார்த்தைகளாக சொல்லி நிறுத்தினார். சமைக்கச் செல்லும்போதுதான் அப்பாவுக்கு கதிரேசனைப் பழக்கம். சொந்தக்காரர்தான் என்பதே பிறகுதான் தெரிந்திருக்கிறது. அப்பா எவரிடமும் இலகுவாக பேசக் கூடியவரில்லை. எப்போதாவது வெற்றிலை போடுவது தவிர வேறு பழக்கங்கள் இல்லாததால் இவருக்கு நட்பு வட்டம் என்று எதுவுமில்லை. கதிரேசனும்கூட இவரைப்போல் தனித்தவர்தான் என்பதால் அவரை அணுக்கமாக உணர்கிறார் போலும். ஆண்கள், பெண்களையல்ல பிற ஆண்களை மட்டுமே தன் நிலையில் வைத்துப் பார்ப்பார்கள் என்று வள்ளிக்குத் தோன்றியது. அப்பா வயல் வேலையும் சமைக்கச் செல்வதுமாய் சோம்பலின்றி திரிந்தாலும், வீட்டில் எந்த வேலையும் செய்வதில்லை. நல்லதங்காளும் வள்ளியும்தான் எல்லாம். வீட்டில் எந்தப் பொருள் எங்கிருக்கிறது என்பதும் அவருக்குத் தெரியாது. இவர்கள்தான் எடுத்துக் கொடுக்கவேண்டும். செய்யமாட்டேன் என அவர் விம்பு பிடித்ததாக வள்ளிக்கு நினைவில்லை. ஆனால், அதற்கான தேவை எழவில்லை. கதிரேசனும் தன் வீட்டில் இப்படித்தானே இருப்பார். சம்சாரம் இல்லாமல் போனால் அவர் வாழ்வு எத்தனை கடினமாகயிருக்கும் என யோசித்தே இவர் இத்தனை துயரடைகிறார் என்று வள்ளிக்கு எண்ணமெழுந்தது.

அப்பா இரவு சரியாக உண்ணவில்லை எதையெதையோ நினைவுகூர்வதை அவருடைய மாறிக் கொண்டேயிருந்த முகபாவனை காட்டியது. காலையில் இவள் எழுந்தபோது அப்பா விடிகாலையிலேயெ சென்றுவிட்டதாக அம்மா சொன்னார். கைலாசபுரத்திற்கு அருகிலுள்ள கீழக்குடிதான் கதிரேசனின் ஊர் இரண்டு நாள்களுக்குப் பிறகுதான் அப்பா சோர்ந்துபோய் வந்தார் . இவர்கள் வயலில் நெல் பயிரைவிட அதிகமாக புல் வளர்ந்திருப்பதை கண்ட சிவசாமி மாமா வீட்டுக்கு வந்தார். திண்ணையில் அமர்ந்திருந்த அப்பாவின் தோற்றத்தைக் கண்டு திகைத்துவிட்டார். “வீட்ல யாருக்கு என்னப்பா ஆச்சு" என்ற அவரின் குரல் கேட்டதும் சொம்பில் நீருடன் வந்த அம்மா விவரத்தைக்

கூறினார். அவரும் சற்று வருத்தம் தொணிக்கும் குரலில், “சில நேரங்களல இப்படியெல்லாம் நடந்துபோகுது. இதுக்கெல்லாம் ஏதாவது கணக்கிருக்கும். நமக்கு புரியாத கணக்கு. ஏன் ஏன்னு மாஞ்சுபோய் ஒக்காந்துட்டம்னா அப்பறம் எதுக்குமே அர்த்தமில்லையினு தோண ஆரம்பிச்சிடும். நடந்தது நடந்திருச்சு. அடுத்து என்ன பண்றதுன்னு யோசிக்கிறதுதானே குடும்பஸ்தனோட கடமை. அதோட நீயே சோர்ந்து ஒக்காந்திட்டேன்னா அவன் நெலமயென்ன? சினேகிதன்னா நீதான் அவனோட வருத்தத்த போக்கணும். அத விட்டுட்டு... நீயும் இப்படியிருந்தா அவனை யாரு தேத்துறது? இந்த மாதிரி நேரத்துல கூட இருக்கிறவங்கதான் தெம்போட இருந்து இழந்தவங்கள தேத்திக் கொண்டாறனும். எந்திரி... நல்லதங்கா கையால் கஞ்சிய குடிச்சிட்டு வயல்ல மண்டியிருக்கிற புல்லப் புடுங்கிட்டு, அப்பறம் போயி அந்தப் பையன் மனசுல விரக்திய போக்குற வழியப்பாரு” என்று கூறி அப்பாவை கிளப்பிவிட்டார்.

சிவசாமி மாமா கூறிய அனைத்துமே அப்பாவுக்கும் தெரியும். மேல்நிலைப்பட்டியில் ஒரு ஆயா இறந்ததற்கு சென்றபோது அங்கு அழுத சித்தப்பாவிற்கு இவற்றையே வேறு வார்த்தைகளில் இவர் கூறியதை வள்ளி கேட்டாள். ஆனால், இவருக்கே ஒரு சோர்வு வந்தபோது அவையெல்லாம் ஆழத்தில் மறைந்துவிட்டதுபோலும். இன்னொருவர் வந்து சொன்னதும், ‘ஆமால்ல.. இது இப்படித்தானே... அமர்ந்திருப்பதால் எதுவும் நடக்காதே’ என்ற எண்ணம் தோன்றியதுபோல் உடனே எழுந்து அடுத்து நடக்கவேண்டியதை பார்க்க ஆரம்பித்துவிட்டார்.

அப்பாவின் உடலில் புது சக்தி தோன்றியது போலிருந்தது. இன்னொரு குடும்பத்தையும் பார்க்கவேண்டும் என்ற உத்வேகம் தோன்றியுள்ளதாக அம்மா கூறினார். இங்கே வயல் வேலைகளைப் பார்த்துவிட்டு அவ்வப்போது கிடைக்கும் சமையல் வேலைகளுக்கும் சென்றுகொண்டு கதிரேசனின் ஊரான கீழக்குடிக்கும் சென்றுவந்தார். ஆனால், அந்த விவரங்களை வீட்டில் அதிகமாகக் கூறுவதில்லை. அவசியமில்லையென கருதியிருக்கலாம் அல்லது நேரமில்லாமல் இருந்திருக்கலாம். இவர்களும் ஒன்றும் கேட்டுக் கொள்ளவில்லை.

வள்ளிக்கு அம்மாவின் மேல் பெரும் பிரியம் இருப்பதற்கு முதல் காரணம் இவளை அதிகம் கடிந்துகொள்வதில்லை என்பதில்லை. அப்பாவிடம் ஏறுக்குமாறாக எதையும் கேட்காமல் குடும்பத்தை சுமுகமாக கொண்டு செல்வதுதான். ஊரிலேயே பல குடும்பங்களை பார்க்கிறாள். எப்படியிருந்தாலும் யாருக்காவது உதவவேண்டுமென கணவன் கூறிவிட்டால் இறுதியில் அதுதான் நடக்குமென்றாலும் அவ்விசயத்தை பற்றி வருவோர் போவோரிடமெல்லாம் கடிந்துபேசி கரித்துக் கொட்டி கடைசியில் அது செயலுக்கு வரும்போது அதன் நோக்கமே சிதைந்து பயனின்றி போய்விடும். எப்படியும் கொடுப்பதென்று ஆனபின் மனசாரக் கொடுத்தாலென்ன என்று அப்பெண்களின் தலையில் ஓங்கிக் கொட்டிக் கேட்கவேண்டுமென வள்ளிக்கு உள்ளம் துடிக்கும். ஆனால், சிறு பெண் இவளால் எண்ணத்தானே முடியும்.

இதற்கு நடுவில்தான் வள்ளி வசந்தாவின் ஊரான மேல்நிலைப்பட்டிக்கு சென்றுவந்தாள். செந்தமிழனைப் பார்ந்து வாழ்க்கையிலிருந்த வண்ணங்களின் எண்ணிக்கை அதிகமானது. தென்றலுக்கும் வாடைக்கும் பெரும் வேறுபாட்டைக் கண்டாள். வானொலியில் கேட்கும் திரைப்பட பாடல்களில் புதிதாக உணர்ந்த மற்றொரு அர்த்தம் வெட்கத்தில் உடலைக் கிளர்த்தியது. இதுவரை கவனிக்காத பறவைகளின் கீச்சொலிகளையும் விலங்குகள் எழுப்பும் ஒலிகளையும் கூர்ந்து கேட்சு ஆரம்பித்தாள். அவற்றிற்கு வெவ்வேறு அர்த்தங்களை வனைந்து கொண்டாள். அங்கங்கே முளைத்திருந்த பெயரறியா புல்களின் சிறு மலர்களின் அழகையும் நின்று ரசித்தாள். தும்பைப் பூவில் தேனுண்ண அமரும் வண்ணத்துப் பூச்சிகளையும் தன் வாலை வளைத்து அமர்ந்திருக்கும் ஊசித்தட்டான் பூச்சிகளையும் தீரா ஆவலுடன் நோக்கினாள். கருமேகம் வெண்மேகம் என்று மட்டுமே அறிந்திருந்தவள் இப்போது இளமஞ்சள், செம்மை, பழுப்பு என பலவித நிறபேதங்களுள்ள மேகங்களைக் கண்டறிந்தாள். அதோடு கருமேகம் என்பது வண்ணத்தை மட்டும் குறிப்பதில்லை என்பதையும் எவருமே சொல்லிக் கொடுக்காமல் உணர்ந்தாள்.

எப்படி இதெல்லாம் தெளிந்து வருகிறது. எல்லாமே உள்ளம் உணர்ந்துள்ளதுதானா. இப்போது என்ன நடந்துவிட்டது எல்லாம் துலங்கி வருவதற்கு. ஒருவனைக்

கண்டு அவனையே மணந்துகொள்ளலாம் என்ற எண்ணம் மட்டுமே தோன்றியுள்ளது. அவனது மென்தொடுகைகூட மேனியில் படவில்லை. அதற்குள் மனதில் எத்தனை மாற்றங்கள். மணப்பது என்ற ஒரு எண்ணமா அத்தனையையும் திறக்கும் திறவுகோல். ஒரு சிறு எண்ணம் மனதிலும் உடலிலும் எண்ணற்ற மாற்றங்களை நிகழ்த்திவிட்டதே. புறவுலகை மட்டுமல்லாமல் தன்னுடலில் சிலிர்ப்புகளையும் துயர்களையும் இனம்காணமுடியா உணர்வுகளையும் உள்ளடக்கிய இத்தனை சாளரங்கள் உள்ளதா என்ற வியப்பு ஒவ்வொன்றும் திறக்கும்போது எழுந்துகொன்டேயிருந்தது. 'எத்தனை கோடி இன்பம் வைத்தாய் இறைவா' என்று படித்த பாடலுக்கு மெய்ப்பொருள் இதுவேயெனத் தோன்றியது. ஆனாலும், இனி பழைய அறியாமையின் கள்ளமில்லா நிலைக்குத் திரும்பவே முடியாது என்ற எண்ணம் எப்போதாவது தோன்றி மென்சோகத்தையும் உண்டாக்கியது.

இரண்டு நாள்களுக்கு முன் மாலையில் விளக்கேற்றிக் கொண்டிருந்த வள்ளியை திண்ணையில் இருந்த அப்பா சண்முகம் அழைத்தார். சாமிகளை வணங்கி திருநீறு இட்டுக்கொண்டபின் அப்பாவின் அருகில் சென்றாள். கிழக்கு பார்த்த வீடென்பதால் எழுந்துவந்த முக்கால் நிலவின் ஒளி வீட்டின் மேலும் அமர்ந்திருந்தவர்களின் மேலும் படர்ந்தது. அப்பாவின் அழைப்பின் தொணியிலேயே ஏதோ முக்கியமான விசயம் என்பதையுணர்ந்த அம்மாவும் வந்து அப்பாவின் அருகில் அமர்ந்தார். முதல்முறை பார்ப்பதுபோல நிலவை நோக்கிக் கொண்டிருந்தவர் வள்ளியை நோக்கித் திரும்பினார்.

"ஒரு விசயம் சொல்றேன். நீயே யோசிச்சு சொல்லு. ஒன்னோட விருப்பம்தான் எனக்கு இது நல்லாயிருக்கும்னு தோணுது" என்று கூறியவர் திரும்பி அம்மாவை நோக்கி, "நல்லா, நீ என்ன நெனக்கிறன்னு மட்டும் சொல்லு. ஆனா, வள்ளி எடுக்கிறதுதான் முடிவு" என்றபோது இருவருமே ரொம்ப முக்கியமான விசயம் என்பதை உணர்ந்து கொண்டார்கள். இத்தனை பீடிகையுடன் தொடங்கியதுமே தன் திருமணப் பேச்சாகவே இருக்கக்கூடும் என வள்ளிக்குத் தோன்றியது. தொடங்கும் முன்பே செந்தமிழன் பற்றி கூறிவிடலாமா என எழுந்த எண்ணத்தை உறுதியுடன்

உள் அழுத்தினாள். அப்பா முதலில் சொல்லட்டும், அதில் ஏதேனும் காரணம் கண்டறிந்து விலக்கிவிட்டு அவரைப் பற்றிச் சொல்லிவிடலாம் என முடிவு செய்தாள்

“புள்ளைங்களை கல்யாணம் பண்றது அதுங்க சந்தோசமா நிறைவா வாழனும்னுதான். அதுக்கு கட்டிக்குடுக்குற ஆள் குணமான ஆளா இருக்கனும். இப்பல்லாம் எவன் நல்லவன்.. எவன் உருப்படாத வேலை பாக்கறான்னு அவங்க அப்பா அம்மாவுக்கே தெரிய மாட்டேங்குது. புதுசா பொண்ணு குடுக்க போறவங்களுக்கு எப்படித் தெரியும்? இவங்க விசாரிக்க போனாலும் அவஞ் சிநேகிதனுங்ககிட்டதான் கேக்கனும். அவனுக அவன் ஊர்லயே அவனுக்கொத்த யோக்கியன் எவனுமில்லைனு அடிச்சுவிடுவானுக. அந்த மாதிரி பேச்ச நம்பி பொண்ணக் குடுத்த பலபேர் நடத்தை சரியில்லாத பையனோட பொண்ணு கஷ்டப்படறத வேறவொண்ணும் செய்யமுடியாம பரிதவிக்கிறத பாத்துக்கிட்டிருக்கோம். சொந்தத்துல நல்ல பையன் யாராச்சும் இருந்திருந்தா இதச்சொல்லமாட்டேன்...” என்று நிறுத்தி தயக்கத்தோடு இருவரையும் பார்த்தார்.

வள்ளியும் நல்லதங்காளும் எந்த எதிர்ப்புணர்வுமின்றி அவரையே பார்த்துக் கொண்டிருந்தார்கள் தன் முடிவை முன்வைக்க தைரியம் கொண்டவராக தொடங்கினார். “பையன் நல்ல கொணம். மத்தவங்க சொன்னதக் கேட்டுச் சொல்லலை. நாலஞ்சு வருசமா நானே நேர்ல பாத்தது. பொதுவா கொணமாயிருக்கிறவுங்க கோவக்காரங்களா இருப்பாங்க. ஆனா, இவரு ரொம்ப பதவிசான ஆளு. எந்த கெட்ட பழக்கமோ அநாவசியமான சிநேகிதமோ இல்ல. பொண்ண நல்லவிதமா பாத்துக்குவாரு...” என்று சொல்லி வர, “ஏங்க, அது யாருன்னுதான் சொல்லுங்களேன் ஏன் இழுத்துக்கிட்டே போறீங்க” அறியும் ஆவலில் நல்லதங்காள் கேட்டாள்.

“இந்த அளவுக்கு யாரிருக்காங்க நம்ம கதிரேசனத் தவிர”

கேட்டுக்கொண்டிருந்த இருவருமே திகைத்தார்கள் “ஏற்கனவே கல்யாணம் ஆனவருக்கா எந்தக் கொறையுமில்லாத நம்ம பொண்ண ரெண்டாந்தாரமா கொடுக்கணும். ஏன் அவரு கேட்டாரா?” அம்மா எப்போதுமில்லாமல் இப்படிப் பேசுவதைக் காண வள்ளிக்கு வியப்பாயிருந்தது. அதோடு தான் ஏதும் சொல்லாமலேயே அம்மாவே தடுத்துவிடுவாள்

என்று தோன்றியதால் அமைதியாக இருந்தாள். ஆனால், தன்மேல் பிரியம் கொண்ட அப்பா இப்படிக் கூறுவதற்கு காரணம் இல்லாமல் இருக்காது... ஆவலாதியாக எந்த முடிவையும் எடுக்காதவர், இப்போது இதைச் சொல்வதற்கு முன் எத்தனை முறை யோசித்திருப்பார். இதில் அவருக்கு ஏதோவொரு நியாயம் தோன்றியதால்தானே இம்முடிவை எடுத்திருக்கிறார். தன் மகள் நன்றாக வாழவேண்டும் என்றுதானே அவரும் எண்ணுவார்" என மனம் எங்கெங்கோ சென்றது.

"ரெண்டாம் தாரம்னு ஏம்மா யோசிக்கிற. நல்ல பையனா நம்ம பொண்ண நல்லா வச்சுக்குவானான்னு பாரும்மா. இத இன்னும் அவங்கிட்ட கேக்கல. ஒங்ககிட்ட பேசிட்டு அங்க பேசலாம்னு இருக்கேன். நீங்க சம்மதிச்சாலும் அவன சம்மத்திக்க வைக்கிறது லேசான விசயமில்ல. அவன் ஒத்துக்கவே மாட்டான் எப்படி ஒத்துக்க வைக்கிறதுன்னு இன்னும் எனக்குப் புரியல" என்று நல்லதங்காளைப் பார்த்துக் கூறினார்.

"நீங்க சொன்ன எதுக்குமே இதுவரைக்கும் நான் மறுபேச்சுப் பேசுனதில்ல. ஆனா, இத என்னால் ஏத்துக்க முடியாதுங்க. நல்லவங்கிறதுக்காக வயசானவருக்கு சின்னப் பொண்ண எப்படிங்க கொடுக்கலாம்னு முடிவு பண்ணுனீங்க. இத்தன வருசமா எம் புருசன் மாதிரி ஊருக்குள்ள உண்டான்னு எகத்தாளமா திரிஞ்சேன். அத ஒரு நிமிசத்துல தூளாக்கிட்டீங்களே" என்று புலம்புவதுபோல ஆனால் சத்தம் குறைவாக கேட்டார். அக்கம்பக்கத்து வீடுகளில் உள்ளோர்களுக்கு கேட்டுவிடக்கூடாதென்ற எச்சரிக்கை அவர் குரலில் தெரிந்தது.

"நாந்தான் மொதல்லேயே சொன்னனே.. நீ ஒங்கருத்த மட்டும் சொல்லு. முடிவு வள்ளி எடுக்கறதுதான்னு. ஒரு விசயம் எனக்குத் தோணுச்சு சொன்னேன். நீங்க என்ன சொல்றீங்களோ சொல்லுங்க. அதுக்கேத்த மாதிரி முடிவு பண்ணலாம். நானென்ன அவனையே கல்யாணம் பண்ணித்தான் ஆகனும்னா சொன்னேன். புதுசா ஒரு மாப்பிள்ளை பாத்து அவன் கொணமென்ன பழக்கவழக்கமென்னன்னு அறிஞ்சு அதுக்கேப்ப நடந்துக்கனும். அவன் நல்லவனா கெட்டவனாங்கிறது நாம செஞ்ச பாவபுண்ணியத்தப் பொருத்ததுன்னு விதிமேல

பாரத்தப் போட்டுட்டு பாத்துக்கிட்டு இருக்கனும். நல்ல பையன்... இருந்தவளை எழந்துட்டு புள்ளைங்களோட பரிதவிக்கிறான்".

"என்னது புள்ளைங்களா அது வேறயா. அத இதுவரைக்கும் சொல்லவேயில்லை. எத்தனை புள்ளைங்கன்னு அதையும் சொல்லுங்க. வள்ளி முடிவெடுக்க வசதியா இருக்கும்" நல்லதங்காளின் குரல் ஏளனத்துடன் ஒலித்தது மனைவியின் பேச்சு அவரை சற்று தொய்வடையச் செய்தது. அவரது எண்ணத்தினை இவர்கள் ஏற்கமாட்டார்கள் என்ற முடிவுக்கு வந்தவர் போலவும் கேட்டதற்கு பதில் சொல்லியாக வேண்டுமே என்பதற்காக சொல்வதைப்போல, "மூணு பிள்ளைங்க. மூத்தது மட்டும் பொண்ணு" குரல் தாழச் சொன்னார்.

இதைக் கேட்டவுடன் பெரும் ஒளி மூளைக்குள் பாய்ந்ததுபோல வள்ளி உணர்ந்தாள் "சின்னப் பையன் எப்படியிருக்கான்" என்று ஆவல் உந்தக் கேட்டாள்

அப்பா அம்மா இருவருமே வள்ளியின் இந்த ஆவலுக்கான காரணம் புரியாமல் இவளைப் பார்த்தனர்.

"அத எதுக்கு கேக்குற. மூணு புள்ளைங்களுக்கு தாயாவா போகப்போற... அவருதான் அறியாப்புள்ள மாதிரி ஏதோ யோசன சொல்றாருன்னா நீ அந்தப் புள்ளையப் பத்தி விசாரிக்கிற". சற்று கோபமாக அம்மா கேட்டபோதும் வள்ளி அதைக் கண்டுகொள்ளாமல் அப்பாவின் முகத்தையே நோக்கினாள்

பதிலை எதிர்பார்க்கும் வள்ளியின் நோக்கையுணர்ந்து, "சின்னவனுக்கு காலு லேசா வளைஞ்சிருக்கு. நடக்க கொஞ்சம் சிரமப்படறான்" என்று சொன்ன அக்கணமே "நான் அவரையே கல்யாணம் பண்ணிக்கிறேம்பா" என்று சத்தமாகக் கூறினாள்.

நடந்தவற்றை வள்ளி வசந்தாவிடம் கூறிக்கொண்டிருக்க இருவரும் கொல்லைகளைத் தாண்டி கண்மாய்க்குச் செல்லும் காட்டோரமான பாதையில் நடந்து கொண்டிருந்தார்கள். வள்ளி சொல்வதைக் கேட்டுக்கொண்டிருந்தாலும் வசந்தாவின் மணம் வள்ளி எப்படி இந்த முடிவை எடுத்தாள் என்பதற்கான காரணத்தையே எதிர் நோக்கியிருந்தது தன்னுடைய ஏற்பின்மையை காட்டும் வண்ணம் சில்வண்டுகளின்

கூட்டோசை எழுந்துகொண்டிருந்த பாதையின் ஓரத்திலிருந்த கருவேல மரங்களின் மீது சிறு கற்களை எறிந்து அவ்வோசைகளை அப்போதைக்கு நிறுத்தியபடி வந்தாள். பெரும் அதிர்வாய் ஒலித்த அவ்வோசை ஒருகணத்தில் நின்று நிசப்தமாகி சில கணங்களுக்குப்பின் மீண்டும் எழுந்தது. வள்ளியும் எதையெதையோ கூறிக்கொண்டிருந்தாளே தவிர அந்த விவரத்தை நோக்கிச் செல்லவில்லை. இவர்கள் நடந்த பாதையில் ஒரு பத்தடி அகலத்திற்கு காட்டிலிருந்து நீர் விரைந்து இறங்கி மணலை அரித்துச் சென்ற தடம் அணில் மேல் இருக்கும் முக்கோடுகள்போல வரிகளாக இருந்தது. இரண்டு மாதங்களுக்கு முன் பெய்த மழையின்போது உருவான காட்டாறின் தடம் அது. கண்மாய்க்கு அதிகமானபேர் வயல்களினூடே இருக்கும் வரப்பின் வழியே சென்றுவிடுவதால் அந்தத் தடம் இன்னும் முழுமையாக அழியாமலேயே இருந்தது.

அந்தத் தடத்தை பார்த்தவுடன் வள்ளிக்கு சற்று உற்சாகம் வந்தது. "வசந்தா, நான் சட்டுன்னு ஏன் இந்த முடிவ எடுத்தேன்னு உனக்கு தோணுதுல்ல. அதே கேள்விதான் என மனசுக்குள்ளேயும் சுத்திக்கிட்டே இருக்கு. ஆத்தா கனவுல வந்து சொன்னதுன்னு இருந்தாக்கூட கனவுதானே அது செந்தமிழனுக்கு பொறக்குற கொழந்தைகளா இருக்கக் கூடாதா..? அதுக்கு உள்ளுக்குள்ள வேறொரு காரணமிருக்குன்னு தோணிக்கிட்டே இருந்துச்சு. இப்ப கொஞ்சம் தெளிவான மாதிரி இருக்குது ".

வசந்தா வியப்புடன் வள்ளியை நிமிர்ந்து பார்த்தாள் மெல்லிய புன்னகையுடன் வள்ளி வசந்தாவின் கையைப் பிடித்து இழுத்தபடி அருகிலிருந்த வரப்பில் அமர்ந்தாள். அமருமிடத்தில் சிறிய முள்செடிகள் எதாவது முளைத்துள்ளதா எனக்கூர்ந்து பார்த்தபின் வசந்தாவும் அமர்ந்தாள்.

"செந்தமிழன் ரொம்ப நல்லவரா இருந்தாலும் அவர் வாழ்க்கையில ஒரு மீறல் இருக்கு. பொதுவா மழை பேய்ஞ்சா ஆத்து வழியா போறது இயல்பானது, அதுக்குன்னு ஏற்கனவே காலங்காலமா இருக்கிற பாதையிலேயே போகும். ஆனா, காட்டாறு புதுசா அதுக்குன்னு ஒரு வழியில எதிர்பாராம வரும். எப்படி வரும் அதோட வேகம் எப்படியிருக்கும் இதையெல்லாம் யாராலையும் கணிக்கவே முடியாது. நம்ம அப்பாக்களோட வாழ்க்கையெல்லாம் ஆத்துத் தண்ணி

மாதிரி, பெரிய மாத்தமேதுமில்லாம அதுபாட்டுக்கு போய்க்கிட்டிருக்கும். ஆனா, செந்தமிழனோட வாழ்க்கை காட்டாறு மாதிரி அடுத்து என்ன நடக்கும்னு யாரலையும் சொல்ல முடியாது. செந்தமிழனப் பிடிச்சிருந்தாலும் அவரோட வாழ்க்க மேல் எனக்கு உள்ளுக்குள்ள விலக்கம் இருந்திருக்கும்போல. அதனாலதான் நம்ம அப்பாக்கள் மாதிரி இருக்கிற ஒருத்தர் கெடச்சதும் கனவுல ஆத்தா சொன்னதும் ஒத்து வந்ததும் ஒடனே சரின்னு சொல்லிட்டேன் போலருக்கு" என்று தானே பெரிய உண்மையை கண்டறிந்த பெருமிதம் தொணிக்க கூறியவளை வியந்து பார்த்தாள் வசந்தா. அவள் முகத்திலும் ஒரு தெளிவு இருந்தது.

9

1970

இருபக்க திண்ணைகளுக்கு நடுவே பெரிய நிலையுடன் கூடிய வாசல். சிறிய பத்தடி நீள பாதை. அதன்பின் சூரியவொளியுடன் நிலவொளியும் மழையும் பொழியும் வண்ணம் விரிந்த முற்றம். முற்றத்தை நோக்கியபடி நான்கு பக்கமும் நான்கு அறைகள். அவற்றில் இரண்டு பூட்டப்பட்டிருக்கின்றன. ஒன்று தாழ் போட்டிருக்க. ஒன்று மட்டும் திறந்திருக்கிறது. முற்றத்தை தாண்டி சிறிய பத்தடி நீள பாதைக்குபின் அடுப்படி. மேலும் கீழும் நுட்பமான செதுக்கல்கள் கொண்ட உருளை வடிவ தேக்கு மரத் தூண்கள் ஒளி பட்டால் பிரதிபலிக்கும் வழுமையுடன் இருந்தன. நேர்த்தியாகப் பொருத்தப்பட்ட தேக்கு மர உத்திரத்தில் செந்நிற ஆமையோடுகளை அடுக்கி வேயப்பட்ட கூரை. ஓடுகளின் நிறம் சற்று மங்கி சில இடங்களில் கருமையாக இருந்தது.

பின்புறம் விரிந்த தோட்டம். கீரைப் பாத்திகளும், கனகாம்பரம், கோழிக்கொண்டை போன்ற மலர்ச் செடிகளும் இருந்த தோட்டத்தில் மூன்று மாமரங்களும் ஒரு பலாவும் பூத்திருந்தன. ஒரு கருவேப்பிலை மரம் வாசம் வீசியபடி செழித்து நின்றது.

வள்ளி, வீட்டைப் பெருக்கி முடித்துவிட்டு வீட்டிற்கு பின்புறம் இருந்த கிணற்றடியில் பாத்திரங்களை தேய்த்துக் கொண்டிருந்தாள். சின்னவன் எழுவதற்கு முன்பாக வேலையை முடிக்கவேண்டும் என்ற எண்ணத்தால் வேகமாக இயங்கினாள்.

“என்ன வள்ளி, வேலையெல்லாம் முடிஞ்சிடுச்சா..”

குரல் கேட்டு நிமிர்ந்தாள். கனகு நின்று கொண்டிருந்தாள். அவள் ஒக்கலில் மணி அமர்ந்திருந்தான். அவன் வாயிலிருந்து கோடாக வழிந்த நீர் உடையணியாத இளந்தொப்பையில் சொட்டி கீழிறங்கிக் கொண்டிருந்தது. இந்த ஊரில் வள்ளியிடம் இயல்பாக பேசுபவள் கனகுதான். சிலரைப் பார்த்த கணத்திலேயே எப்படியோ உள்ளுக்குள் தோன்றிவிடுகிறது அவர் தன் குணத்தை ஒத்தவர் என்பது. பழகிய பின்பு அது மெய்தான் என்பது புரியும். உறவினர்களில் வள்ளியின் வயதொத்த எத்தனையோ பெண்கள் இருந்தாலும் வசந்தாவிடம் மட்டுமே மனம் இயல்பான இணக்கத்துடன் ஊடாடியது. இப்போது இங்கு கனகுவிடம். எதைப் பற்றி பேசும்போதும் இவளது எண்ணத்தையே அவள் சொற்களாக்குவாள். திருமணத்திற்கு மறுநாள் கனகு இந்த வீட்டிற்கு வந்தபோது வானொலி, ‘அன்னக்கிளியே ஒன்னத்தேடுது... ஆறுமாசம் ஒருவருசம்...’ என்று பாடிக் கொண்டிருந்ததது. கனகு, அதைக் கேட்டதும் “என்னவொரு தவிப்பு...?” என்று மாய்ந்து நின்றுவிட்டாள். அக்கணத்தில், தன் உணர்வை இன்னொருவர் கூறும்போது உண்டாகும் பரவசத்தில் வள்ளிக்கு மெய்சிலிர்த்தது.

இரண்டாவது திருமணம் என்பதால் பெரிதாக யாருக்கும் சொல்லாமல் மாரியம்மன் கோவிலில் இருபது பேர் மட்டும் பார்க்க கதிரேசன் வள்ளிக்கு தாலி கட்டினார். தாலி கட்டும்போது சின்னவன் வள்ளியின் மடியில்தான் அமர்ந்திருந்தான். வள்ளி திருமணத்திற்கான தன் முடிவை கூறியவுடன் அப்பா நல்லநாள் பார்த்து கீழக்குடியின் அம்பலத்திடம் விசயத்தைக் கூறி அவரோடு சேர்ந்து சென்று கதிரேசனிடம் பேசினார். கதிரேசன் முதலில் ஒப்புக் கொள்ளவேயில்லை. அதோடு, அழகான சின்னப் பெண்ணின் வாழ்க்கையை வீணாக்காதீர்கள் என்று அப்பா மேல் கோபம் கொண்டார். அப்பாவும் அம்பலமும் வள்ளியின் சம்மதத்தை நிதானமாக எடுத்துக்கூற சிறிது சமாதானமடைந்தார். ஆனாலும், வள்ளியிடம் நேரில் பேசிவிட்டு தன் பிள்ளைகளிடமும் கேட்டுவிட்டு முடிவு செய்யலாம் எனக் கூறினார்.

கதிரேசன் வள்ளியின் வீட்டிற்கு வந்தபோது அம்மா வயலுக்கும் அப்பா அரிமளத்திற்கும் சென்றிருந்தார்கள்.

வள்ளி காலைத் தொங்கப்போட்டபடி திண்ணையில் அமர்ந்து புளிக்குத்திக் கொண்டிருந்தாள். இவர்களின் கொல்லையில் தென்மூலையில் அருகிலிருந்த ஒழுங்கையின் பாதிவரை படர்ந்து நின்ற பருத்த புளியமரத்தின் பழங்கள் அவை. சில மரங்களின் பழங்கள் கடும் புளிப்பாகவும் சிலவற்றில் புளிப்பு குறைவாகவோ இருக்கும். ஆனால், இந்த மரப்பழங்களில் புளிப்புடன் மெல்லிய தித்திப்பும் இருக்கும். மரம் பழுத்திருக்கும் சமயங்களில் அந்த ஒழுங்கை வழியே செல்பவர்கள் ஒரு எம்பு எம்பி இதன் பழத்தில் ஒன்றைப் பறித்து ஓட்டையுடைத்துவிட்டு வாயில் வைத்து சப்பியபடியே செல்வார்கள். இனிப்பும் புளிப்பும் இணைந்த ருசி அவர்கள் முகத்தில் உருவாக்கும் பாவம் பார்க்க அலாதியானது. தின்பதற்காக ஒன்றிரண்டு பழம் பறிப்பதை இவர்கள் யாரும் பெரிதாகக் கருதுவதில்லை. அதோடு ருசியான பழம் என்று தின்பவர்கள் கூறும்போது இவர்களுக்கு பெருமையாகவும் இருக்கும்.

கோணி ஊசியைக் கொண்டு புளியம் பழங்களைக் குத்தி அதன் கொட்டைகளை களைந்து கொண்டிருந்த வள்ளி விழிநோக்குணர்வு தோன்ற திரும்பினாள். கதிரேசன் தயங்கியபடி வந்து கொண்டிருந்தார். அவரைக் கண்டவுடன் உள்ளம் மலர்ந்தது. அடுத்த கணமே அவரின் தோற்றத்தைக் கண்டு பெரும் திடுக்கிடல் ஏற்பட்டது. செவ்வாயன்று பார்த்தபோது மிடுக்கான தூய்மையான உடைகளுடன் முகத்தில் நிறைவும் மகிழ்வும் மிளிர்ந்ததை நினைத்துக் கொண்டாள். இப்போது சரியாக துவைக்காத வேட்டி சட்டையுடன் வாழ்வில் தோல்வியுற்று அடுத்து இயற்றவேண்டியது என்னவென்று புரியாது திகைப்பவராகத் தோன்றினார். இவள் மனம் இரக்கத்தில் பொங்கியது. இவரை முன்பு இருந்ததைவிட மேலான நிலைமைக்கு மாற்றவேண்டுமென்ற ஓர் உறுதி மனதில் தோன்றியது. இப்படித் தோன்றுவதை மனதின் மற்றொரு பகுதி வியப்புடன் நோக்கியது. எத்தனையோ மனிதர்கள் இவரைப்போல இரங்கத்தக்கவர்களாக உள்ளார்கள். அவர்களையெல்லாம் மாற்றுவதற்கா இவள் பிறந்துள்ளாள் என்ற கேள்வியை எழுப்பியது. இதைக் கவனியாதவளாய் விரைந்தெழுந்து அவரை நோக்கி விரைவுநடையாகச் சென்றாள். "வாங்க, பிள்ளங்கல்லாம் எப்படி இருக்காங்க... இப்ப

யாரு பாத்துக்கிறாங்க.. நீங்க ஏனிப்படி சோர்ந்துபோய் இருக்கீங்க... ஒடம்புக்கு ஒண்ணுமில்லையே...” என கேள்விகளை அடுக்கினாள். இத்தனை வாஞ்சையுடனான கேள்விகளை எதிர்பாராது திகைத்து நின்றார் கதிரேசன்.

“சரி வாங்க, மொதல்ல ஒக்காருங்க. இந்தா வந்தர்றேன்” என்று அவரை திண்ணையிலேயே அமர்த்திவிட்டு வீட்டினுள்ளே ஓடினாள். சில நிமிடங்களில் மோர் நிரம்பிய சில்வர் சொம்பைக் கொண்டுவந்து அவரிடம் நீட்டினாள். வாங்கிப் பருகும்போது பிரியம் வழியும் அவள் முகத்தை நோக்கினார். இத்தனை அன்பிற்கும் கருணைக்கும் தான் தகுதியானவன்தானா என்ற எண்ணம் அவருக்குள் எழுந்ததை அவர் முகத்தின் திகைப்பு காட்டியது. அப்போதிருந்த தன் மனநிலையை பிறகு சில சமயங்களில் எண்ணிப்பார்த்தாள் வள்ளி. அப்படி ஒரு தயக்கமின்மையும் உரிமையும் எப்படி வந்தது. அந்த மூன்று பிள்ளைகளுக்கு தந்தை அவர் என்று அறிந்தவுடனேயே அவர்தான் தன் கணவனென மனம் வரித்துக் கொண்டதென்று உணர்ந்து கொண்டாள். இல்லையாயின் பெண் பார்க்க வந்தவரிடம் இத்தனை இயல்பாக நடந்துகொள்ள முடியுமா. வள்ளி தன்னிடம் நடந்துகொண்டதைக் கொண்டு அவளின் மனம் கதிரேசனுக்கு தெளிவாகவே புரிந்துவிட்டது.

வள்ளியிடம் கேட்க எண்ணிய எதையும் கேட்கவில்லை. ஆனாலும் பிள்ளைகளை மறுநாள் அழைத்து வருவதாகக் கூறி கிளம்பினார். பிள்ளைகள் இவளை ஏற்றுக் கொண்டால் மட்டுமே திருமணம் என அவர் எண்ணியதாக வள்ளிக்குத் தோன்றியது. அப்பாவிடம் சொல்லி சீனி முறுக்கு வாங்கி வரச் சொன்னாள். பால் பணியாரத்திற்கென படியில் தலையைத்தட்டி பச்சரிசியும் அதன்மேல் குவிக்க முடிந்த அளவு உளுந்தையும் அளந்து ஊறவைத்து, ஆட்டுக்கல்லில் இட்டு பொங்குவதுபோல வரும்வரை அரைத்தாள். மிதமான தீயில் அடுப்பையெரித்து இருப்புச் சட்டியிலிருந்த எண்ணெய், நீர் சொட்டினால் பொரியும் சூட்டிற்கு வந்தபோது, அளவான குண்டுக் கரண்டியால் மாவை ஊற்றினாள். அரிகரண்டி வைத்திருந்த அம்மாவை வெண்ணிறமாக எடுக்க வைத்தாள். ஒரு பணியாரத்தை எடுத்து பிய்த்து ஆர்வத்துடன் பார்த்தாள். நடுவில் மாவாக இல்லாமல் நன்றாக வெந்திருந்ததோடு மிக மெத்தென்று மிருதுவாகவும்

இருந்ததில் மனதில் ஒரு நிறைவு தோன்றியது. வெண்கலக் கிண்ணியில் கொஞ்சம் பணியாரங்களும் சிறு குவளையில் நீரும் எடுத்துச் சென்று சாமியறையில் வைத்து வணங்கி திருநீறு பூசிக் கொண்ட பிறகு இன்னொரு அடுப்பில் கொதித்த பாலை வெல்லமிட்டு கலக்கினாள். அதில் பணியாரங்களை இட்டாள். அவை மெதுவாக பாலில் ஊறி உப்ப ஆரம்பித்தது.

பிள்ளைகள் கனவில் கண்டதுபோலவே இருப்பார்களா அல்லது தோற்றம் மாறியிருக்குமா என பெரும் ஆவலில் உள்ளம் துடித்துக் கொண்டிருந்தது. அம்மா முதலில் வள்ளியின் முடிவில் ஏற்பில்லா விலக்கத்துடன் இருந்தாலும் வள்ளியின் விருப்பத்தையும் முக மலர்வையும் கண்டவுடன் இசைவு கொண்டுவிட்டார். வள்ளி நடந்து கொள்ளும்விதம் அவள் பிறத்தியார் பிள்ளைகளுக்கென்றில்லாமல் தன் பிள்ளைகளுக்காக செய்வதாகவே தோன்றியது. சின்னப் பெண்ணாக இருந்தவள் ஒரு வாரத்திற்குள் எத்தனை பெரிய மனுசியாய் நடந்து கொள்கிறாள். மகள், தங்கை, தமக்கை, தோழி, காதலி, மனைவி என்பதெல்லாமே சிறு பாவனைகள்தான் போலும், பிறக்கும்போதே பெண்கள் தாய்களாகவே பிறக்கிறார்கள் என்றும் தோன்றியது.

வள்ளியின் அப்பா சண்முகமும் மகளின் உடலில் தெரிந்த துள்ளலையும் முகத்தில் படர்ந்த மகிழ்வையும் நோக்கியபடி கதிரேசனை எதிர்பார்த்து அமர்ந்திருந்தார். ஒற்றை மாட்டுக் கூண்டு வண்டி ஒன்று வீட்டிற்கு முன் வந்து நின்றது. வள்ளியின் இதயத்தின் துடிப்பை அவளின் செவியறிந்தது. முதலில் பத்து வயது மதிக்கத்தக்க பெண் இறங்குவதற்கான கால்மிதியை மிதித்து இறங்கினாள். அடுத்து அவளைவிட இளையவனாகத் தோன்றும் சிறுவன் அவளைப்போலவே இறங்கினான். கடைசியாக கதிரேசன் இறங்கி வண்டிக்குள் சிணுங்கியபடி அமர்ந்திருந்த கடைக்குட்டியை தூக்கி மார்போடு அணைத்தபடி வீட்டை நோக்கி வந்தார். வண்டியோட்டி வண்டியை ஓரமாக நிறுத்தி, மாட்டை அவிழ்த்து அருகில் நின்ற கொன்னை மரத்தில் கட்டிவிட்டு வந்தார்.

வள்ளியின் முகம் மலர்ச்சியைக் காட்டினாலும் உள்ளத்தின் துடிப்பு விழிகளில் சிறுதுளியாகத் திரண்டு மிளிர்ந்தது. என்ன சொல்லி அழைத்து வருகிறாரோ தெரியவில்லை.

சித்தியைக் காணப்போகிறோம் என்றா அல்லது உறவினர் வீட்டிற்கு செல்வதாகவா என்ற கேள்வியும் எழுந்தது. பெண் தயக்கத்துடன் நின்றாள். மூத்தவன் புதிதாக ஒன்றை அறிந்துகொள்ளும் ஆர்வத்துடன் இருபக்கமும் திரும்பி பார்த்தபடி வீட்டை நோக்கி வந்தான். கதிரேசன் சைகை காட்ட அவருக்குப் பின் அவள் மெதுவாக வந்தாள். கதிரேசனின் கையிலிருந்தவன் அவரின் தோளைப் பற்றிக் கொண்டு பின்புறம் வரும் சகோதரியிடம் கையை ஆட்டி ஏதோ சொல்லிக் கொண்டுவந்தான். அவள் பதிலேதும் கூறாமல் முகத்தில் எவ்வுணர்ச்சியையும் காட்டாது வந்தாள். 'தாயை இழந்துவிட்டாய். குடும்பத்தில் பொறுப்பாக இருக்கவேண்டுமென' பலபேர் கூறி அவளது குழந்தைமை இயல்பைக் குலைத்திருக்கக்கூடும் என வள்ளிக்குத் தோன்றியது.

எழுந்து நின்ற சண்முகத்தைக் கண்டதும் மூத்தவன் முகத்தில் சிறு புன்னகை தோன்றியது. அவ்வப்போது இவர் அங்கு போய்வந்திருப்பது நினைவு வந்தது. "வாங்க.. வாங்க" என சண்முகமும் நல்லதங்காளும் வரவேற்றார்கள். பிள்ளைகளிடம் சென்று அவற்றை அணைத்துக் கொள்ளும் ஆவல் எழுந்தாலும் முதல்முறையாக நெருங்கும்போது அவர்கள் முகச்சுழிப்புடன் எதிர்கொண்டுவிடக்கூடாதே என்ற அச்சத்துடன் வள்ளி அங்கேயே நின்றாள்.

கதிரேசன் வள்ளியின் அருகில் வந்தார். பையனை வள்ளியின் பக்கம் திருப்பினார். ஆட்காட்டி விரலை வாய்க்குள் விட்டிருந்தபடி திரும்பியவன் வள்ளியைக் கண்டவுடன் திகைத்தான். அடுத்த கணம் "அம்..மாஆ.." என்று அழைத்து அவளை நோக்கி இருகைகளையும் நீட்டி தாவினான். உள்ளம் பொங்க தாவி அவனை வாங்கி இழுத்து அணைத்துக் கொண்டவளின் விழிகளில் நீர் வழிந்தது. அவன் கன்னங்களில் முத்தமிட்டாள். இதைக் கண்ட பெரியவர்கள் மூவருக்குமே விழிகளில் நீர் துளிர்த்தது. அம்மாவின் நெஞ்சு நெகிழ்வில் விம்மியது. தம்பியின் செய்கையைக் கண்ட மூத்த பிள்ளைகளும் வள்ளியின் அருகில் வந்து அவள் முகத்தை தவிப்புடன் நோக்கினார்கள். தங்களையும் அவள் அணைத்துக்கொள்ள வேண்டுமென்ற ஆவல் அவர்கள் முகத்தில் இருந்தது. இளையவனோடு திண்ணையில் அமர்ந்துகொண்ட வள்ளி மற்ற இருவரையும்

தன் இரண்டு பக்கங்களிலும் அமர்த்திக் கொண்டாள். பெயரென்ன, தின்பதற்கு என்ன பிடிக்கும், எந்தப் பழம் தின்ன ஆசை, யாரோடு விளையாடப் பிடிக்கும், என்னென்ன குருவி தெரியும் என கேட்டு அவர்கள் யோசித்துக் கூறும் பதிலை ஆர்வத்தோடு கேட்டுக்கொண்டாள். அதை மனதினுள்ளும் பதித்துக்கொண்டாள். பெரியவர்கள் அடுத்து நிகழவேண்டியதைப் பற்றி பேசினார்கள். பிள்ளைகளுடன் பேசிக்கொண்டே அம்மா சிறு கிண்ணிகளில் எடுத்துவந்த பணியாரத்தை பெரியவனிடமும் பெண்ணிடமும் கொடுத்து தின்னச் சொல்லியபின் சிறு தேக்கரண்டியில் எடுத்து சின்னவனுக்கு ஊட்டினாள். நன்றாக ஊறி மிருதுவாக இளஞ்சூட்டுடனிருந்த பால்பணியாரத்தை பிள்ளைகள் விருப்பத்துடன் தின்றார்கள்.

மதிய உணவிற்குப்பின் கதிரேசன் கிளம்பியபோது பிள்ளைகளுக்கு விருப்பமேயில்லை. மூத்த பிள்ளைகளை ஒருவழியாக இணங்க வைத்தபோதும் இளையவன் இணங்கவேயில்லை. நாளை வள்ளி அங்கே வருவதாக கூறியபோதும் கைகால்களை உதறியபடியே அழுதவனை நிறைவான முகத்துடனேயே இழுத்து அணைத்தபடி சென்றார் கதிரேசன்.

திருமணம் முடிந்த இரண்டு நாட்களுக்குப் பின்தான் கனகு இந்தக் குடும்பத்தில் உள்ளவர்களைப் பற்றி எல்லாவற்றையும் கூறினாள். ஆனால், வள்ளிக்கு ஓரளவுதான் மனதில் தங்கியது. கதிரேசனின் அப்பாவோடு பிறந்தவர்கள் நான்கு பேர். நான்கு பேரில் கதிரேசனின் அப்பாவுக்கு ஒரு மகளும் உண்டு. இருவருக்கு ஒவ்வொரு பையன்கள் மட்டுமே வாரிசு. இன்னொருவருக்கு பிள்ளைகள் இல்லை. கதிரேசனின் உடன் பிறந்த சகோதரி திருமணத்திற்கு வரவில்லை. இரு சித்தப்பா வீடுகளில் இருந்து இரண்டு மூன்றுபேர் வந்திருந்தார்கள். கடைசி சித்தப்பா குடும்பத்தில் இப்போது யாருமில்லை. இதெல்லாம் கனகு கூறியவற்றிலிருந்து வள்ளியின் மனதில் தங்கியிருப்பவை.

திருமணத்திற்கு வந்தவர்கள் மறுநாளே சென்று விட்டார்கள். இரண்டாம் நாளே கதிரேசனும் வேலைக்கு சென்றுவிட்டார். மூத்த பிள்ளைகளை பள்ளிக்கு அனுப்பிவிட்டபின் சின்னவனுடன்தான் பொழுது கழிந்தது. எங்கெங்கே வயல்கள் உள்ளன அவற்றில் என்ன விளைகிறது

என்பதையெல்லாம் ஒவ்வொன்றாக கனகு மூலம் அறிய முயன்று கொண்டிருந்தாள். கனகு அவள் வீட்டு வேலைகள் சற்று ஓய்ந்ததும் இங்கு வருவாள்.

"என்ன வள்ளி ... யோசன பலமாயிருக்கு.."

"ஒண்ணுமில்ல.. இந்தா வேல முடிஞ்சிடுச்சு. வா உள்ள போயி பேசுவோம்" என்று கூறியபடி உள்ளே போனவளை கனகு தொடர்ந்து போனாள்.

"நாலு அறையிருக்கு. ஆனா, ஒண்ணுல மட்டுந்தான் நீ புலங்குற. ஏன்னு தெரியுமா" என்று கனகு கேட்டதற்கு "அவங்களோட சித்தப்பாங்களோடது. நீதான் அன்னிக்கே சொன்னியே"

"அதுல ஒண்ணு மட்டும் ஏன் பூட்டாமயிருக்கு?"

"அதுக்குள்ள ஒண்ணுமிருக்காது"

"அப்படீன்னு நீ நெனக்கிற. அதுக்குள்ள பொருளுங்க இருக்கு. ஆனா, யாரும் உள்ள போகவோ அந்தப் பொருங்கள எடுத்து பொலங்கவோ மாட்டாங்க"

"அவங்ககூட அந்த அறைய தொறக்கவேண்டாம்னு சொன்னாங்க. நான் ஏன்னு கேட்டுக்கல.. ஏன் தொறக்கக் கூடாது?" என ஆர்வத்துடன் வள்ளி கேட்டாள்.

"அதுவொரு பெரிய கதை... பிறகு எப்பவாச்சும் சொல்றேன்.." என்று இழுத்தாள் கனகு.

வள்ளியின் ஆர்வம் அதிகரித்தது. "அதான் கேக்குறேன்ல. இப்பவே சொல்லு" என்று விழிகளை விரித்துக் கேட்டாள்.

"சரி சொல்றேன். ஆனா பயப்படக்கூடாது... சரியா" என்ற பீடிகையுடன் ஆரம்பித்தவள் "இந்த வீட்டுமேல ஒரு சாபம் இருக்கு" என்றாள்.

10

முன்பு நிகழ்ந்தது

சிங்காரமும் தண்டபாணியும் சமையற்கட்டில். ராமையா பரிமாறுமிடத்தில். சுந்தரேசன் காய்கறிகளை வெட்டுவதும் சமையல் சாமான்களை எடுத்துக் கொடுப்பதும். சிறிய நிகழ்வுகளை இவர்களே பார்த்துக் கொள்வார்கள். அதிகமானவர்கள் அழைக்கப்படும் விழாக்களுக்கு உணவின் தேவைக்கேற்ப உதவிக்கு ஆள்களை அழைத்துக் கொள்வார்கள்.

பெரிய இரும்புக் கடாய்க்குள் இரண்டு கரண்டி கடலை எண்ணெயை சுழற்றி ஊற்றினார் சிங்காரம். விறகு நிதானமாக எரிந்து கொண்டிருந்தது. வீட்டுச் சமையலுக்கு சிறிய குச்சிகளை பாவிக்கலாம். ஆனால் பெரிய நிகழ்வுகளுக்கு விறகை பற்றவைக்க மட்டுமே அவை உதவும். கிடக்கிறதே என எரித்தாலும், பெரிய சட்டிகளின் வெளிப் பக்கங்களை வெறுமனே கரியாக்கும் அவ்வளவுதான். பெரிய ஏனங்களில் சமைக்க அடுப்பு நின்று நிதானமாக எரியவேண்டும். அதற்கு அனல் கீழே இருக்கவேண்டும். இவற்றிற்கு பெரிய மரங்களைப் பிளந்த விறகுகளே உகந்தது. அதிலும் பூச்சி நுழைந்து துளையிட்டதாய் இருந்தால் புகையை கிளப்பி அனைவரது கண்களிலும் எரிச்சல் உண்டாக்கி சமையல் செய்வதன் இன்பத்தைக் குலைத்து விடும். சிங்காரம் சமைக்க ஒப்புக் கொள்ளும்போது மா விறகோ புளிய விறகோ கூடாது; சவுக்கு மர விறகு வேண்டுமெனக் கூறிவிடுவார். அதிலும் அடிமரமும் கலந்திருந்தால் இன்னும் சிறப்பு. ஒருமுறை பற்றிக்கொண்டால் விறகுகளை மாற்றி வைப்பது,

இழுத்து அனலைக் குறைப்பது போன்ற வேலைகளுக்கு அவசியமில்லாமல் சமையலில் மட்டும் முழுதாய் ஈடுபடலாம். அநேகமாக சவுக்கு கிடைத்துவிடும். எப்போதாவது கிடைக்காதபோது வேறுவழியில்லாமல் புகையுடனோ, வேகமாகத் தீ எரிவதால் அடிப்பிடித்துவிடாமல் கிண்டுவதற்கென்றே ஒருவரை வைத்துக் கொண்டோ சமாளிப்பார்.

எண்ணெயையை ஊற்றியவுடன் மர டப்பாக்களிலிருந்த கடுகையும் சோம்பையும் கொடுத்தார் தண்டபாணி. சமையல்காரரின் கையாளாக இருப்பவருக்கு சமையலும் தெரிந்திருக்க வேண்டும், சமைப்பவரின் உள்ளமும் பிடிபடவேண்டும். கையை நீட்டும்போது எதை எதிர்நோக்கி நீட்டுகிறார் என்பதை உணர்ந்து எடுத்துக் கொடுக்கவேண்டும். தவறினால் முறைப்பிற்கும் வசைக்கும் ஆளாக வேண்டியிருக்கும். சோம்பு சிவந்து கடுகு முழுமையாக வெடித்தவுடன் கறிவேப்பிலையைத் தூவினார். அது முறுகியவுடன் பொடியாக அரிந்த வெங்காயத்தையும் கீறிய பச்சை மிளகாயையும் போட்டார். கையிலிருந்த கனமான அரிகரண்டியால் இருமுறை கிளறியபின் தண்டபாணியிடம் கரண்டியைக் கொடுத்துவிட்டு விலகிவந்தார். அவை பொன்னிறமாக மாறி எண்ணெய் பிரியும்போது வேகவைத்து தோலுரித்து உடைத்து வைத்துள்ள உருளைக் கிழங்கை கொட்டி கிளறவேண்டும். தண்டபாணி வெங்காயத்தைக் கிண்ட ஆரம்பித்தார்.

வெளியே எல்லாம் சரியாக உள்ளதா என்பதை அறிவதற்காக சிங்காரம் வந்தார். பரிமாறுவதற்கான ஒருங்குகளை ராசப்பனுடன் சேர்ந்து ராமையா செய்து கொண்டிருந்தார். "தம்பி, எல்லாம் எடுத்தாச்சா... சாப்பிடக் கூப்பிடலாமா?" என அங்கிருந்த ஒருவர் வினவினார். "உருளை மசியலும் அப்பளமும் மட்டுந்தான்னே வரணும். அது தயார்னா சொல்லிடலாம். அஞ்சு நிமிசத்தில மசியல் வந்திடும் அத எறக்குன ஒடனே அப்பளம் போட்டுடலாம். நீங்க சாப்பிடற ஆளுங்கள வரச்சொல்லச் சொல்லிட்டு எலையப் போடுங்க" என்று கூறிவிட்டு காய்கறி வெட்டும் இடத்திற்குப் போனார். சுந்தரேசன் காய் வெட்டிய இடத்தை சுத்தம் செய்து கொண்டிருந்தார். உடன் சின்னய்யா நின்றான். "சுந்தரா, சீக்கிரம் முடிங்க, இல்ல அப்புறம் பாத்துக்கலாம்.

எலை போடச் சொல்லிட்டேன். பரிமாறுரதுக்குப் போங்க" என்று கூறிவிட்டு சமைத்த பாத்திரங்களை தேய்த்துக் கழுவிக் கொண்டிருந்த செண்பகத்திடமும் பரிமாறச் செல்லுமாறு கூறிவிட்டு அடுப்பருகில் சென்றார். தண்டபாணி உருளைக் கிழங்கை கொட்டிக் கிளறிக் கொண்டிருந்தார். இவர் கரண்டியை வாங்கி அதில் ஒட்டியிருந்த உருளைத் துணுக்கை வலது ஆட்காட்டி விரலால் சிறிது வழித்து நாவில் வைத்துப் பார்த்தார். ருசியை சற்று மனம் வரைக்கும் உள்வாங்கியவர் உப்பு சற்றுக் குறைவதாக உணர்ந்தார். சிறிய குவளையில் சிறிது நீரெடுத்து எண்ணிய உப்பை எடுத்து அதில்போட்டு கரைத்தார். அதை தண்டபாணியிடம் கொடுத்துவிட்டு கிண்டத் தொடங்கினார். உப்பு நீரை தண்டபாணி உருளைகிழங்கின்மீது தெளித்தார். அதன் நிறம் சற்று பொன்னிறமாக மாறத் தொடங்கியபோது விறகை சற்று வெளியே உருவிவிட்டு இரண்டுபேரும் சேர்ந்து இறக்கினார்கள். தண்டபாணி, பரிமாறுவதற்கான வாளியில் அதனை அள்ளிப்போடும்போது சிங்காரம், அப்பளம் பொறிக்கும் கடாயை அடுப்பில் வைத்தார்.

இடத்தையெல்லாம் சுத்தம் செய்து எல்லாப் பாத்திரங்களையும் கழுவி கவிழ்த்தபின் செட்டியாரும் அம்மாவும் தாம்பாளத்தட்டில் ஒரு சீப்பு வாழைப்பழமும் வெற்றிலை பாக்கும் வைத்து அதனுடன் சமையல் வேலைக்கான தொகையையும் வைத்து சிங்காரத்தை வீட்டினுள் அழைத்துத் தந்தார்கள். சமையற்காரர்களில் சிலர் முன்பணம் வாங்குவதுண்டு. ஆனால், சிங்காரம் வாங்குவதில்லை. பொதுவாக முன்பணம் கொடுப்பது வேறு யாரையும் பார்க்கவேண்டாம் என உறுதி செய்வதற்குதான். வெற்றிலை பாக்கோடு ஒரு ரூபாய் மட்டும் வைத்து நிகழ்விற்கு முறைப்படி அழைப்பார்கள். சிங்காரம் அந்த அழைப்பை ஏற்றுக்கொள்வதே ஒப்புதல் அளிப்பதுதான். ஒப்புக்கொண்டுவிட்டால் முடித்தபின்தான் பணம் வாங்குவார்.

மீதமான பலகாரங்களில் வீட்டுக்காரர்களுக்கு தேவையானதை எடுத்துக் கொண்டதுபோக மீதம் இருப்பவற்றை சமையல் வேலைக்கு வந்தவர்கள் பிரித்து எடுத்துக் கொள்வார்கள். சகோதரர்கள் நால்வருக்கான பங்கில் மூன்றை மட்டும் சுந்தரேசன் எடுத்துக்கொண்டு தன் பங்கை

செண்பகத்திற்கு அளித்தார். “பிள்ளைகள் இல்லையினா என்ன ஒம் பொண்டாட்டிக்கு கொடுக்கலாம்ல...” என்று முன்பு சிங்காரம் கேட்டபோது “அங்கின மிஞ்சுனத திங்கிற அளவுக்கு இங்க யாரும் நாதியத்துக் கெடக்கலன்னு வேலாயி சொல்றாண்ணா. எடுத்துக்கிட்டு போயி அவகிட்ட ஏச்சு வாங்குறதுக்கு செண்பகத்துக்கிட்ட கொடுத்தா அவ அக்கா பசங்களாவது திங்குமில்ல..” என்று கூறினார்.

செண்பகத்தின் ஊர் உசிலம்பட்டி. அந்த ஊர் அம்பலம் ஒருநாள் இவளை சிங்காரத்திடம் அழைத்து வந்து சமையல் வேலையின் போது கூடமாட ஒதவிக்கு வைத்துக் கொள்ள முடியுமா என்று கேட்டார். அவர் மகள் திருமணத்திற்கு சிங்காரம்தான் சமையல். அந்த ஊரில் மதிப்புக்குரிய மனிதர் என்பதால் மட்டுமல்ல இவர்களுடன் இருந்த ராசாத்தி கணவனுடன் திருச்சிக்குச் சென்றுவிட்டதாலும் மறுக்காமல் சம்மதித்தார்.

செண்பகம் அதிகமாக யாரிடமும் பேசுவதில்லை. பாத்திரம் கழுவுதலும் காய் வெட்டும் செய்வதால் கதிரேசனிடம் மட்டுமே சற்று பேசுவாள். அவருடன் இருக்கும் சின்னய்யாவிடம் கூட முகம் கொடுத்துப் பேசுவதில்லை. செண்பகத்தின் கணவன் திருமணமான ஒரு வருடத்தில் வீட்டைவிட்டு சென்றுவிட்டான். ஒருமாத தேடலுக்குபின்னும் தென்படாத நிலையில் அந்த வீட்டினரின் வீண் வசைகளை தாங்கவொண்ணாமல் தன் வீட்டிற்குத் திரும்பினாள். தாய் மட்டுமிருக்கும் அந்த வீட்டில் ஊதாரித்தனத்துடன் இருக்கும் கணவனுக்கு பெற்ற இரு பிள்ளைகளை வைத்துக் கொண்டு இவள் அக்காவும் இருந்தாள். “இன்பத்த கடவுள் தொடர்ந்து கொடுக்கிறதில்லை. ஆனா, துன்பத்தை சளைக்காம தொடர்ந்து கொடுப்பான்” என்று ஒருமுறை செண்பகம் கதிரேசனிடம் கூறினாள். அவளின் தற்போதைய நிலைமை ஆண்களிடம் இயல்பாக பேசுவதை தடுக்கிறதென்று சுந்தரேசன் எண்ணார். பிற பெண்களிடம் போலவே சின்னய்யா ஏதாவது அவளைச் சீண்டுமாறு கூறியிருப்பான் அதனால்தான் அவனை நோக்கி முகத்தை திருப்பாமலேயே இருக்கிறாள் என்றும் தோன்றியது. இவரிடமும் அவள் அதிகமாகப் பேசுவதில்லை. மற்றவர்களிடம் அறவே பேசாதபோது இவரிடம் பேசும் சில வார்த்தைகளே அதிகமான பேச்சு போலவும், இவரிடம்

மட்டுமே பேசுவது போலவும் மற்றவர்களுக்கு தோன்றும் வண்ணம் இருந்தது.

பலகாரங்கள் இருந்த ஓலைப்பெட்டியையும் கொண்டுவந்த தளவாடங்களையும் எடுத்துக்கொண்டு தங்கள் ஊரை நோக்கி நடக்கத் தொடங்கினர். இவர்கள் ஊரைக் கடந்துதான் செண்பகத்தின் ஊருக்குச் செல்லவேண்டுமென்பதால் அவளும் இவர்களுக்குப் பின்னால் வந்தாள்.

****

கதிரேசனின் மனைவி வேலாயியும் சின்னய்யாவின் மனைவி காத்தாயியும் பள்ளத்தூருக்கும் கீழக்குடிக்கும் இடையிலிருந்த வயலில் களை பிடுங்கிக் கொண்டிருந்தார்கள். வேலாயி சுந்தரேசன் வேலைக்குச் செல்லும் நாள்களில்தான் வயல் வேலைக்கு செல்வாள். மற்ற நாள்களில் கதிரேசனின் அருகிலேயே இருக்கவே விரும்புவாள்.

கீ. புதுப்பட்டியில் பிறந்த வேலாயி வீட்டில் ஒற்றைப் பெண். இவளுக்கு முன்னும் பின்னும் நான்கு பிள்ளைகள் மூன்று பிறந்தும் ஒன்று பிறக்கையிலும் இறந்துவிட்டன. எஞ்சிய இவளை பெற்றவர்கள் கொஞ்சி வளர்த்தனர். இவள் முகம் கோணாமலிருக்க கேட்டதையெல்லாம் கொடுத்தனர். வேலாயி தனக்கென்று கிடைத்ததை பிறருக்கு அளித்ததேயில்லை. இவளுக்கு உரியதை யாராவது எடுக்க எண்ணினாலும் இவளுக்குள் பெரும் சினம் எழும்.

கொல்லையில் கொன்றை மரத்தில் அமர்ந்திருந்த மூன்று பொன்வண்டுகளை பிடித்துவந்து வேலாயியிடம் கொடுத்தார் அவள் அப்பா. செம்மை நிறத்தில் சிறகும் ஒளிரும் பச்சை வண்ணத்தில் உடல் பாகமும் கொண்ட பொன்வண்டு பறப்பதைக் காணும் பிள்ளைகளின் உள்ளம் குதூகலிக்கும். அதன் கழுத்தில் நூலைக் கட்டி பறக்கவிட்டு அதோடு சேர்ந்து வேலாயியும் ஓடியதைக் கண்ட பிள்ளைகளின் முகத்தில் ஏக்கம் வழிந்தது. அதைக் கண்டபோது வேலாயியின் உள்ளம் மேலும் உயரத்திற்கு துள்ளியது. மூன்று பொன்வண்டுகளில் ஒன்றைத் தனக்கு தருமாறு பக்கத்து வீட்டு சாமி இவளிடம் கெஞ்சினான். இவள் மறுத்துவிட்டாள். இவள் வீட்டில் இல்லாத நேரம் பார்த்து வீட்டினுள் நுழைந்து முற்றத்துத் தூணில் கட்டி வைத்திருந்த பொன்வண்டுகளின் கயிற்றில் ஒன்றை அவிழ்த்தான். அப்போது வீட்டிற்குள் வந்த வேலாயி

சாமியின் செயலால் சினந்து, ஈயைப் பிடிப்பதற்காக சுவரில் இறங்கிவந்த கருமை படர்ந்த முரட்டுப் பல்லியை வெறுங்கையால் பிடித்து சாமியின் மேல் போட்டாள். அவனின் அலறலில் வெளியிலிருந்த பலரும் கூடிவிட்டார்கள். இவளுக்கும் பல்லி என்றால் பயமும் அருவெறுப்பும்தான். ஆனால், அவன்மேல் அக்கணத்தில் ஏற்பட்ட சினத்தில் எதுவும் தோன்றவில்லை. அதிலிருந்து வேலாயியிடம் அவள் வயதொத்த பிள்ளைகள் சூதானமாக நடந்துகொண்டன.

வேலாயிக்கு பதினைந்து வயதாகும்போது கதிரறுப்புக்குச் சென்றாள். பல வீடுகளிலிருந்தும் பெண்கள் கதிரறுப்புக்கு வந்தார்கள். அதில், அரிமளத்தில் பிறந்து கீ. புதுப்பட்டிக்கு மணம் செய்துவந்த கலையும் இருந்தாள். ஒவ்வொருவரும் தனித்தனியாக கதிர் அரிவாள்கள் கொண்டுவருவார்கள். அரிவாள்கள் எடுத்து வராதவர்களுக்கு நிலத்துக்காரர் தன்னிடம் இருக்கும் அரிவாள்களில் ஒன்றைக் கொடுப்பார். கலை அரிவாள் எடுத்து வராததால் நிலத்துக்காரர் கொடுத்த அரிவாளால் கதிர் அறுத்தாள். வேலாயி தன் வீட்டிலிருந்து தன் அரிவாளை எடுத்து வந்திருந்தாள். அறந்தாங்கியில் இருந்து வாங்கி வந்ததும் புளியமர வேரில் மணல் துகள்களைத் தூவி பளபளவென மின்னுமாறு அப்பா தீட்டிக் கொடுத்திருந்தார். தொடர்ந்து அதனைக் கொண்டு புல்லோ கதிரோ அறுக்க பாவித்ததால் அறுப்பதே தெரியாமல் இலகுவாக அறுக்கும் கூர்மையைக் கொண்டிருந்தது.

வயலில் கதிரறுக்கும்போது ஒவ்வொருவருக்கும் ஐந்தடி அகலத்திற்கு நீளவாக்கில் அறுக்கவேண்டும் என்பதாக நிரை ஒதுக்கிக் கொள்வார்கள். வேலாயி தன் நிரையில் அறுத்தபடி மற்றவர்களைவிட நான்கைந்தடி முன் சென்றாள். அரிமளத்துக் கலை நிலத்துக்காரர் கொடுத்த தீட்டி பல நாட்களான அரிவாளால் சிரமத்துடன் அறுத்தாள். மழுங்கலான அரிவாளால் உந்தி அறுக்கும்போது அரிவாளின் பிடி அழுந்தி முதலில் உள்ளங்கை சிவக்கும். பின் நீர்க்கொப்பளம் உண்டாகும். மேலும் தொடர்ந்தால் கொப்பளம் உடைந்து தோலும் உரிந்துவிடும். இதை எண்ணியவள்போல உள்ளங்கை சிவந்தபோதே அறுக்கும் உத்வேகத்தைக் குறைத்தாள் கலை. அதனால் நிரையில் பின்வாங்க நேர்ந்தது. உடன் அறுத்த பெண்களுக்கு வாயை மெல்வதற்கான அவலாக கலை கிடைத்துவிட்டாள். "ஒரு

நெரைக்கே சோர்ந்திட்டாளே இப்படித்தான் ராவேலையும் பார்ப்பாளோ…” என்று தொடங்கி இரட்டை அர்த்த கேலிகளைத் தொடர்ந்தார்கள். வேலாயியுடன் அவள் பெரியம்மாவும் கதிரறுக்க வந்திருந்தார். அவர் “ஏ வேலாயி, நீதான் முன்னாடி போயிட்டியே. கொஞ்சம் வீட்டுக்குப் போயி கஞ்சிச் சட்டிய தூக்கிட்டு வந்திடேன். ஓங்க அத்தாச்சி புள்ளையப் போட்டுட்டு வரமுடியாதுல்ல” என்று கூறினார். இவ்வளவு நேரம் குனிந்திருந்த சடவும் போகும், கொஞ்சம் நடந்த மாதிரியும் இருக்கும் என்ற எண்ணத்துடன் வேலாயி, அரிவாளை வரப்போரமாக வைத்துவிட்டு பெரியம்மா வீட்டை நோக்கிச் சென்றாள்.

கஞ்சிச் சட்டியை கொண்டுவந்த வேலாயி வரப்பில் இறக்கினாள். வைத்துச் சென்ற இடத்தில் இவள் அரிவாளுக்குப் பதிலாக வேறொன்று கிடந்தது. அறுத்துக் கொண்டிருந்தவர்களை நோக்கிய ஒரு கணத்தில் நடந்ததை உணர்ந்துகொண்டாள். கிடந்த அரிவாளை எடுத்துக்கொண்டு விரைந்தவள், உற்சாகமாக அறுத்துக்கொண்டிருந்த கலையின் ஒரு சாண் அளவே இருந்த சிறு ஒற்றைச் சடையை அவளின் கதறலையும் கருதாமல் ஒட்ட நறுக்கி எறிந்தாள்.

திருமணத்திற்கு பின் கதிரேசனே வேலாயியின் உலகமானார். அவரின் எல்லாவற்றையும் நேசிக்கும் குணமும் அதனால் அவர் முகத்தில் தோன்றும் தனித்துவமான புன்னகையும் இவளுக்கு அவரிடம் பெரும் பிரியத்தை உண்டாக்கியது. மாமனார் மாமியார் இல்லாத குடும்பம். மூத்த அண்ணன்தான் எல்லாவற்றையும் கவனித்துக் கொண்டார். அண்ணன் தம்பிகளுக்குள் வயது வித்தியாசம் அதிகமில்லாததால் கருத்து வேறுபாடுகள் பெரிதாக எழுவதில்லை. ஒரே வீட்டிற்குள் வசித்தாலும் ஒருவர் விசயத்தில் பிறர் அவசியமின்றி தலையிடுவதில்லை. வேலாயிக்கு மகிழ்ச்சியாக இருந்தது. ஊரில் இருந்தபோது உடனிருந்த பெண்கள் மணமாகிச் சென்று ஏதாவது விசேசத்திற்கு தாய் வீட்டிற்கு வரும்போது புகுந்த வீட்டில் படும் இன்னல்களைக் கூறி இவள் மனதிலும் அச்சத்தை விதைத்திருந்தார்கள். எதையும் எதிர்கொண்டு ஏற்றுக் கொள்வதற்கான மனநிலையோடுதான் மணமாகி வந்தாள். இங்கிருந்த பெரிதாக கட்டுப்படுத்தாத சூழ்நிலை இவளுக்கு ஆச்சர்யமளித்தது. இந்த இதமான வாழ்விற்கு காரணமான

கதிரேசனைக் காணும்போதெல்லாம் உள்ளத்தில் அன்பு பெருக்கெடுத்து அப்படியே கட்டிக்கொள்ளத் தோன்றும். அறையில் அணைத்துக் கொண்டிருக்கும்போது அப்படியே காலம் முழுக்க இருந்துவிட மனம் ஏங்கும்.

சமையல் வேலைக்கு செல்லும் நாட்கள் தவிர மற்ற நாட்களில் கதிரேசனுடனேயே வயல்களுக்குச் செல்வாள். காலையில் கிளம்பும்போதே கஞ்சிச் சட்டியை தூக்கி வந்துவிடுவதால் நடுவில் அவனைப் பிரியவேண்டிய அவசியம் எழாது. வெள்ளாமை எப்போதுமே செழித்திராமல் சில நேரங்களில் பொய்த்துவிடுவதால் இதை மட்டுமே நம்பிக் கொண்டிருக்க முடியாது. அதோடு கதிரேசனின் அப்பாவும் நல்ல சமையல்காரர் எனப் பெயரெடுத்தவர். எனவே அதனை வெறும் தொழிலெனப் பாராமல் தங்கள் குடும்பத்தின் முதன்மையான அடையாளம் எனக் கருதிய சிங்காரம் அதை தம்பிகளின் மனதிலும் பதிய வைத்திருந்தார். இதனால் வேலாயியால் சுந்தரேசன் சமையல் வேலைக்கு செல்வதைத் தடுக்கமுடியவில்லை. இவள் தானும் உடன் வருவதாகக் கூறியபோது "வீட்டுப் பெண்கள கூட்டிக்கிட்டுப் போறதுல எங்களுக்கொன்னும் தயக்கமில்ல. வேற பெண்களும் வராங்கதான். ஆனா, வீட்டுக்காரங்க ஒருத்தர் மாதிரி ஒருத்தர் இருக்கமாட்டாங்க. வேல நேரத்துல ஏதாவது வெடுக்குன்னு எங்களச் சொன்னா ஒங்களுக்கும் ஒங்களச் சொன்னா எங்களுக்கும் தாங்கமுடியாத மாதிரி திடுக்குனு இருக்கும்" எனக் கூறிய சிங்காரம் அழைத்து செல்ல மறுத்துவிட்டார். அழைத்து செல்லாத கோபத்தில் இருந்தபோதுதான் ஒருமுறை சுந்தரேசன் கொண்டுவந்த பலகாரத்தை வாங்கிக் கொள்ளாமல் முகத்திலடித்ததுபோல ஏசினாள்.

சிங்காரம் முதலில் செல்ல, தம்பிகள் வரிசையாக நடக்க கடைசியாக நடந்த கதிரேசனுக்கு அருகில் செண்பகம் வண்டிப் பாதையில் நடந்து செல்வதை காத்தாயி பார்த்தாள். வேலாயியை அழைத்து "இந்தா ஒன் வீட்டு ஆளுகள்லாம் போறாங்க பாரு..." என்று கூறியதும் நிமிர்ந்து பார்த்தாள் வேலாயி. அவள் முகத்தில் ஒரு மலர்ச்சி தோன்றியது. "பின்னாடி போறாளே செம்பகம். அவ புருசங்கூட இல்ல தெரியுமா ஒனக்கு.." இதைக் கூறியதும் ஏன் இதைக் கூறுகிறாள் என்பது புரியாததுபோல நோக்கினாள். "ஓம்

புருசனுக்கிட்ட மட்டுந்தான் பேசுறாளாம். ஓம் புருசன் அவர் பங்கு பலகாரத்தை அவளுக்குத்தான் கொடுக்குறாராம்...”. வேலாயியின் முறைப்பைக் கண்டதும், “நானா ஒன்னும் சொல்லல... எம் புருசன் சொன்னததான் நான் சொல்றேன்..” என்று தன் இடது கை மேல் வலது கையால் வேகமாக அடித்து சத்தியம் செய்வதுபோல பாவனை செய்தாள்.

வேலாயியின் உள்ளம் பதறி சிலிர்த்து உக்கிரமடைந்தது. தான் கொண்டுவந்த தட்டுக்கூடை, கஞ்சித் தூக்கு எதையும் நினைக்காமல் வேகமாக நடந்தாள். வரப்புகளில் நடந்தபோது வரப்போரங்களில் நீட்டிக் கொண்டிருந்த சிறுமுட்கள் அவளின் கரண்டைக் கால்களில் கோடிழுத்து ரத்தத்தை துளிர்க்க வைத்தன. இதை உணராமலேயே நடந்து வீட்டின் பின் வாசலுக்குச் சென்றாள். அங்கிருந்து நோக்கியபோது வீட்டின் முன்புறத் திண்ணையில் இருபுறமாக அண்ணன் தம்பிகள் அமர்ந்திருக்க செண்பகம் சற்று தள்ளி நின்று கொண்டிருந்தாள். சிங்காரம் ராமையாவிடம் எதையோ வினவ அவர் தன் பையிலிருந்த நோட்டை எடுத்து பார்த்துக் கொண்டிருந்தார்.

வேலாயி இரும்பு வாளியொன்றை எடுத்துச் சென்று பக்கத்து வீட்டு கட்டுத்தரையில் கிடந்த எருமைச் சாணியை நான்கு கட்டி எடுத்து வாளிக்குள் போட்டாள். கிணற்று தொட்டியிலிருந்த நீரை அதில் முக்கால் பங்கு ஊற்றி கரைத்தாள். இனிமேல் கூட்ட பயன்படாதென ஓரமாய் போட்டிருந்த விளக்கமாறை கையில் எடுத்துக்கொண்டு வீட்டிற்குள் நுழைத்து முன்புறம் வந்தாள். இவளின் நடை சத்தம் கேட்டு ஓரகத்திகள் மூவரும் அவள் பின்னாலேயே வந்தார்கள். வேலாயி யாரையும் நோக்காமல் வேகமாகச் சென்று வாளியிலிருந்த சாணிக் கரைசலை செண்பகத்தின் தலைமேல் கவிழ்த்தாள். என்ன நிகழ்கிறதென்று உணராத செண்பகம் கீழே ஒடுங்கியமர்ந்தாள். வாகாக அமர்ந்த அவளின் தலையிலும் தோளிலும் இடுப்பில் கையிலிருந்த பழைய விளக்கமாறால் விளாசினாள். நான்கு ஆண்களும் மூன்று பெண்களும் திகைத்து நிலைகுத்திய கண்களால் அதைப் பார்த்துக்கொண்டிருந்தார்கள்.

11

முன்பு நிகழ்ந்தது

ஆவுடையார் கோவிலுக்குச் செல்லும் வண்டிப்பாதையில் நடந்துகொண்டிருந்தாள் செண்பகம். ஊற்றப்பட்ட சாணிக் கரைசல் தலைமுடியை இருபக்க தோள்களிலும் முதுகிலும் பறக்காமல் அப்பியிருந்தது. முகத்தில் வழிந்தது அப்படியே ஒட்டி உலர்ந்திருந்தது. முழங்காலுக்குமேல் சேலையின் சிவப்பு நிறம் தெரியாமல் கருப்பாக மாறியிருந்தது. பாதையில் கிடந்த சிறு கற்களையும் முட்களையும் மனம் கொள்ளாமல் மிதித்தபடியே ஒரே சீராக நடந்துகொண்டிருந்தாள். எதிரில் வந்தவர்கள் அவள் தோற்றத்தையும் நடையின் வேகத்தையும் முகத்தில் தெறித்த உக்கிரத்தையும் கண்டு பதறி விலகினார்கள்.

ஏன் ஏன் என்ற கேள்வி செண்பகத்தின் ஒவ்வொரு அணுவிலும் எழுந்து உள்ளத்தின் கொதிப்பை அதிகரித்துக் கொண்டேயிருந்தது. 'அடுத்து எப்போது வேலைக்கு வரவேண்டுமென கேட்டுவிட்டு பதிலுக்கு காத்திருந்தேன். இதில் தவறென்ன உள்ளது. எதற்காக அவள் இந்தக் காரியத்தை செய்யவேண்டும். ஒழுக்கம் தவறியவர்களுக்கு மொட்டையடித்து கரும்புள்ளி செம்புள்ளி குத்தி கழுதைமேல் ஏற்றும் பழைய வழக்கத்தின் தொடர்ச்சிதானே சாணியைக் கரைத்தூற்றி துடைப்பதால் அடிப்பது. நான் அப்படி ஒழுக்கக் கேடான விசயம் என எதைச் செய்தேன். பெண்களிடம் கூட அதிகமாகச் சிரித்தோ தொட்டோ விளையாடியதில்லையே. ஆண்களிடம் அவசியமின்றி ஒரு

வார்த்தையும் பேசியதில்லையே. அந்தப் பெண் யாருடைய மனைவி? அது தெரிந்தால்கூட யாருடன் என்னை இணைத்துப் பார்த்திருக்கிறாள் என்பதையாவது அறியலாம். மற்ற வேலைகளில் ஆண்களின் சாடைமாடையான பேச்சுக்களை எதிர்கொள்ள வேண்டுமே என்பதற்காகத்தானே சமையல் வேலைக்குச் சேர்ந்தேன். அப்படி தவறான நடத்தையெனத் தெரியுமாறு நான் செய்ததென்ன?'. மனம் கொதித்து கொதித்து உருவாகும் அனலில் உடலே உருகிவிடும்போல் இருந்தது. "\'ஊரிலுள்ளவர்கள் என் நடத்தையைப் பற்றி என்ன எண்ணுவார்கள். அதுகூடப் பரவாயில்லை, வீட்டில் அம்மாவும் அக்காவும் அவள் பிள்ளைகளும் என்னை நம்புவார்களா அல்லது எதுவும் இல்லாமலா இப்படியொரு தண்டனை கொடுப்பார்கள் என எண்ணுவார்களா. அவர்களுக்காகவே வேலைக்குச் சென்றாலும் நீ எப்படி நடந்துகொண்டாயோ என்று என்னைத்தானே முதலில் கேட்பார்கள். தண்டனை கொடுத்தவரை யாரும் கேட்கும்முன் தண்டனை பெற்றவளை குற்றம் புரிந்திருப்பாள் என உடனே நம்பிவிடுவார்கள். அதோடு குற்றம் செய்தவள் எப்போது உண்மையை ஒத்துக் கொண்டிருக்கிறாள் என்ற வியாக்யானம் வேறு பேசுவார்கள்'. மனதில் கேள்விகள் ஈரமண்ணிலிருந்து வெளிவரும் ஈசல்களாக எழுந்து கொண்டேயிருந்தன. சற்று பறந்து விடை கிடைக்காமல் சிறகு உதிர்ந்தவைபோல மேனியில் பட்டு ஊறின. மேனி விதிர்த்து சிலிர்த்துக் கொண்டேயிருந்தது.

'நிகழ்ந்ததைக் கூட பொறுக்கலாம். ஆனால், ஏன் நிகழ்ந்ததென்று அறியாமல் மனம் பேதலித்துவிடும் போலிருக்கிறதே. அவள் கணவனை நான் என்ன செய்துவிட்டேனென எனக்கு இப்படியொரு தீங்கைச் செய்தாள். அந்த வீட்டினுள் இருந்தா வந்தாள். அதையும் உறுதி செய்யமுடியவில்லையே..'" அந்தக் கணத்தை மீண்டும் எண்ணக்கூடாதென விலக்கி விலக்கித் தள்ளி வந்தவள் ஓர் உறுதியுடன் நிகழ்ந்ததை மனதில் ஓட்டிப் பார்த்தாள். இவள் தலையைக் குனிந்து நின்றாள். ஏதோவொரு வாசம் நாசியை தொட்டது. அது என்னவென்று அறிவதற்குள் தலையில் குளிர்ச்சியான நீர் பட்டது. நீரல்ல நீருடன் வேறொன்றும். அனிச்சையாய் விழிகள் மூடிக் கொண்டன. கணத்தின் பாதிக்குள்ளேயே அகம் உணர்ந்துவிட்டது. இது

சாணிக்கரைசல். சட்டென அருவெறுத்து மனம் சுருங்க உடல் குறுகி அமர்ந்தாள். வாளி கீழே விழும் ஓசை கேட்டது. ஊற்றி முடித்துவிட்டாள். யாரெனப் பார்க்கலாம் என விழியைத் திறக்க எண்ணிய கணம் சத்தென்று தலையில் அடி விழுந்தது. உடலில் ஒரு மின்வெட்டு பாய்ந்தது. உயிரையே ஒட்டு மொத்தமாய் இழுக்கும் பெருவலி தோன்றியது. அந்த வலி விழுந்த அடியால் மட்டுமல்ல. எந்தப் பொருள் கொண்டு அடிக்கப்படுகிறது என்பதை அகம் உணர்ந்து கொண்டதால். முதலில் உடல் பதறினாலும் சில அடிகளுக்குப்பின் இனி தடுப்பதால் எதுவும் மாறப்போவதில்லை என்று முடிவுசெய்து விழி திறக்கும் எண்ணத்தைக் கைவிட்டு எப்போது முடியும் என்று காத்திருக்கத் தொடங்கினாள். அடியின் ஓசைக்குமேல் அவளின் வசை இவள் செவியில் விழவில்லை. எதையோ அகம் செவி கூர்ந்துள்ளது. அது என்னவென மனதினுள் துழாவினாள். ஒரு சொல் ஒரு சொல் கிடைத்தால் ஏனென்று விளங்கிவிடுமே... என மனம் பதறித் தேடியது. அதோ அதோ ஒரு சொல் தென்படுகிறதே.. அடியின் ஓசையை சற்றே மட்டுப்படுத்தி கிணற்றில் தவறவிட்ட வாளியை பாதாளக் கரண்டி கொண்டு ஆய்வதென அச்சொல்லைக் கூர்ந்தாள். மெல்ல மிகச் சன்னமாக அந்த ஒலி கேட்டது. புதுப்பட்டி. ஆம் புதுப்பட்டி. புதுப்பட்டியா... புதுப்பட்டியில் என்ன செய்தேன் என இன்னொரு மனம் வேறு பக்கம் துழாவ இவள் மீண்டும் அவ்வார்த்தையைத் தொடர்ந்தாள். “புதுப்பட்டிக்காரி புருசனையே வளைக்க பாக்குறியா?”. யாரது புதுப்பட்டிக்காரி. அவள் புருசன் யார். அவனை எப்போது வளைக்கப் பார்த்தேன்... கேள்விகள் குறைவதற்கு பதிலாக அதிகரித்து கொந்தளிப்பைக் கூட்டியது. புதுப்பட்டி எனும் சொல் இன்றே காதில் விழுந்ததே. எப்போது யார் கூறியது... மனம் சளைக்காமல் மணலில் விழுந்த நீர்போல தன் நினைவுக்குள் ஊடுருவியது. அண்ணன் தம்பிகள் பேசிக் கொண்டு வருவது காதில் விழுந்தாலும், செண்பகம் அவற்றை உள்ளம் கொள்ளமாட்டாள். வேலை முடிந்து வந்தபோது சிங்காரம் கதிரேசனிடம், “புதுப்பட்டிக்கு போறியாப்பா..?” எனக் கேட்டதும் “ஆமாண்ணா... போயி நாளாயிடுச்சின்னு வேலாயி சொல்லிட்டிருக்கு” என்று இவர் பதிலுரைத்ததும் துலக்கமாக கேட்டது.

அப்ப சுந்தரேசன் பொன்டாட்டிதான் இதைச் செய்தது. சுந்தரேசன் கூட தகாத பழக்கம் வைத்திருக்கிறேன்

என்று நினைத்துதான் அவள் இப்படி செய்திருக்கிறாள். எப்படி இந்த முடிவுக்கு வந்தாள்? வேலை நேரத்தில் பேசுவதற்கப்பால் எதையும் பேசியதுகூட இல்லையே... எதுவும் புரிபடவில்லை. எண்ணி எண்ணிச் சோர்ந்த மனம் எதையாவது பற்றிக் கொள்ளத் துடித்தது. வேறு பக்கம் சிந்தனையை மாற்றியது. அது சரி... அவள் கணவன் பறிபோய்விடுவான் என்று நினைத்து இதைச் செய்தாள் என்றால், இந்த நான்கு பேரும் என்ன செய்தார்கள்? தடுக்க முயற்சியே செய்யவில்லையே? நாலு பேர் சேர்ந்து தடுக்க முடியாதா..? 'தெரியாத யாரோவொரு பொண்ணுக்கு நடந்தாக் கூட ஏம்மா இப்படிப் பண்றேன்னு கேப்பாங்களே. இவங்க கூட வேலை பாக்குற பொண்ண இவங்க வீட்டு பொம்பள சாணிய ஊத்தி தொடப்பத்தால அடிக்கிறத வேடிக்க பாத்துக்கிட்டு நின்னாங்களே.. இவங்கெல்லாம் ஆம்பளைங்களா. ஆம்பளங்க இல்லாம இருக்கட்டும் மனுசங்களா.. . இவங்கள என்ன செய்யறது. என்ன செய்யறது. ஏதாவது செய்யனும்.' மனம் மூர்க்கம் கொண்ட கொலை விலங்கென முட்டி மோதி தவித்தது. நான் ஒரு அபலைப் பெண். எனக்கென கேட்க ஆண்கள் யாருமில்லை. அதற்காக இதை அப்படியே விட்டுவிட முடியுமா. ஏதாவது செய்யனும். செஞ்சே ஆகணும். ஏதும் செய்யாம விட்டா கேட்க நாதியத்த எல்லோருக்கும் இதே மாதிரி நடந்துகிட்டேயிருக்கும்.

செண்பகத்திற்கு அம்மாவோ அக்காவோ அவளின் பிள்ளைகளோ நினைவில் எழவில்லை. அந்த அண்ணன் தம்பிகளின் குணமென்ன.. தன்னிடம் அவர்கள் நடந்துகொண்ட விதமென்ன.. அவர்கள் மனைவிகள் மற்றும் பிள்ளைகளின் நிலையென்ன என்பதான எந்த எண்ணமும் எழவில்லை. என்ன செய்வது.. எப்படிச் செய்வது இந்தக் கேள்விகள் மட்டும் மீளமீள எழுந்து கருமான் பட்டறையின் கனலென மனதினுள் பெரும் அனலை எழுப்பி வெறிகொள்ள வைத்தது. மாலையின் மெல்லிருள் அடர்ந்து கடும் இருளானது. பாதையில் ஏதாவது ஊர் இருக்கும் இடங்களில் மட்டும் வெளிச்சம் இருந்தது. மற்ற இடமெல்லாம் பாதையின் இருபுறமும் மரங்களும் செடிகளும் இடைவெளியில்லாமல் இருந்ததால் பாதையில் வண்டிச் சக்கரத்தில் தடவியிருக்கும் மையென அடர்கருமை படர்ந்திருந்தது. செல்வதெங்கே எனத்

தெரியாமல் கிளம்பியதாகத்தான் முதலில் தோன்றியது. ஆனால், ஆழுள்ளம் ஒன்று ஏற்கனவே இலக்கை நிர்ணயத்துள்ளது என்பதை பாதையின் போக்கைக்கொண்டு உணர்ந்த மற்றோர் அகம் திகைத்தது. ஒரு கணம் பதறி அடுத்த கணமே மெல்லிய உவகையொன்று உள்ளுக்குள் ஊடுருவியதை சிலிர்ப்பென மேனியில் உணர்ந்தாள். இந்த இலக்கு நிர்ணயமானது எப்போது என்று எண்ணம் ஓடியது. வேடிக்கை பார்த்து நின்றவர்களை ஏதாவது செய்தே ஆகவேண்டும் எனத் தோன்றிய போதா... இல்லை அதற்கு முன்பே... அடித்து முடித்தபின் சூழ்ந்திருந்த எவர் முகத்தையும் நோக்காமல் தரையை மட்டும் பார்த்தபடி கிளம்பிய போதா... இல்லை அதற்கு முன்பே... சாணியை ஊற்றி முதல் அடி விழுந்த போதா... இல்லையில்லை அதற்கு முன்பே. அந்த தெய்வத்தைப் பற்றி ஊரில் யாரோ எப்போதோ கூறி செவியைத் தீண்டியபோது ஒரு மெல்லிய அதிர்வை அகம் அடைந்ததே... அக்கணத்திலேயே உயிர்கொண்டது அத்தெய்வத்தை காணவேண்டுமென்ற விழைவு. எப்போது எப்போது என அகத்தின் ஆழத்தில் மிகமிக மெல்லிய ஆவலொன்று சிறு புல்லின் குறுந் தளிரென விழைவு கொண்டிருந்தது. இப்போது முதல் அடி விழுந்தவுடன் இலக்கை நோக்கித் தூண்டியது அதுதான். மனிதர்கள் மட்டுமல்ல இப்பூவுலக உயிர்களனைத்துமே வெளித்தெரியா பல்லாயிரம் விழைவுகளால் ஆனவைதானே. உலகை இயக்கும் உந்துவிசையே அவைதானே. அவை இல்லையென்றால் உயிர்களனைத்தும் சோம்பித் துவண்டு தேங்கிவிடுமே.

செல்லும் இலக்கு துலங்கியவுடன் அதை நோக்கி செண்பகத்தின் உள்ளம் சென்றது. எத்தனையோ பேரின் வஞ்சத்தை தன்னிரக்கத்தை பரிதவிப்பை நிறைவேற்றிய தெய்வமல்லவா. அத்தெய்வம் ஆற்றும் செயலைக் கொண்டல்லவா அதை கொடுந்தெய்வமென கூறுகிறார்கள். ஆனால், பெருந்துயரின் கொந்தளிப்புடன் உலகமே தங்களைக் கைவிட்டுவிட்டது என்ற கையறு நிலையின் பரிதவிப்புடன் அவளை அணுகுபவர்களை ஆற்றுப்படுத்தி அவர்களுக்கு தான் இருக்கிறேன் என்று உறுதி கொடுப்பவள். இவளா கொடுந்தெய்வம். அன்றாடத்தில் உழன்று அவ்வப்போது தேவைப்படுவதை கேட்பவர்களுக்கு அளிக்கும் தெய்வமா

அருள் பாலிப்பது. இல்லையில்லை... தன்னை நாடி வந்தவர்களுக்காக அத்தனை தெய்வங்களுக்கும் எதிராக நிற்க வேண்டிய அவசியம் எழுந்தால், தயங்காமல் நின்று நியாயம் எதுவென்று தான் எண்ணுவதை இயற்றுபவளல்லவா அரும் பெருந்தெய்வம். எளியவனுக்குத் தீங்கிழைக்கப்படும்போது கண்டும் காணாமல் ஒதுங்கி நின்று வேடிக்கை மட்டும் பார்ப்பவர்கள்தான் இவளைக் கண்டு நடுங்குகிறார்கள். இவள் பெயரையும் உச்சரிக்கத் தயங்குகிறார்கள். அவளின் இருப்பிடத்தையும் அடுத்தவருக்கு உரைக்க மறுக்கிறார்கள். ஆனால், உலகத்தால் கைவிடப்பட்டு மனதில் கனலை சுமப்பவர்களின் உயிரணுவில் அவளின் இருப்பிடத்திற்கான பாதை எத்தனையோ யுகங்களுக்கு முன்பே பதியவைக்கப்பட்டுள்ளது. அந்தக் கணத்தில் பாதை துலக்கமடைந்து எவரிடமும் கேளாமல் கால்கள் அந்தப் பாதையில் அடியெடுத்து வைக்கின்றன.

ஆனால், இந்தப்பாதை திரும்பவியலாத முடிவிலியற்றது. முன்வைத்த அடியை இடையில் நிறுத்தவோ பின்வாங்கவோ இயலாதது. எந்த நிலையிலும் பழைய நிலைக்கு மீளவே முடியாதது. எனவே, இந்தப் பாதை நோக்கி வருபவர்களுக்கு அவள் சில சோதனைகள் வைப்பாள் அதைக் கடந்து அல்லது கவனிக்காமல் வருபவர்களின் நெஞ்சத் தீயையே அணைக்க இசைவாள்.

செண்பகம் நடந்துகொண்டிருந்தது புழக்கத்திலிருந்த வண்டிப்பாதை என்பதால் நடப்பதற்கு இடர் ஏதுமின்றி சென்றாள். திடீரென தடிமனான அரவம் ஒன்று குறுக்கே வந்தது. இருளில் அவளின் விழிகள் அதை அறியவில்லை. அது அவளின் பாதங்களின் படர்ந்தேறி பாதையைக் கடந்தது. கால்கள் அதை உணர்ந்தாலும் உள்ளத்திற்கு அதைக் கடத்தவில்லை. சிறிது நேரத்திற்குப் பின் வலிமையான சிங்கமொன்றின் கர்ஜனை செண்பகத்தின் செவியை நிறைத்தது. செவியறிந்தது அது கர்ஜனை என்பதை. ஆனால், வேறொன்றில் நிறைந்திருந்த உள்ளம் இதை கவனத்தில் கொள்ளாமல் தவிர்த்தது. உள்ளம் செலுத்திய வேகத்தில் கால்கள் நடந்தன. விழிகள் பார்த்ததெல்லாம் இருளை மட்டுமே. இப்போது ஒரு பேருருவம் அவள் முன்னால் துலங்கி வந்தது. இரு வெண்ணிற கொம்புகள் முன்னோக்கி நீண்டிருக்க, அவற்றிற்கிடையே பெருநாகமொன்று படமெடுத்தபடி

ஆடிக்கொண்டிருக்க, பெரும் விசிறி இருபுறமும் அசைய அவ்வுருவம் எதிரில் வந்தது. விழிகள் மட்டுமே அவற்றை உணர்ந்தது. அத்தகவலை உள்ளத்திற்கு கடத்த முடியவில்லை. உள்ளம் வேறொன்றையும் உள்வாங்காத தன்மையை எட்டியிருந்தது. அருகில் அவ்வுரும் நெருங்கியபோதும் கால்கள் எந்தத் தயக்கமுமின்றி நடக்க விழி பார்த்து திகைத்திருக்க அவ்வுருவத்தை ஊடுருவிக்கொண்டு மனதின் இலக்கை நோக்கிச் சென்றது செண்பகத்தின் உடல்.

ஒரு பர்லாங் சுற்றளவிற்கு வீடுகளோ விவசாய நிலங்களோ இல்லாத கைவிடப்பட்ட நிலம். ஓர் இலைகூட இல்லாமல் உதிர்த்திட்ட உயர்ந்து படர்ந்திருந்த மரம். மரத்திற்கு உயிரிருந்ததா என்பதையும் உறுதியாக கூறிட முடியாது. கிளைகளில் சில பருத்த பறவைகள் நிழல்களாக மட்டும் தெரிந்தன. கழுத்தில்லாத கூகையோ, நீண்ட கழுத்தை ஒடுக்கிய கழுகோ... எதுவென அறிய முடியவில்லை. ஒரு கிளையில் மட்டும் நான்கு வௌவால்கள் தொங்கிக் கிடந்தன. மரத்திற்கு பின்புறம் இருந்த பெரிய புற்றின் ஒரு பகுதி மட்டும் மரத்தின் பகுதி போலவே தெரிந்தது. மரத்தை ஒட்டி இந்தப் பக்கம் ஒரு முப்பிரி வேல் நின்றது. வேலின் மூன்று நுனியுமே கூர்மையாக எதனுள்ளோ உட்புகுவதற்கு துடித்துக் கொண்டிருப்பதாகத் தோன்றியது. சற்று தூரத்தில் இரு வெளிச்சப் பொட்டுகள் தெரிந்தன. ஒரு கணம் கூர்ந்து நோக்கியபோதுதான் திடகாத்திரமான நாயின் உருவத்தை அனுமானிக்க முடிந்தது. செண்பகத்தின் ஓர் அகம் இவை எல்லாவற்றையும் நோக்கிக் கொண்டிருந்தபோதே இன்னொரு ஆழுள்ளம் அந்த முப்பிரிவேலைப் கையில் ஏந்தியிருந்த உருவத்தை கண்டுவிட்டது. கரண்டைக் கால் வரை வெளியே தெரியும் வண்ணம் சேலையைத் தூக்கிக் கட்டியிருந்தாள். கொண்டையில் சுற்றியிருந்த மல்லிகைப்பூ ஒளி வட்டம் போல தலைக்குப் பின்னால் மிளிர்ந்தது. வெற்றிலை போட்டு சிவந்த உதடுகளில் மலர்ந்திருந்த புன்னகை குருதிபோல துளிர்த்தது. அவ்வுருவத்தைக் கண்டு ஒரு கணம் திகைத்தாள் செண்பகம். கொந்தளிப்பை கேட்பவள் உக்கிரமாக இருப்பாளென எதிர்பார்த்தவளுக்கு ஏமாற்றமாயிருந்தது. ஆனால், சில கணங்களில் மனம் தெளிந்தது. அத்தனை துயரையும் கனலையும் ஏந்திக் கொள்ள குளுமையால்தானே முடியும். அவ்விழிகளை

நோக்கினாள். இப்பூவுலகின் அத்தனை துயரையும் தாங்கும் பெருங்கருணையைக் கொண்டிருந்தது. அதைக்கண்டவுடன் இத்தனை தூரம் அடக்கி வைத்திருந்த மொத்த கனலையும் கொட்டத் தயாரானாள். ஆனால், நா எழவில்லை. ஒரு சொல்லும் சொல்லவில்லை. ஆனால், இவள் உள்ளத்தில் இருந்த அத்தனை சொற்களையும் அவள் செவிகொள்வதை நோக்கிக் கொண்டிருந்தாள். வேதனையளித்த பெரும் கொப்பளத்திலிருந்து சீழ் வெளியேறும்போது அடையும் பெரும் ஆசுவாசத்தை இவள் அடைந்து கொண்டிருந்தாள். முழுதாக கேட்டு முடித்தபோது அவள் முகம் கடுமையானதாக மாறியது. இதழ்களின் இருபுறங்களிலும் கூர்மையான வளைவுப் பற்கள் தோன்றின. 'இம்... இம்...' என்ற உறுமல் அவளிடமிருந்து எழுந்தது. இவள் உள்ளம் நீர் ஒழுகிய ஓட்டைப் பானையென வெறுமையாய் இருந்தது. அந்த உறுமல் வலுத்தது. இன்னும் இன்னுமென எதையோ வேண்டியது. கொடு கொடுவென தூண்டியது. வளைபல்லின் கூர்முனையில் துளிர்த்த ஒரு துளி குருதியைக் கண்டவுடன் இவள் அகம் உணர்ந்துவிட்டது. சுற்றிலும் தேடினாள். அருகில் நின்றிருந்த பனை மரத்திலிருந்து உதிர்ந்து கிடந்த காய்ந்த ஓலையுடன் இணைந்திருந்த மட்டையின் இருபுறமும் இருந்த கூர்மையான கருக்கு அண்மையிலெனத் தெரிந்தது. பின் யாரும் செண்பகத்தை பார்க்கவேயில்லை.

12

கனகு சொன்னது (1970)

"சமையல் வேலை செய்யிற ஆம்பளைங்களெல்லாம் அநேகமா மென்மையானவங்களாத்தான் இருப்பாங்க. அடுத்தவங்க மேல கொஞ்சமாச்சும் பிரியம் மனசுல ஊறுற மனசங்ககிட்ட தாய்மையோட மென்மை படர்றது இயல்புதானே. வேலாயி செண்பகத்துமேல சாணிய ஊத்தி கையோயிற வரைக்கும் தொடப்பத்தால அடிச்ச வரைக்கும் செண்பகம் எதுவுமே சொல்லாம தலையக் குனிஞ்சபடியே இருந்தா. அடிய நிறுத்துன ஒடனே எழுந்தா. தலைய நிமித்தி யாரையும் பாக்கவேயில்லை. எப்பவுமே மெதுவா தயக்கத்தோட நடக்கறவ, இழுத்த உண்டிவில் மாதிரி விறைச்ச ஒடம்போட வேகமா நடந்தா. அவ நடையோட சத்தங் கேட்டுதான் நின்னுகிட்டு இருந்தவங்களுக்கு சுயநெனவே வந்துச்சு. சிங்காரந்தாம் மொதல்ல சுதாரிச்சவரு. இப்ப சுதாரிச்சு என்ன பண்றது. எல்லாமே முடிஞ்சிடுச்சேன்னு ஆத்தாம பெரிய சொமையா அவர அழுத்துச்சு. கதிரேசா.. என்னயிது, ஒரு பொண்ண இந்த மாதிரி பண்ணலாமான்னு கேட்டபடியே கதிரேசனப் போயி உலுக்குனாரு. தம்பி பொண்டாட்டிக்கிட்ட பேசிப் பழகாதவரு. எதுவாயிருந்தாலும் தம்பி மூலமாவோ தம்பொண்டாட்டி மூலமாவோதான் சொல்லுவாரு. வேலாயியோட கொணம் அப்படி. அநாவசியமா ஒரு வார்த்த பேசாம கத்திரிச்ச மாதிரி பேசறவங்கக்கிட்ட

மத்தவங்களும் பேசமுடியாமப் போயிரும்ல. அண்ணன் உலுக்குனதுக்கப்புறம் தெளிஞ்ச சுந்தரேசன், பொண்டாட்டி வேலாயியப் பாத்தாரு. அவ அடிச்ச களைப்புல திண்ணையில ஒக்காந்து மூச்சு வாங்கிட்டிருந்தா. இவரு அவ பக்கத்துல போயி, ஏன் இப்படிப் பண்ணின..அந்தப் பொண்ணு என்ன பாவம் பண்ணிச்சுன்னு கேட்டாரு. அவ எதுவும் பண்ணிடக் கூடாதேன்னுதான் இதப் பண்ணினேன். பாவம் பண்ணுனதுக்கப்புறம் தண்டனை கொடுத்தா செஞ்ச பாவத்தை இல்லாமப் பண்ண முடியுமா. நடக்குறதுக்கு முன்னாடி தடுக்கிறதுதானே புத்திசாலித்தனம்னு வேலாயி சொன்னா.

எந்தப் பாவத்த சொல்ற எனப் புரியாம இவர் கேக்க, ஆங் ஒங்கள முந்தானையில முடிஞ்சுக்கிறது பாவமில்லையான்னு ஒரு எகத்தாளமா கேட்டா. ஏம்மா அவ ஒரு கள்ளமுமில்லாத ஒத்தாசைக்கு யாருமில்லாப் புள்ள. உண்மையில்லாத ஒண்ணுக்காக இப்படியொரு காரியத்தப் பண்றதுக்கு எப்படி மனசு வந்துச்சு. அவளும் ஒம்மாதிரி ஒரு பொண்ணுதான்னு கொஞ்சமாச்சும் யோசிச்சியா. அவளத் தப்பா நெனச்சினா அப்ப எம்மேலயும் ஒனக்கு நம்பிக்கை இல்லையினுதான்னே அர்த்தம்னு கேட்டாரு. ஆமா, ஒங்கமேல நம்பிக்கையில்ல. ஒங்களமாரி இவ்ளோ நல்ல மனுசன யாரு வேணும்னாலும் ஏமாத்தி தன் கைக்குள்ள வச்சுக்கிட முடியுமே. கைவிட்டுப் போனப்பறம் அய்யோ அம்மான்னு அழுவறதால பயனில்லையே. அதோட போனது போனதுதானே. திரும்பக் கெடச்சாலும் பவித்திரம் கொறஞ்சது கொறஞ்சதுதானேன்னு தன் பக்கத்து நியாயத்த சொல்லிக்கிட்டிருந்தா.

வேலாயி பேசுனது அண்ணங்காரர் சிங்காரத்தோட காதுலயும் விழுந்துச்சு. தேவையில்லாத சந்தேகத்தால ஒரு பொண்ணுக்கு செய்யக்கூடாத அநியாயத்தச் செஞ்சிட்டு அத நியாயம்னு வேற சாதிக்கிறாளேன்னு அவரு மனசு கொதிச்சார். ஆனாலும் அவளத் திட்றதால மட்டும் செண்பகத்துக்கு நடந்ததுக்கு பிராயசித்தம் பண்ணிட முடியாது. வேறென்ன செய்யிறதுன்னு யோசிச்சு செண்பகத்தோட ஊருக்குப் போய் அந்த ஊர் முக்கந்தரைப் பார்த்து கலந்து பேசலாம்னு முடிவுக்கு வந்தாரு.

பாத்துக்கிட்டிருந்த ஊர்க்காரங்க யாருமே இவர்கிட்ட வந்து எதுவும் கேக்கல. என்ன நடந்ததுன்னு தெளிவாவே

அவங்களுக்குப் புரிஞ்சிடுச்சு. இவங்ககிட்ட கேக்கிறதால எந்தப் பயனுமில்லையின்னு அவங்களே ஒருத்தருக்கொருத்தர் பேசிக்கிட்டாங்க. இது மாதிரி இதுக்கு முன்னாடி காணடுகாத்தான்லயும் அழகாபுரியிலையும் நடந்ததா சொல்லிக்கிட்டாங்க. ஊர்ல பஞ்சாயத்துக் கூடி முடிவெடுத்தா பரவாயில்ல. அப்படியில்லாம, இல்லாத ஒண்ண இருக்கிறதா நெனச்சுக்கிட்டு இப்படி பண்றது மகாபாவம்னும், இதுக்கு பரிகாரமே கெடையாதுன்னும் ஆளுக்கொண்ணா சொன்னாங்க. இந்த அண்ணந்தம்பிகளோட சம்சாரங்க மத்த மூணுக்கும் ரொம்ப பயமாயிடுச்சு. எதாவது பிரச்சனைன்னா நடந்த எதுக்குமே சம்மந்தமில்லாத இவங்களையும் பாதிக்குமேன்னு பயந்தாங்க. மூத்தவங்கதான் சிங்காரத்துக்கிட்ட வந்து ஏங்க அந்தப் பொண்ணு எங்க போச்சுன்னு போய் பாருங்க. மன்னிப்பு ஏதாவது கேட்டு அவள சமாதானப்படுத்தறது எப்படின்னு பாருங்கன்னு அழுத்தமா சொன்னாங்க.

சிங்காரம் தம் பொண்டாட்டியையும் கதிரேசனையும் கூட்டிக்கிட்டு உசிலம்பட்டி முக்கந்தர் வீட்டுக்குப் போனாங்க. இவங்க சொன்னத கேட்டவொடனேயே அவருக்கு கண்ணு கலங்கி தண்ணி வந்திடுச்சு. ஒங்கள நம்பித்தானே அனுப்புனேன் இந்த மாதிரி நடக்கிறத தடுக்காம வேடிக்க பாத்திருக்கீங்களேன்னு வேதனப்பட்டிருக்கிறாரு. இவரே இப்படி துடிச்சாருன்னா அவ வீட்ல இருக்கிறவங்க எப்படித் தாங்கிப்பாங்கன்னு யோசிச்சபடியே செண்பகத்தோட வீட்டுக்குப் போனாங்க. அங்க, செண்பகம் இந்நேரத்துக்கு வந்திருவாளேன்னு எதிர்பார்ப்போட செண்பகத்தோட அம்மாவும் அவ அக்காவோட ரெண்டு புள்ளைங்களும் மட்டுந்தான் இருந்தாங்க. வேலைக்கு போன அவ அக்கா இன்னும் வீட்டுக்கு வரல.

முக்கந்தரோட இவங்க மூணுபேரப் பாத்ததும் அவங்களுக்கு ஒன்னும் புரியல. என்ன விசயமாயிருக்கும் அவங்களால அனுமானிக்க முடியல. இவங்களுக்கும் எப்படி தொடங்கறதுன்னு தெரியாம தயங்கிக்கிட்டு இருந்தாங்க. பெரிய விசயத்தைக்கூட சொல்லிட்டா கொஞ்ச நேரத்தில சின்ன விசயமா மாறிடும். ஆனா, சொல்லாத சின்ன விசயங்கூட மனசுல பூதாகரமா வளந்து பெரிய அச்சத்தக் கொடுக்கும். மென்னு முழுங்குன இவங்க மொகத்தப் பாத்து

அந்த அம்மா அழ ஆரம்பிச்சிடுச்சு. பொண்ணுக்கு ஏதோ ஆயிடுச்சுன்னு புரியுது ஆனா, என்ன ஆச்சுன்னுதான் தெரியல. சோறு வடிக்கிறப்ப கஞ்சித் தண்ணி ஊத்திடுச்சா... இல்ல அடுப்புத் தீ இவ பொடவையில பத்திக்கிச்சா ... இல்ல வழியில அரவம் ஏதும் தீண்டிடுச்சான்னு யோசனை அவங்களுக்குள்ள ஓடியிருக்கும்ல. ஏன்யா.. ஏன் பேசாம நிக்கிறீங்க, என்னாச்சுன்னு சொல்லுங்கய்யா. என் நெஞ்செல்லாம் பதறுதுன்னு கேட்டப்பவே கண்ணீர் ஊத்துது. இவங்க நாலு பேருமே கண்ல தண்ணி வழிய நின்னுக்கிட்டு யாராவது வாயத் தொறக்க மாட்டாங்களான்னு மத்த மூணு பேரோட மொகத்தப் பாக்குறாங்க. அப்ப ஒரு கதறல் சத்தங் கேட்டுச்சு. புலம்பலும் ஒப்பாரியுமா செண்பகத்தோட அக்கா வீட்ட நோக்கி பெரு நடையா ஓடிவந்தா. அதப் பாத்ததும் இவங்க நாலு பேரும் தங்களோட வாயால அதச் சொல்லவேண்டிய இக்கட்டுலேர்ந்து தப்பிச்சிட்டம்னு கொஞ்சம் ஆசுவாசமானாங்க.

செண்பகத்தோட அக்கா வயல்ல களையெடுத்திட்டு கம்மாய்க்கு குளிக்கப் போயிருக்கா. ஆவுடையார் கோவிலுக்குப் போற பாதையில போயிட்டிருந்த செண்பகத்தப் பாத்த ஒருத்தரு இவகிட்ட சொல்லியிருக்காரு. ஒண்ணும் புரியாம இவ தெகைச்சு நின்னப்பதான் கீழக்குடி பக்கமிருந்து வந்த ஒருத்தர் இங்க நடந்தத சொல்லியிருக்காரு. ரெண்டையும் கேட்டுட்டு நெஞ்சு வெடிக்க கதறியபடி வீட்டுக்கு வந்தா இவங்க அங்க நிக்கிறாங்க. அவளோட கோபம் பெரிய கொந்தளிப்பா மாறிடிச்சு. ஒங்களுக்கு என்ன கொடுமையச் செஞ்சான்னு இந்தக் காரியத்தைப் பண்ணுனீங்க. நீங்கெல்லாம் நல்லாயிருப்பீங்களா. ஒங்க வம்சம் வாழுமா... பண்றதையும் பண்ணிட்டு இங்க எதுக்கு வந்தீங்க. எங்க தலையிலையும் சாணிய ஊத்தி தொடப்பத்தால அடிக்கப் போறீங்களான்னு கேட்டுட்டு தன் நெஞ்சுல ரெண்டு கையாலையும் அடிச்சிக்கிட்டா. மாசு மருவத்த வெள்ளந்தியான பொண்ணாச்சே... இத எப்படித்தான் தாங்குனாளோ தெரியலையே. எப்படிய்யா இதப் பண்றதுக்கு ஒங்களுக்கு மனசு வந்துச்சுன்னு கதறியபோது செண்பகத்தின் அம்மாவிற்கு தன் மகளுக்கு ஏதோ அநியாயம் நடந்துள்ளது என்பது புரிஞ்சது. அவர் ஓடிவந்து தன் மூத்த மகளை கட்டிக் கொண்டு அழுதார். என்னடி பண்ணாங்க நம்ம

தங்கத்த. கடிசா ஒரு வார்த்தை சொல்லமாட்டாளே அவள என்ன பண்ணாங்க சொல்லுடி சொல்லு என தன் மகளை உலுக்கினார். நடந்ததை ஊகித்திருந்தாலும் அடுத்தவங்க வாயால உறுதிப்படுத்திக்க கேட்டாங்க.

நடந்த விசயத்தை அவள் கூறியதும் அய்யோ போச்சே போச்சே எங்குலக் கொழுந்த செதச்சிட்டாங்களே... நான் என்ன பண்ணுவேன்..என்ன பண்ணுவேன் இதுக்கப்புறமும் அவ உயிர வச்சுக்கிட்டு இருப்பாளா. கட்ன வீட்ல பேச்சக் கேக்கமுடியாம வந்த ரோசக்காரியாச்சே. சொல்லையே பொறுக்காதவ இத எப்படி தாங்குவா? அய்யோ அய்யோ எங்க போனாளோ தெரியலையே.. என்ன பண்றான்னு புரியலையே. யாருக்கிட்ட போயி கேப்பேன்னு ஒப்பாரி வச்சு அழுதுகிட்டே மண்ண வாரி தூத்துனா. முக்கந்தர்தான் ஏம்மா இப்படிப் பண்றீங்க. இவங்க வீட்டுப் பொண்ணு புத்தி கெட்டுப்போயி இப்படிப் பண்ணீருச்சுன்னு மன்னிப்புக் கேக்குறதுக்காக இங்க வந்திருக்காங்க. நீங்க இப்படிப் பண்ணாதீங்கம்மான்னு சொன்னாரு.

அய்யா, நீங்கதான நல்லவங்கன்னு இவங்ககூட வேலைக்கு போக சேத்துவிட்டீங்க. இவங்க பண்ண காரியத்தப் பாத்தீங்களா? இவங்க கேக்கவந்த மன்னிப்ப வச்சு நாங்க என்ன பண்ணப்போறோம், எம் பொண்ணு எங்க போனாளோ தெரியலையே. மொதல்ல இவங்கள இங்கேயிருந்து போகச் சொல்லுங்க. இல்லைன்னா நாங்க என்ன செய்வமுன்னு எங்களுக்கே தெரியாதுன்னு அந்தம்மா ஆங்காரமா கத்துனதப் பாத்த முக்கந்தர் கண்ணைக் காட்டவும் இவங்க மூணுபேரும் தலையக் குனிஞ்சபடியே திரும்ப வந்தாங்க.

செண்பகம் என்ன ஆனான்னே யாருக்கும் தெரியல. அந்தப் பெரும்பாதையில போறததான் பாத்திருக்காங்க. அது வழியா எந்த ஊருக்குப் போனா.. போயி என்ன பண்ணுனா. இல்ல பண்றான்னு எதையும் உறுதியா சொல்ல முடியல. ஆனா, ஏதாவது கோயில்ல போயி சொல்லியிருப்பான்னுதான் நெறையப் பேரு நம்புனாங்க. இவங்க போயி குறி கேட்ட கோடாங்கியும் பெரிய பழிய இந்தக் குடும்பம் தாங்கித்தான் ஆவனும்னுதான்னு சொன்னாரு.

கோடாங்கி சொன்னத சிங்காரம் வீட்ல சொல்ல அத கேட்டதுக்கப்பறம்தான் ரெண்டு நாளா

யாருக்கிட்டேயும் பேசாம அன்னந் தண்ணி உண்ணாம வெறிச்சாப்லயே ஒக்காந்திருந்த வேலாயி எழுந்தா. அவுந்து தொங்கிக்கிட்டடிருந்த அவ முடிய ஒடுக்கி கொண்டையா போட்டபடியே எந்தப் பழியா இருந்தாலும் அத நான் ஏத்துக்கிடறேன். யாரும் இங்க இருக்கவேண்டாம். எல்லாரும் எங்கயாவது போயி நல்லாயிருங்கன்னு நறுக்குனு சொன்னா.

நாங்க போறதப் பத்தியெல்லாம் நீ சொல்லவேண்டாம். ஆனா நீ செஞ்சது பெரிய தப்புன்னு இப்பவாச்சும் உணர்றீயான்னு சிங்காரம் கேட்டாரு. அதெல்லாம் தப்பில்ல. என் அழகுபெத்த புருசன அவ கொத்திக்கிட்டுப்போக பாப்பா. இத நான் வேடிக்க பாத்துக்கிட்டு ஏம்மா எம்புருசன ஒம்பக்கம் இழுக்காதம்மான்னு அவகிட்ட கெஞ்சனுமான்னு வேலாயி கேட்டா.

அவ ஒம்புருசன வளைக்கப் பாத்தான்னு எத வச்சு சொல்ற. நாங்க அண்ணந் தம்பிகள்ளாம் ஒண்ணாவேதான் இருக்கோம். எங்களவிட்டுட்டு தனியா அவங்க எங்கேயும் போறதில்ல, பேசறதுமில்லை. நீயா எதையாவது கற்பனை பண்ணிக்கிட்டா அதுக்கு யாரும் பொறுப்பு கிடையாதுன்னாரு.

நானொன்னும் கற்பனை பண்ணல. எல்லாந் தெரிஞ் சுதான் பண்ணினேன். ஆனா, எப்படி தெரியும்னு எங்கிட்ட கேக்காதீங்க.. சொல்லமாட்டேன்னுட்டு வேலாயி உள்ள போயிட்டா. எதுவுமே நடக்காத மாதிரி எப்போதும் பாக்கற வேலைகளப் பாக்க ஆரம்பிச்சா. அண்ணந்தம்பிங்க கூடிப் பேசினாங்க. சிங்காரம் வீட்டவிட்டுப் போறதுக்கு சம்மதிக்கல. கதிரேசனுக்கு வேலாயிய தனியாவிட விருப்பமில்ல. மத்த ரெண்டுபேரும் வெளியில போறதா முடிவெடுத்தாங்க.

******

பிறகு நடந்தவை;

சுந்தரேசனின் உலகம் சட்டென இருளடைந்துவிட்டது. வேலாயி செய்த காரியத்தை அவர் மனதால் சகிக்கவே முடியவில்லை. இவர் மேல் கொண்ட அன்பால்தான் அப்படிச் செய்தாள் என இன்னொரு உள் குரல் கூறியதை இவர் புறங்கையால் தள்ளினார். மனதில் அன்பென்ற ஒரு வஸ்து இருக்கப்பட்ட எவரும் எந்த நிலையிலும் இதை

ஆற்றமாட்டார் என உறுதியாக நம்பினார். இன்னொரு பெண்ணை இழிவுபடுத்த எண்ணும் மனதில் இருப்பது அன்பல்ல. அப்போர்வையில் இருக்கும் ஏதோவொரு கொடுமிருகத்தின் வெறி. துர்நாற்றத்தை தன்னுள் கொண்டு நறுமணமென வெளிக்காட்டும் ஒன்று. அதையே எண்ணியெண்ணி தாளமுடியாதவரானார். அவர் நோக்கும் அனைத்துமே புகை படிந்த கருமை பூசிய ஒன்றாகவே தெரிய ஆரம்பித்தது. சூரியனே இருளை பரப்பும் ஒரு கருவியென தோன்றியது. முதல் சில நாட்கள் புகைபோல பரவத் தொடங்கிய இருள் மெல்ல மெல்ல அடர்ந்துகொண்டே வந்தது. அதன் கார்வை மெதுமெதுவாக கூடியபடியே வந்தது. எவரிடமும் சொல்லுதிர்க்காதவரானார். எவர் வார்த்தைகளையும் செவிகொள்ளாமல் இருந்தவருக்கு சில நாட்களில் எவ்வொலியுமே கேட்காமலானது. தனக்கென சமைத்துக்கொண்டு யாருமற்ற இருளுலகத்திற்குள் தனியாக உலவினார். எப்போது உண்டார் என்ன உண்டார் என்பது பற்றிய பிரக்ஞை குறைந்து இல்லாமலாகியது. அடர்ந்து பரவியிருக்கும் இருமையை கைகளால் தடவித் துடைப்பது போலவும் இருள் திரையை கிழிப்பது போலவும் அவர் கைகள் பாவனை சூடின. சில நாட்களுக்குப் பின், மெல்லிய முனகலாக வெளிப்பட தொடங்கிய வசைச் சொற்கள் மெல்ல மெல்ல ஒலி கூடி ஒலிக்கத் தொடங்கியது. செவிகூசி நடுங்கும்படியான வசைகள் அவர் உதட்டில் இருந்தா வருகிறது என கேட்டவர்களெல்லாம் திகைத்தனர். ஊரிலுள்ள மரங்கள், விலங்குகள், மனிதர்களை மட்டுமல்ல அண்ணனையும் தன் மனைவியும்கூட அவரறியவில்லை.

பதினைந்து நாட்களானபோது பரவியிருந்த இருளை இரண்டு கைகளையும் கொண்டு திரையை இழுப்பதுபோல இழுத்து சுருட்டுவதாகவும், பானையைப் போன்று வனைவதாகவும் பாவனை செய்தபடி அலைந்தார். சில நாட்களுக்குப்பின் தன் வயிறை ஒட்டி ஏதோ உருளை வைத்திருப்பது போல கைகளை வளைத்து வைத்திருந்தார். அடுத்த நாள் அதை தாங்குவதற்கு கடினமாக உள்ளதான பாவனையில் கன்னமும் உதடுகளும் இழுபட்டு தோன்றியது. இத்தனை நாட்களும் நடமாடிக் கொண்டிருந்தவர் அன்று அந்தியில் அடிவயிற்றின் மேலிருந்த உருளையின் எடையை கைகளால் தாங்கமுடியாமல் திண்ணையில் அமர்ந்தார். சிறிது

நேரத்திலேயே கால்களை நீட்டிப் படுத்தவர் வயிற்றின் மீது கையை வைத்திருந்தார். எடை வயிற்றின்மேல் இல்லாமல் வயிற்றுக்குள் இருப்பதாக கைகளின் பாவனை காட்டியது. அன்று இரவு உறங்கினார். நீண்ட நாட்களுக்குப் பிறகான உறக்கம். கடைசி உறக்கமும் அதுதான்.

மறுநாள் காலை அவரிடமிருந்து முனகல் எழுந்தது. வயிறை பிசைந்து கொண்டிருந்தார். இருளை இழுத்து பிசைந்து உருட்டிய உருண்டை வயிற்றுக்குள் இருப்பதாக பார்த்தவர் பேசிக்கொண்டார்கள். வயிற்றுக்குள் இருந்த உருளையை சுற்றியிருந்த சிறு முட்கள் எல்லா திசைகளிலும் துளைப்பதைப் போலவும் அதை தாங்கவியலாது அந்த உருளையை அழுத்திப் பிசைந்து சிறிதாக்க முயல்வதாகவும் தோன்றியது. அப்படி முயலும் தோறும் வேதனை கூடுவதைப் போல முனகல் அதிகரித்தபடியே வந்தது. மதியத்திற்குள்ளாகவே முனகல் கேவலாகி அலறலாகி பெரும் ஓலமாக உயர்ந்தது. பெரிய மிருகத்தின் கௌவலில் வசமாகச் சிக்கிய சிறிய மிருகமொன்றின் கையறு கேவல் போல ஐந்து நாட்கள் இரவும் பகலும் அந்த அலறல் கேட்டுக் கொண்டிருந்தது. ஊரின் எல்லையில் நுழையும்போதே இவ்வொலி செவியில் நுழைந்து இவ்வூருக்குள் வருபவர்ளுக்கு பெரும் அச்சத்தை அளித்தது.

வேலாயியின் உலகம் இரவென்பதே இல்லாத ஒளியாலானதாக மாறியது. காணும் பொருளனைத்தும் ஒளிர்ந்து இவள் விழிகளை கூசவைத்ததன. எதைக் காணும்போதும் விழிகளைச் சுருக்கியபடியே கண்டாள். பல்லாயிரம் விழிகள் தன்னை உற்று நோக்கிக் கொண்டேயிருப்பதான உணர்வையடைந்த அவளின் தோல் விதிர்த்தபடியே இருந்தது. சுந்தரேசனையே மனதால் தொடர்ந்தபடி இருந்தாள். அவருக்கு என்ன நேர்கிறதென்பதை முழுதாக உணராதபோதும் அவரின் தவிப்பை அறிந்தாள். ஆனால், தான் இயற்றியது பிழையானதில்லை என்பதை ஒவ்வொரு கணமும் தனக்கே கூறிக்கொண்டாள். அப்படிக் கூறும்தோறும் வெளியிலிருந்த ஒளியின் மிளிர்வு ஒரு மாற்று கூடியது. சுந்தரேசனின் செயல்கள் முதலில் குழப்பத்தை ஏற்படுத்தியபோதும் ஒரு கட்டத்தில் ஆழளுள்ளத்தில் ஒன்றை உணர்ந்து திடுக்கிட்டாள். அக்கணத்திலிருந்து

தான் இயற்றியது பிழையில்லையென்ற வாக்கியத்தை மிகத் தீவிரமாக உச்சாடனம் செய்யத் தொடங்கினாள். உள்ளும் புறமும் இவை நிகழ்ந்தபோதும் சுந்தரேசனுக்குத் தேவையானவற்றை செய்துகொண்டிருந்தாள். அவர் உடல் மெல்ல மெல்ல கருமை கொள்ளத் தொடங்கியபோது இவள் உடல் மேலும் மேலும் மிளிர்வடைந்தபடி இருந்தது. சுந்தரேசனின் நடமாட்டத்தை கவனித்தவர்களால் வேலாயியை தெளிவாக காணமுடியவில்லை. ஒளிப்பிழம்பெனவே அவர்களின் விழிகளுக்குத் தென்பட்டதால் அவள் உள்ளம் எரிவதால்தான் இப்படி மிளிர்கிறாள் என அவர்கள் எண்ணினார்கள்.

சுந்தரேசன் வயிற்றைப் பிசைந்தபடி திண்ணையில் சாய்ந்தபோது எதனால் நிகழ்கிறது என்பதை ஐயமின்றி அனைவரும் அறிந்துவிட்டனர். ஆனால், வேலாயி மேலும் மேலும் தன் நம்பிக்கையில் உறுதிகொண்டாள். முகத்தில் இறுக்கம் கூடியபடியே வந்தது. ஐந்து நாட்கள் தாங்கமுடியாத வேதனையில் அவர் துடித்தபோதும் இவள் கலங்காமல் அவர் அருகில் அமர்ந்து அவரின் கைகளைப் பிடித்து அழுத்தியும் தலையில் கைவைத்து தடவியும் ஆறுதல்படுத்த முயன்று கொண்டிருந்தாள். இவள் புகட்ட முயன்ற உணவில் ஒருதுளிகூட வாய்க்குள் செல்லவில்லை. அவரின் தோல் ஆங்காங்கு மரப்பட்டைபோல தடித்து கருத்தது. இரண்டு கன்னங்களிலும் இருந்த மென்மை முற்றிலும் வடிந்து தடிமை கொண்டது. உடல் அனலில் இட்ட புழுவினைப் போல முறுகித் துடித்தது. இவருக்கு ஏன் இப்படி நிகழ்கிறது என்ற வினா எங்கிருந்தோ எப்படியோ அவளுள் எழுந்தது. அக்கணம் இவளுள் இறுகிக் கொண்டே சென்ற தன்னில் தவறில்லை என்ற நம்பிக்கை உடைந்து தெறித்தது. எழுந்து ஒரு பெரிய தீப்பந்தம் போல கனன்றபடி வாசலைக் கடந்து தன் அறைக்குள் சென்று கதவை அறைந்து சாத்தினாள். அவள் எழுந்த கணமே சுந்தரேசனின் உடலின் துடிப்பும் தவிப்பும் சட்டென அடங்கியது. வேலாயியின் அறையைத் தட்ட யாரும் துணியவில்லை. ஊர்க்காரர்களே வெட்டியானை அழைத்து சுந்தரேசனின் உடலை எரிப்பதற்கான காரியங்களை செய்தபோது சிங்காரம் எதுவும் சொல்லவில்லை. வேலாயியின் அறையிலிருந்து ஆறு நாட்களுக்கு அழுகைச் சத்தம் மட்டும் வெளியே

கேட்டது. ஏழாம் நாள் காலை அந்த அறையிலிருந்து எந்த ஒலியும் எழவில்லை. மெல்லிய மூச்சும் கூட..

இந்தப் பெரியவீட்டில் நிகழ்ந்தவற்றின் மீதே கவனம் கொண்டிருந்த ஊர்க்காரர்கள் காட்டுக்குள் ஏதோ மிருகம் அடித்து இறந்துகிடந்த சின்னய்யாவையும் அவன் மனைவி காத்தாயியும் அறியவேயில்லை.

13

2010

செந்தில் அமர்ந்திருந்த மின்சார ரயில் சைதாப்பேட்டை நிலையத்திலிருந்து கிளம்பியது. ரயில் கிளம்புவதற்காக காத்திருந்து, நகர்ந்து வேகமெடுக்கும்வரை ஓடிவந்த இரண்டு பதின் பருவ இளைஞர்கள் உச்ச வேகத்தை தொடப்போகும் கணம் பாதங்களை ரயிலுக்குள் வைத்து ஏறினார்கள். எழும்பூரிலிருந்தே அவர்கள் அப்படி ஏறிவந்தாலும் ஒவ்வொரு நிலையத்திலும் செந்திலின் மனம் துடித்தது. பின்பக்கம் ஒட்ட வெட்டப்பட்டிருந்த அவர்கள் தலையில் முன்பக்கம் மூங்கில்மரத் தொகுப்புபோல முடி சிலிர்த்து நின்றது. வாயில் எதையோ அதக்கியிருந்ததை கன்னத்தின் உப்பலிலிருந்து அறியமுடிந்தது. எவருமே அவர்களை கண்டிக்கவில்லை. சிலர் செந்திலைப் போல மனம் பதைக்க அவர்களை நோக்கினாலும் சிலரின் பார்வையில் வியப்பு தோன்றியதையும் செந்தில் கவனித்தான். ஆனால், பெரும்பாலானவர்கள் இவர்களை மட்டுமல்ல எதையுமே கவனியாமல் தங்களிடமிருந்த அலைபேசிக்குள் மூழ்கியிருந்தார்கள். இந்த இளைஞர்கள் ஏன் இப்படி இருக்கிறார்கள் என்ற கேள்வி எழுந்து பெரும் துயர் செந்திலின் மனதைக் கௌவியது. ஓடிவந்து ஏறுவதை எத்தனை லயிப்புடன் இயற்றுகிறார்கள். தங்கள் வாழ்வின் உச்ச சாதனையாக இதையே கருதுவதாகவும் இதிலேயே அவர்கள் பேரின்பத்தை அடைவதாகவும் தோன்றியது. எவராவது கவனிக்கிறார்களா இல்லையா என்பது பற்றியெல்லாம் எந்தக் கவனமும் கொள்ளாமல் தாங்களே ரசித்து அதை இயற்றினார்கள். அவர்கள் வீட்டு

கா.சிவா ◆ 109

ஆட்கள் பார்த்தால் என்ன நினைப்பார்கள். அவர்களேகூட தடுக்கமுடியாமல் என்னவோ செய்து தொலையுங்கள் என கைகழுவி விட்டிருப்பார்கள் என்றபடி சென்று கொண்டிருந்த மனதை சனிக்கிழமை தன் வீட்டிற்கு வருமாறு அண்ணன் எதற்கு அழைத்திருப்பார் என்ற வினாவை நோக்கி செந்தில் திருப்பினான்.

அண்ணன் சுந்தரத்தை எண்ணியவுடனேயே மனதில் ஒரு மரியாதை தோன்றிவிடும். ஒருமுறை இது எப்படியென யோசித்தபோது, “மூத்தவன் சுந்தரம் ஒனக்கு அண்ணன் மட்டுமில்ல. அதுக்குமேல. எப்பவுமே மரியாதைக் குறைவா பேசிடக் கூடாது. அப்பாவுக்கு கொடுக்குற அதே மரியாதைய அவனுக்கும் கொடுக்கனும்“ என்று கூறிய நீர் துளிர்த்த விழிகளுடனான அம்மாவின் முகம் நினைவுக்கு வந்தது. ஒருமுறை மட்டும் கூறியிருந்தால் இப்படி மனதில் பதிந்திருக்காது. நினைவு தெரியும் வயதிற்கு முன்பே அம்மா வெவ்வேறு முறைகளில் இதைக் கூறியிருக்கவேண்டும். ஆணையாக இல்லாமல் ஒரு மன்றாட்டாக. இதுவொரு மீறக்கூடாத முறைமை என்பதாக எப்படியோ மனதில் பதியவைத்துவிட்டார்.

சுந்தரம் இவனை முதலில் அழைத்த தருணத்தை நோக்கி எண்ணம் சென்றது. பத்தொன்பது வயதுவரை ஊரில் இருந்தபோதோ, இரண்டாண்டுகள் சென்னையில் ஓர் உணவகத்தில் பணியாற்றியபோதோ அழைத்ததேயில்லை. ஏதாவது நிகழ்வுகளில் காணும்போதும் ‘அண்ணே’ என இவன் விளித்து அருகில் செல்லும்போது எவ்வுணர்ச்சியையும் வெளிக்காட்டாத முகபாவத்துடன் இவனின் முகமனை ஏற்றுக்கொண்டதான ஆமோதிப்பை தலையை லேசாக அசைப்பதின் வழியே தெரிவிப்பதோடு சரி. இதழ்களில் சிறு முறுவல்கூட தோன்றாது. செந்தில் இதை தன் மனதின் கேள்விப் பகுதிக்கு அனுமதித்ததில்லை. அப்பா போன்று மதிக்கவேண்டியவரின் செய்கைகளை ஆராய்வது சரியல்ல என்று உறுதியாக நம்பினான்.

உணவகத்தின் வாடிக்கையாளர் ஒருவரின் பரிவு காரணமாக அவரின் நண்பரைச் சந்தித்து அவரின் உதவியால் சிங்கப்பூர் சென்றான். முகவர்களுக்கான தொகையை அம்மாதான் எவரெவரிடமோ கேட்டு திரட்டிக் கொடுத்தார். முதல் ஆறுமாத ஊதியம் முழுக்கவே கடனை அடைக்கவே

சரியாக இருந்தது. அடுத்த மாத ஊதியத்தை சேமிக்கலாம் என்ற நிலையில் நம்மாலும் ஈட்ட முடியும்; அம்மாவை மகிழ்வாக வைத்திருக்கமுடியும் என்ற எண்ணத்தினால் பெரும் பரவசத்தில் திளைத்தான். இன்னொருவரை மகிழ்வாய் வைத்திருக்கப் போவதை எண்ணும்போதுதான் மனம் இன்பமடைகிறது. புவியின் நியதிகள் எத்தனை இனியதாக அமைந்துள்ளது. தன் மகிழ்விற்காக மட்டும் ஈட்டுவதில் மனிதனுக்கு பெரிதாக உவகை தோன்றிவிடாது என்றவாறு எண்ணிக் கொண்டிருந்தபோது அலைபேசியில் அழைப்பு வந்து நின்றது. சுந்தரம் அண்ணனின் கடைக்கு அருகிலுள்ள தொலைபேசி மையத்தின் எண். எப்போதாவது செந்தில், அத்தாச்சியை அழைக்கச் சொல்லி பேசுவான். இந்தியாவிலிருந்து பேசுவதற்கான கட்டணம் அதிகமாக இருக்கும் என்பதோடு இவனின் பணி எப்படியிருக்கும் என்பதை கணிக்க முடியாதென்பதால் அவர்கள் எப்போதும் பேசியதில்லை. இப்போது அழைப்பு வந்ததும், தந்தி வந்திருப்பதாக தபால்காரர் கூறியவுடனேயே துக்க விசயமாகவே இருக்குமென உறவினரில் வயதான ஒருவரை எண்ணியபடி ஒப்பாரி வைக்கத் தொடங்கும் ஊரிலிருந்து வந்த இவனுக்கு வியப்பாக இல்லாமல் பெரும் அச்சம் தோன்றியது. அலைபேசியில் வெளிநாட்டிற்கு பேசுமளவிற்கு தொகையில்லாததால், உடனே பத்து வெள்ளி தொலைபேசி அட்டையை வாங்கி அருகிலிருந்த தொலைபேசி இயந்திரத்தில் நுழைத்து எண்களை அழுத்தினான்.

அண்ணன் சுந்தரம்தான் பேசினார். "இங்க கடையில பெருசா வருமானமில்லை. கடன் வாங்குன பணத்தைக்கட்டி வெளிநாட்டு போயிருக்கேன்னுதான் கேக்காம இருந்தேன். புள்ளைங்கள பள்ளிக் கூடத்துல சேக்கனும். நல்ல பள்ளிக்கூடத்துல படிச்சாத்தான் ஒழுங்கா படிச்சு சரியான வேலைக்கு போக முடியும். அவனுக டொனேசனே அதிகமா கேக்குறானுக. இப்ப கடன கட்டி முடிச்சிட்டல்ல. அங்க ஒனக்கும் பெருசா செலவிருக்காது. மாசாமாசம் அம்மாவுக்கு அனுப்புன மாதிரி இங்க அனுப்பு. அம்மாவுக்கு ஏதாவது தேவையின்னா நாங்க கொடுத்துக்குறோம்" என்று சொல்லி வைத்துவிட்டார்.

நல்லாயிருக்கியா, சரியான சாப்பாடெல்லாம் கிடைக்கிறதா, வேலை எளிதாகவுள்ளதா, உடம்பை பாத்துக்க

என்பது போன்ற முறைமை சொற்களை கூறுவதைக்கூட அந்தப் பணப்பிரச்சனை மறக்கவைத்துவிட்டதே என்ற வருத்தம் இவனுக்குத் தோன்றியது. டொனேசனை முழுமையாகத்தானே கட்டவேண்டும். மாதாமாதம் அனுப்பும் பணத்தைக் கொண்டு எப்படிக் கொடுக்கமுடியும். அண்ணன் அங்கே கடன் வாங்கி கட்டிவிட்டு நான் அனுப்பும் பணத்தைக் கொண்டு கடனை அடைக்க எண்ணியிருப்பார் எனக் கருதினான். அண்ணன்கள் இருவருக்கும் ஆளுக்கு இரண்டு பிள்ளைகள். தமிழ்நாட்டில் படிக்க வைப்பதற்கான செலவே பெற்றோர்களுக்கு பெரும் பதட்டத்தை அளிப்பது. அண்ணன்களின் அந்தப் பதட்டத்தை போக்க முடிவு செய்து சிங்கப்பூரிலிருந்து பணம் கைமாற்றல் செய்பவரிடம் கூறி ஒரு லட்ச ரூபாயை அண்ணனிடம் கொடுக்கச் சொன்னான். ஒவ்வொரு மாதமும் இவன் ஊருக்கு பணம் அனுப்புவதை அறிந்தவர் என்பதால் இவனை நம்பி அவர் கொடுத்தார். அடுத்த ஆறு மாதங்களில் அந்தக் கடன் கழிந்தது.

கடன் முடிந்த மாதத்திலேயே அண்ணனிடமிருந்து அடுத்த அழைப்பு. "கடை வீடு எல்லாமே வாடகைக்குதான். வாடகை கொடுக்குறப்ப தோணுது நாங்க எல்லாம் கஷ்டப்படறதே அவனுகளுக்கு வாடகை கொடுக்கத்தான்னு. ஒரு பைசா கையில நிக்க மாட்டேங்குது. பக்கத்துல ஒரு கிரவுண்ட்ல மனை ஒன்னு வெலைக்கு வருது. இப்ப வாங்கிப் போட்டா பின்னாடி பணம் வந்தா எல்லாருக்கும் சேர்ந்த மாதிரி வீட்டைக் கட்டிடலாம். நீ அனுப்பறத அனுப்பு. மிச்சத்துக்கு இங்கின கடன் வாங்கிக்கிறேன்" என்று சொல்லி துண்டித்தார். இப்பவும் நலம் விசாரிக்க முடியாத அளவிற்கு பிரச்சனை அவரைத் தொந்தரவு செய்கிறதே என்ற வருத்தமிருந்தாலும், நல்லவேளை கடனைக் கட்டியவுடன் இந்த பணத்தேவை வந்ததே என்று இவனுக்கு சிறு ஆசுவாசம் ஏற்பட்டது.

இந்தக் கடன் முடிந்தபோதே அண்ணனின் அழைப்பை எதிர்பார்க்கத் தொடங்கினான். அவர் கேட்க, இவன் செய்வதில் இவனுக்குள் ஒரு பெருமிதமும் தோன்றிவிட்டிருந்தது. அவர் அழைக்காமலிருந்ததில் மெல்லிய ஏமாற்றம் துளிர்விட்டது.

ஒரு மாதம் கழித்துதான் அழைத்தார். "வீட்டைக் கட்டடத் தொடங்கலாம். இப்போ தொடங்குனாதான் நீ ஊர் திரும்பறதுக்குள்ள முடிக்க முடியும். எல்லோரும்

இருக்கிறமாதிரி கட்றதுக்கு செலவு கொஞ்சம் அதிகமாகும். ஆனாலும் திரும்ப கை வைக்காத மாதிரி ஒரே வேலையாக முடிந்துவிடும். மொத்தமா அனுப்புனாலும் சரி, இல்ல கொஞ்சங் கொஞ்சமா அனுப்புனாலும் சரிதான்" என்று கூறி நிறுத்திவிட்டார். தன் மனதில் பாரம் ஏற்ற வேண்டாமென்றுதான் மொத்தச் செலவு எவ்வளவு என்பதைக் கூறாமல் விட்டார் என அண்ணன் மேல் மரியாதை தோன்ற இவனால் முடிந்த அதிகபட்ச தொகையை அனுப்பினான். தனியாக இடம் வாங்கி வீடு கட்டவேண்டிய நெருக்கடிக்குள் தன்னை தள்ளாமல் தனக்கும் சேர்த்து வீடு கட்டப்படுவதை எண்ணும்போது லேசான விடுதலை உணர்வும் அவனுள் எழுந்தது.

வீடு கட்டுவதற்கான கடனை அடைத்துக் கொண்டிருந்தபோதும் அம்மா அண்ணனிடம் கேட்கமாட்டார் என்று தோன்றியதால் ஊருக்கும் சிறிய தொகையை அனுப்பிக்கொண்டுதான் இருந்தான். 'தப் தப் தப்' என்று படியில் தொங்கிய இளையர்கள் இறங்கியபோது எழுந்த ஓசையில் நினைவிலிருந்து மீண்ட செந்தில் பல்லாவரம் நிலையம் வந்துவிட்டதைக் கண்டு தனது பையை எடுத்துக்கொண்டு இறங்கினான். வண்டி கிளம்பியபோது இவனுடைய பெட்டியில் மட்டுமல்லாது மேலும் மூன்று பெட்டிகளில் இரண்டிரண்டு இளையர்கள் ஓடிச் சென்று ஏறினார்கள். எல்லா நிலையங்களிலும் ரயில்வே பாதுகாப்பு படையைச் சேர்ந்த ஒருவர் கண்காணித்தாலும் அதையும் மீறி இதைச் செய்கிறார்கள். இவர்களாக உணர்ந்து இதை எப்போது நிறுத்துவார்கள். வேறொரு பெரிய செயலில் தங்களை ஈடுபடுத்திக் கொள்ளும்போது அல்லது எதிர்பாராத வகையில் இவர்களில் ஒருவன்... ச்ச் என்று தோன்றிய எண்ணத்தை நிறுத்தி படியை கவனித்து கால் வைத்தான்.

வீட்டில், நாற்காலியில் சாய்ந்து அமர்ந்திருந்தான் செந்தில். மகன் சோபாவில் அமர்ந்து திறன்பேசியின் தொடுதிரையில் விரலால் தள்ளித் தள்ளி எதையோ தேடிக்கொண்டிருந்தான். எதைத் தேடுகிறான் என்பதற்கான போதம் அவனிற்கு இல்லையென்று தோன்றியது. எதைத் தேடுவதென்ற தெளிவு இருந்தால் அதனைக் குறிப்பிட்டு தேடிக் கண்டடையலாம். எதையென்ற தெளிவில்லாததால்தான் தள்ளிக்கொண்டே இருக்கிறான், எதோவொன்றை நிறுத்தி

நோக்குகிறான், சில கணங்களுக்குள்ளேயே சலிப்படைந்து அதையும் தள்ளி அடுத்ததை தேடியபடி இருக்கிறான் என செந்தில் எண்ணினான். ரயிலில் அநேகர் இப்படித்தான் செய்கிறார்கள். ஒன்றை மட்டும் நோக்கும்போது ஒரே மாதிரியான ஒருங்கான ஒலி கேட்கும். இப்படித் தள்ளிச் செல்லும்போது ஒவ்வொன்றிற்கிடையே உள்ள வேறுபட்ட ஒலிகள் கேட்பவர் மனதில் ஒருவித ஒவ்வாமையை உண்டாக்கி அதைச் செய்பவர்கள் மீது வெறுப்பை உண்டாக்குகிறது. இந்தச் சத்தம் மற்றவர்களுக்கு எரிச்சலை ஏற்படுத்தும் என்பதைக் கூட அவர்கள் உணர்வதில்லை. பலரும் இதைச் சகித்தபடியேதான் பயணிக்கிறார்கள். தினமும் இரண்டு பேரிடமாவது சத்தத்தைக் குறையுங்கள் என செந்தில் வெறுப்புடன் கூறவேண்டியதாகிறது. மகன் ஒலியை அடக்கி வைத்திருப்பதால் தொந்தரவில்லாமல் இருந்தது.

ஏலம் சேர்த்த தேநீரிலிருந்து எழுந்த வாசனையால் நிமிர்ந்து கோப்பையை ஏந்தி நின்ற அகல்யாவை நோக்கிவிட்டு கோப்பையை கையில் வாங்கினான். வந்ததிலிருந்து அகல்யா இவனைப் பார்க்கவில்லை. செந்தில் வந்து உடை மாற்றி கைகால் முகத்தை அலம்பிவிட்டு அமர்ந்ததை ஓசைகளின் மூலமே அவதானித்து, இப்போது தேநீர் எடுத்து வந்தாள்.

"என்னாச்சுங்க, யோசன பலமாயிருக்கு" என்று கேட்டாள். ஒவ்வொரு முறையும் மனதில் ஓடுவதை கணிக்கும் இவளின் திறத்தை வியக்கும்போதே நல்லவேளை பொய் சொல்லும் வழக்கம் தனக்கில்லை என்பதை ஆசுவாசத்துடன் எண்ணிக்கொள்வான். மனைவியிடம் ஒரு விசயத்தை மறைக்க இவனுடன் அலுவலகத்தில் பணியாற்றும் குமார் செய்யும் பிரயத்தனங்களை கண்டு, "ஏனிப்படி தவிக்கனும். உண்மைய சொல்லிட வேண்டியதுதானே" என அவனிடமே சொல்லியுமிருக்கிறான். "எப்படிம்மா இதைக் கண்டுபிடிக்கிற" என முதல்முறை அகல்யாவிடம் கேட்டபோது, "ஒங்கள கல்யாணம் பண்றதுக்கு பல வருசங்களுக்கு முன்னயிருந்தே ஒங்க மூஞ்சிய பாத்திட்டிருக்கேனே" என்று யோசிக்காமல் சட்டெனக் கூறிவிட்டாள்.

செந்திலின் மாமா பெண்தான் அகல்யா இவன் சிங்கப்பூரில் இருந்தபோதே அம்மா இவர்களுக்குத் திருமணம் செய்துவைக்க முடிவு செய்துவிட்டார். எந்த முடிவையும் அம்மா நிதானமாகவே எடுப்பார். எந்த விசயத்திற்கு தான்

முடிவெடுக்கவேண்டும், எந்த விசயத்திற்கு ஆலோசனை கேட்டு முடிவெடுக்கவேண்டும் என்பதில் தெளிவாக இருப்பார். அவர் ஒரு முடிவெடுத்தபின் அதனை மாற்றுவதற்கு யாருக்கும் வலிமையில்லை. செந்தில் சிங்கப்பூரில் மலாய் மற்றும் தாய்லாந்து நாடுகளின் பெண்களைப் பார்த்து அவர்களைப் போன்ற வெண்ணிறத்தில் மனைவி அமையவேண்டும் என கற்பனித்துக் கொண்டான். முதல் ஐந்து ஆண்டுகள் முடிந்தபோது வீடு கட்டுவதற்கு அண்ணனுக்கு அனுப்பிய கடன் முடிந்ததால் ஊருக்கு வந்தான். வீடுதான் உள்ளதே.. இங்கேயே ஏதாவது வேலைக்குச் சென்று அம்மாவையும் கவனித்துக் கொள்ளலாம் என முடிவு செய்திருந்தான். இவன் வருவதாகச் சொன்னதும் அம்மாவும் திருமணத்திற்கான முடிவை எடுத்ததோடு, அம்முடிவிற்கு மாமாவிடமும் அப்பாவிடமும் முறைமையான இசைவையும் பெற்றிருந்தார்.

வீட்டின் புதுமனை புகுவிழாவிற்கான நாள் குறிக்கப்பட்டதால் அதற்கேற்ப முன்னதாக வருமாறு பயணத்தை மாற்றிக்கொண்டு வந்தான் செந்தில். விழாவில் கலந்துகொண்ட பிறகு ஊருக்குச் செல்வதாகத் திட்டம். பேருந்து நிறுத்தத்திற்கு அருகில் பிரதான சாலையிலேயே அண்ணனின் கடை அமைந்திருந்ததால் இவன் நேராக கடைக்குச் சென்றான். அண்ணன்களிடமோ சின்ன அத்தாச்சியிடமோ பேச முடியாதவாறு வாடிக்கையாளர்கள் நின்றார்கள். இவனை நிமிர்ந்து பார்க்கும் அளவிற்கு அவர்களுக்கும் நேரமில்லை. சற்று நேரம் நின்றுவிட்டு அவர்களைத் தொந்தரவு செய்யாமல் வீட்டிற்குச் சென்றான். வீட்டில் பெரிய அத்தாச்சி சமையல் வேலையில் இருந்தார். இவனை அடையாளம் காண சிறிது நேரமானது. ஐந்தாண்டு காலம், இவன் உருவத்தை சற்று மாற்றியிருந்தது. இதனால்தான் அண்ணன்களால் தன்னை கண்டுகொள்ள இயலவில்லை எனக் கருதினான். பிள்ளைகளெல்லாம் பள்ளிக்குச் சென்றிருக்க வீட்டிற்குள் அகல்யா இருந்தாள். விழாவிற்கு அழைப்பதற்காக ஊருக்குச் சென்ற அண்ணனுடன் இரண்டு நாட்களுக்கு முன்னதாக, ஒத்தாசையாக இருக்குமென்று வந்திருந்தாள். அப்பா, அம்மா, மாமா மூவரும் மறுநாள் வருவார்கள் என அகல்யா கூறினாள். அகல்யா முகம் இதற்குமுன் பார்த்ததைவிட எதிர்பார்த்ததைவிட பளிச்சென்று தெரிந்தாள். பின்னொரு

கா.சிவா ♦ 115

முறை அவளிடம் கேட்டபோது திருமணத்திற்கு பேசி முடிவு செய்யப்பட்ட இவனைப் பார்த்த மகிழ்ச்சியில் உண்டான மலர்ச்சி எனச் சொன்னாள்.

முதல்நாள் வரை ஐந்தாண்டுகள் வேலை வேலையென்றே அலைந்து கொண்டிருந்த மனம் இப்போதும் அரைமணி நேரம்கூட உடலை அமர்ந்திருக்க விடவில்லை. இரண்டு தெரு தள்ளியிருந்த புது வீட்டைப் பார்த்து வருவதாக அத்தாச்சியிடம் கூறியபோது அகல்யாவையும் வழி காட்ட அனுப்பினார். அகல்யா பேசிக்கொண்டே வந்தாள். சிங்கப்பூர் எப்படியிருக்கும், அங்கு உணவுகள் எந்த மாதிரி, உண்ணும் நேரம் எது, வேலை எத்தனை மணி நேரம், அங்குள்ள மக்களெல்லாம் எப்படியிருப்பார்கள், குறிப்பாகப் பெண்கள் எப்படி பழகுவார்கள். இவன் ஒரு சில வார்த்தைகளிலேயே பதில் சொல்லிக் கொண்டுவந்தான். இத்தனை கேள்விகள் கேட்கப்படுவது எரிச்சலாக இருந்தாலும் அடுத்தவர் மனதைப் புண்படுத்த விரும்பாத இயல்பால் அதை முகத்தில் வெளிப்படாதவாறு நடந்தான். அவளின் உற்சாகம் இவனுக்கு வியப்பை அளித்தாலும் ஏனென்று வினவவில்லை.

வீட்டிற்கு முன்பாக சாலையில் உயர்ந்து வளர்ந்த மாமரம் ஒளிரும் தளிர்களையும் மின்னும் பூக்களையும் தாங்கி இரண்டாவது தளத்திற்கும் மேலாக கிளைகளை நீட்டி நின்றது. விழாவிற்கு இரண்டு நாட்களே மீதமிருப்பதால் இறுதிக்கட்டப் பணிகள் நடந்து கொண்டிருந்தன. கயிறு கட்டி அதன்மீது நின்றவாறு வெள்ளையடித்துக் கொண்டும் மின் இணைப்புகளுக்கு கம்பிகளை இழுத்துக் கொண்டும் இருந்தார்கள். இவர்கள் சென்றபோதும் எதுவும் வினவாமல் தங்களது பணியிலிருந்து விலகாமல் தொடர்ந்தார்கள். ஒரு கிரவுண்ட் இடத்தில் முழுமையாக வீடு கட்டப்பட்டிருந்தது. தரைதளத்திலும் முதல் தளத்திலும் அறைகள் இருக்க இரண்டாம் தளம் மொட்டைமாடியாக விடப்பட்டிருந்தது.

மகிழ்வில் மனம் பொங்க தன் குலசாமியான பெத்தாயியை வேண்டிக்கொண்டு வலதுகாலை வைத்து நுழைந்தான். அகல்யா ஒவ்வொரு அறையாக காட்டிக் கொண்டு வந்தாள். அறைகள் விசாலமாக இருந்தன. உள் நுழைகையிலேயே தென்புறமாக அடுப்படி. பின் பெரிய ஹால் அதன் மேற்கு புறமாக இரு படுக்கையறைகள் கழிவறை இணைப்புடன்

இருந்தன. "இதுதான் பெரிய அத்தானுக்கு" என்று அகல்யா சொன்னாள். முதல் மாடிக்குச் சென்றார்கள். கீழ் வீட்டைப்போன்றே அதே அமைப்பில் கட்டப்பட்டிருந்தது. "இது சின்ன அத்தானுக்கு" என்று கூறிய அகல்யா, செந்தில் முகத்தைக் கண்டு ஒரு கணம் திகைத்தாள். செந்தில் மனதில் பெரும் தவிப்பும் உளக் கொதிப்பும் ஏற்பட்டது. எதிர்பார்ப்பு நம்பிக்கை அனைத்தும் சிதைந்து எதிர்கால நம்பிக்கையாக தன்னிடமிருந்த படகு உடைந்து சிதறுவதைக் கண்ட மீனவன்போல மனம் உடைந்து கண்ணீர் பொங்கியது.

அகல்யா அருகில் நிற்பதை உணர்ந்து உடனே மொட்டை மாடிக்கு செல்வதற்கான படியில் ஏறினான். அகல்யா அவனைத் தொடரவில்லை. இதுவரை இத்தனை பெரிய ஏமாற்றத்தை எதிர் கொள்ளாததால் இப்போது என்ன செய்வதென்றறியாது பெரும் திகைப்பு தோன்றியது. அழவேண்டுமா கத்தவேண்டுமா யாரையாவது சென்று அறைய வேண்டுமா அல்லது அத்தனையும் செய்யவேண்டுமா. என்ன நிகழ்ந்தது என தனக்குள் வினவி விடைதேட முயன்றான். எல்லோருக்கும் சேர்ந்த மாதிரி வீடு கட்டலாம் என்றுதானே சொன்னார். அந்த எல்லோரும் என்பதில் நான் இல்லையோ. இரண்டு அண்ணன்கள், அண்ணிகள் அவர்களின் பிள்ளைகளைதான் அந்த எல்லோருமா. நான்தான் தவறாகப் புரிந்து கொண்டு கற்பனையை வளர்த்துக் கொண்டேனா. அப்படித்தான் இருக்கவேண்டும். ஊரில் அம்மா அப்பா இருக்கும் வீடு இருக்கிறது. நான் திருமணம் செய்தால் மனைவியை அங்குதானே வைக்கவேண்டும். அதுதானே முறை. அண்ணன் அப்படித்தான் எண்ணியிருப்பார். நான்தான் எனக்கும் சேர்த்து வீடு என்று தவறாக எண்ணிக் கொண்டேன். எத்தனை முட்டாள்தனம். கடை வைத்துக் கொண்டு அதில் வேலை செய்யும் இவர்களோடு நான் எப்படி தங்க முடியும். அதற்கு எவ்வித சாத்தியமும் இல்லை என வேறு புறமாக யோசித்து தன் ஆற்றாமையை மெல்ல மெல்லத் தணித்தான். மாமரத்தின் நிழலும் நாசியில் நுழையும் அதன் பூக்களின் வாசமும் மனதிற்குள் தண்மையை பாய்ச்சின. சிறிது நேரத்திற்கு பின் கீழே வந்தவன் முகம் தெளிவடைத்திருந்தது.

விழா முடிந்து அம்மா அப்பாவுடன் ஊருக்குச் செல்லும்போதே திரும்பவும் சிங்கப்பூர் செல்லவேண்டுமெனக்

கூறினான். அம்மா சிறிது யோசித்துவிட்டு சரி உன் விருப்பம் என்றார். ஊருக்குச் சென்றவுடன் இவனுடைய வங்கிக் கணக்குப் புத்தகத்தை தந்தார். அம்மாவிற்கு இவன் அனுப்பிய தொகை முழுமையாக அதில் வரவு வைக்கப்பட்டிருத்தது. தன் செலவுகளுக்கு ஒரு ரூபாய்கூட எடுத்துக் கொள்ளாமல் வங்கியில் போட்டிருக்கிறாரென்றால் எதையோ உணர்ந்திருக்கிறார் எனப் புரிந்தது. அண்ணன் வீடு கட்டுவதற்கு பணம் கேட்டது பற்றியோ அவருக்கு பணம் அனுப்பியது பற்றியோ அம்மாவும் செந்திலும் பேசிக்கொள்ளவேயில்லை. ஆனால், அம்மா அறிந்திருக்கிறார் என இவனுக்குத் தோன்றியது. சிங்கப்பூர் கிளம்புவதற்கு முதல்நாள் "அகல்யாவ ஒனக்கு கல்யாணம் பண்றதா முடிவு பண்ணியிருக்கு. ரெண்டு மாசத்துல பண்ணலாம்னு நெனைச்சேன். நீ ஊருக்குப் போறேன்னு சொல்றத தடுக்க விரும்பல. போயிட்டு வா. வந்தப்பறம் கல்யாணத்த வச்சிக்கலாம்" என்று கூறியபோது அவர் குரலில் இருந்த உறுதி இவனை மறுக்கவிடாமல் செய்தது. இனி தன் திருமணத்தைப் பற்றி எந்தக் கற்பனையும் செய்யவேண்டியதில்லை. வேலையில் மட்டும் கவனம் செலுத்தி பணம் ஈட்டுவதில் முழுமையாக ஈடுபடலாம் என்பதும் அதோடு அகல்யாவின் மலர்ந்த முகமும் மெல்லிய உவகையை ஏற்படுத்தியது.

திருமணத்திற்கு பின் ஒருநாள் அகல்யா கேட்டாள் "ஒங்கண்ணன் அந்த வீட்ட ஒங்களுக்கும் சேத்துக் கட்றதா சொன்னாரா?" என்று. இல்லையென்று மறுக்க முயன்றபோது "ஒங்க மொகம் போன போக்குலேயே அதக் கண்டுபிடிச்சிட்டேன். சமாளிக்க பாக்காதீங்க" என்ற கணத்திலேயே அவளின் அவதானிக்கும் திறனை உணர்ந்து இவளிடம் எதையும் மறைக்க முயற்சிக்கக் கூடாது என்று உணர்ந்து கொண்டு அதன்படியே இன்றுவரை நடக்கிறான்.

"என்ன யோசனையின்னு கேட்டேன். அதுக்கு இவ்ளோ நேரம் யோசிக்கிறீங்க" என்று அகல்யா கேட்டதும் நினைவிலிருந்து மீண்டு "அண்ணன் போன் பண்ணினாரு. அவங்க வீட்டுக்கு சனிக்கெழம வரச் சொன்னாரு. எதுக்குன்னு சொல்லலை' என்றான்.

"பெருசா யோசிக்காதீங்க. நானும் கூட வர்றேன்ல. என்னன்னு கேட்டுட்டு வருவோம்" என்றாள்.

14

2010

காவ்யா சாய்வதற்கு தோதில்லாத சிறிய முக்காலியின் மீது அமர்ந்து சாலையில் செல்லும் வாகனங்களை நோக்கிக் கொண்டிருந்தாள். ராசுவுடன் இவள் வசிக்கும் வாடகை வீடு இரண்டாவது தளம் என்பதால் சாலையில் எல்லாம் சிறியனவாகத் தோற்றமளித்தன. தரையில் நடக்கும்போது முன்னும் பின்னும் வரும் வண்டிகளை அனுசரித்து மனம் அடையும் பதட்டமின்றி இங்கிருந்து காண்பது வேடிக்கையான காட்சியெனவே தோன்றியது. ஆனால், நடப்பவர்களும் வாகனவோட்டிகளும் பதட்டமாகவே இருப்பார்கள் என்பதையும் உணர்ந்தாள்.

நாளைக்கு வருமாறு உறவினர்களை எல்லாம் பெரியப்பா அழைத்திருக்கிறார் என்ற தகவலை அம்மா கூறினார். அப்பா அம்மாவை எண்ணும்போது மனதில் பாரம் ஏறுகிறது. ஆனால், இவளுக்கு பெரியம்மா மீதுதான் பிரியம் அதிகமாக இருந்தது. நித்தமும் விடிகாலையிலேயே கடைக்குச் சென்று இரவு நேரங்கடந்து திரும்பும் அம்மாவும் அப்பாவும் கடையை மூடும் பண்டிகை நாட்களில் மட்டுமே வீட்டில் இருப்பார்கள். எப்போதாவது கிடைக்கும் ஓய்வு என்பதால் நாள் முழுக்க சோர்வுடனே இருப்பார்கள். தங்களுக்கு கிடைக்கும் அரிய ஓய்வை முழுமையாக அனுபவிக்க எண்ணுபவர்கள்போல வெளியே செல்ல அழைத்தாலும் வர மாட்டார்கள். தங்களின் ஓய்வுக்கு இடையூறு இல்லாமல் சென்றுவர ஊக்குவிப்பார்கள்.

அப்பா அம்மாவுடன் வெளியே சென்று சுற்றலாம் என முதல்நாள் தீட்டிய திட்டங்களெல்லாம் செயலுக்கு வராமல் போவதால் காவ்யாவிற்கும் அவள் தங்கை ரஞ்சனிக்கும் மிகவும் வருத்தமாகவும் பெற்றோர் மீது சற்று கோபமாகவும் இருக்கும். என்றைக்கோ ஒருநாள் கிடைக்கும் விடுப்பையும் வீணாக்குகிறார்கள் என இவர்களுக்குத் தோன்றும். இதனால், அப்பா அம்மாவை தொந்தரவு செய்யாமல் அவர்கள் பிள்ளைகளான சுதா மற்றும் ரவியுடன் தங்களையும் ஊர் சுற்ற அழைத்துச் செல்லும் பெரியம்மா மீது இயல்பாகவே ஒரு பிரியம் ஏற்பட்டது.

வீட்டு வேலைகளும் சமையலும் பெரியம்மாதான் செய்வார். பக்கத்திற்கு மூன்றுபேராக அமர வசதியான உணவு மேசையில் ரவியும் சுதாவும் ஒரு பக்கமும், காவ்யாவும் ரஞ்சனியும் மறுபக்கமும் அமர்ந்து உண்பார்கள். பரிமாறும்போது பெரியம்மாவின் முகம் அத்தனை பூரிப்புடன் இருக்கும். ரவிக்கும் சுதாவிற்கும் பரிமாறுவதையே காவ்யாவால் காணமுடியும், இவர்களுக்கு பின் பக்கமாக வந்து பரிமாறும்போது கழுத்தைத் திருப்பி அவர் முகத்தைக் காண்பது சிரமம் என்பதால் அவரின் பூரிப்பை அருகில் பார்க்க வாய்க்கவேயில்லை என்பதில் இவளுக்குச் சற்று வருத்தம்தான்.

கால்மணி நேர நடையில் அடைந்துவிடக் கூடிய பள்ளிக்கு பெரியம்மாவுடன் நடந்து செல்வது இவளுக்கு மிகவும் பிடித்தமானது. ரவியையும் சுதாவையும் முன்னால் போகவிட்டு இவளையும் ரஞ்சனியையும் பின்னால் வரவிட்டபடி நடுவில் பெரியம்மா வருவார். சுதாவையும் ரவியையும் ஒழுங்காகச் செல்லும்படி கண்டித்தபடியே செல்லும் பெரியம்மா எப்போதாவது ஒருமுறை மட்டும் இவர்களைத் திரும்பிப் பார்ப்பார். அப்போதும் கண்டிப்பதாக எதுவும் சொல்லாமல் செல்வது இவர்களுக்கு மகிழ்ச்சியளித்தது. ஒருநாள், எதிர் வந்த சைக்கிளைக் கவனிக்காமல் கடக்க முயன்ற ரவியை, ‘பாத்து நடக்க மாட்டியா?’ என்று கூறி சட்டென அடித்தார் பெரியம்மா, ஆனால், இன்னொரு நாள் பெரியம்மாவுக்கும் இவர்களுக்கும் சற்று இடைவெளி ஏற்பட்ட பதட்டத்தில் மோட்டார் பைக்கின் முன் இவள் பாய்ந்துவிட பைக்காரரின் பிரேக் சத்தத்தால் திரும்பிய பெரியம்மா நடந்ததை

உணர்ந்தாலும் காவ்யாவை அடிக்கவோ திட்டவோ செய்யாமல், 'சரி வா' என சொல்லிவிட்டு நடந்தபோது அவர்மேல் இவளுக்கிருந்த பிரியத்தின் அளவு சற்று கூடியது. அவ்வப்போது தின்பண்டங்கள் வாங்கினால் பாக்கெட்டை பிரித்து அவர்களெல்லாம் எடுத்துக் கொண்டபின் மீதத்தை பாக்கெட்டோடு இவள் கையில் கொடுப்பார். உள்ளே தீனி குறைவாக இருந்தாலும் பாக்கெட்டோடு தின்பது இவளுக்கு பெரும் உவகையளித்தது.

பள்ளிக்குச் செல்லும்போதுதான் ரவியையும் சுதாவையும் முன்னால் அனுப்புவார். சுற்றிப் பார்க்கச் செல்லும்போது காவ்யாவையும் ரஞ்சனியையும் முன்னால் செல்லத் தூண்டுவார். இது, இவர்களுக்கு பெரும் குதூகலமாயிருக்கும். கடலலையில் கால் நனைப்பது எத்தனை உற்சாகமளிப்பது.. அதுவும் யாரும் கைகளைப் பற்றி இறுக்காமல், காவ்யா அடைந்த தனியாகத் திரிவதன் விடுதலையை வார்த்தையால் விளக்கமுடியாது. ஆனால், ரவியும் சுதாவும் பாவம். அவர்கள் பெரியம்மாவின் கைப்பிடியை விட்டு தனியாக விளையாட முடியாது. தனியாக விட்டால் காணாமல் போய்விட மாட்டார்கள் என தன் பிள்ளைகள் மீது நம்பிக்கை கொள்ளாத பெரியம்மா தங்கள் மீது கொண்டுள்ள நம்பிக்கையை எண்ணும்போது காவ்யாவிற்கு அவர் மீதான பிரியம் இன்னும் அதிகமானது.

சாலையில் சென்ற குட்டியானை வண்டியின் பேரொலி காவ்யாவின் நினைவைக் கலைத்தது. இவள் கணவன் ராசுவும் குட்டியானைதான் ஓட்டுகிறான். விடியற்காலையில் கிளம்பி காய்கறிச் சந்தைக்குச் செல்வான். சில வியாபாரிகளை வாடிக்கையாளர்களாக பிடித்துள்ளான். அவர்களில் இவள் பெரியப்பா சுந்தரமும் ஒருவர். மொத்த விலைக் கடைகளில் மாதிரிக்காக சில மூட்டைகளை பிரித்து காய்களை கீழே கொட்டி வைத்திருப்பார்கள். ஒவ்வொரு விலைக்கும் ஒரு மாதிரி. என்ன வேறுபாடென்றால் ஒரு நாளிற்குள் அழுகத் தொடங்குபவை விலை குறைவாகவும், அதன் தாங்கும் திறன் அதிகமாக இருப்பவை அதன் படிநிலைக்கேற்ப விலை உயர்ந்துகொண்டே செல்லும். வாங்குபவர்களும் அவர்களின் தேவையைப் பொருத்து முடிவு செய்வார்கள். திருமணம் போன்ற நிகழ்வுகளுக்கும், உணவகங்களுக்கும் வாங்குபவர்கள் உடனே சமைப்பதுதானே என்பதற்காக

விலை குறைவானதையே தேர்ந்தெடுப்பார்கள். ஆனால், காய்கறி வியாபாரிகள் சில நாட்கள் தாங்கும் வகைமையை தேர்வு செய்வார்கள். ஒரு நாள் விற்பனை குறைவாக ஆனாலும் மறுநாள் விற்பதற்காக. மூட்டையை எடை போட்டு பணத்தைக் கொடுத்துவிட்டு அதன் ரசீதை ராசுவிடம் கொடுப்பார்கள். இவன் அந்தந்த கடைகளுக்குச் சென்று மூட்டைகளைத் தூக்கிவந்து இவன் வண்டியில் ஏற்றுவான். இப்படி ஏற்றுவதற்கு தனியாக கூலி உண்டு. சந்தைக்கு எப்போதாவது வருபவர்கள் அவர்களே கூலிக்காரரை வைத்து மூட்டையை இவன் வண்டிக்குத் தூக்கிவந்து விடுவார்கள். அவர்களின் முகவரியை கேட்டுக்கொள்வான். ஒவ்வொரு மூட்டையிலும் உடைமையாளரின் பெயரில் சில எழுத்துகளை அடையாளமாக அழியாத மையால் குறித்துக்கொள்வான். வண்டி கொள்ளுமளவு ஏற்றியவுடன் கிளம்பி அந்தந்த கடைகளில் இறக்கிவிட்டு வீட்டுக்கு வரும்போது பத்துமணி ஆகிவிடும். ஏன் இவ்வளவு நேரம் என்று ஒருநாள் கேட்டபோதுதான் அவனின் வேலையைப் பற்றி கூறினான். ஆனால், காவ்யாவின் பின்னால் வலம் வந்தபோது இவள் கல்லூரிக்கு செல்லும் நேரத்திற்கே எதிர்ப்படுவான். அது எப்படி என ஒருமுறை வினவியபோது, 'அது காதல். அப்பல்லாம் எதையும் எப்படியும் செய்வோம்' என திரைப்பட வசனம் போலக் கூறினான்.

ராசு, வீட்டில் குளித்துவிட்டு உண்டபின் வண்டியை எடுத்துக் கொண்டு காந்தி பூங்கா அருகேயுள்ள இடத்தில் நிறுத்துவான். இவனைப் போலவே இன்னும் பலரும் அங்கு இருப்பார்கள். இவன் வண்டியைப் போலவும் இதைவிட பெரிய வண்டிகளையும் வரிசையாக நிறுத்தியிருப்பார்கள். வீடு காலி செய்து வேறிடத்திற்குச் செல்பவர்களையும் கடைகளில் மொத்தமாக பொருட்கள் வாங்குபவர்களையும் எதிர்பார்த்து மற்றவர்களோடு இவனும் காத்திருப்பான். வாடிக்கையாளர் வருவதும் வண்டியைத் தேர்ந்தெடுப்பதும் அவரவர் நேரத்தைப் பொருத்தது. மாலை எட்டு மணிக்குமேல் கடைகளுக்குச் சென்று காலையில் கொண்டுவந்த மூட்டைகளுக்கான கூலியை பெற்றுக் கொண்டு ஒன்பது மணிக்குமேல் வீட்டிற்கு வருவான்.

ராசுவோடு வாழ ஆரம்பித்து மூன்று மாதங்கள்தான் ஆகிறது. ஆனால், மிக நீண்ட காலம்போல் காவ்யாவிற்கு

தோன்றியது. இனிமையாகக் கழிக்கும்போது ஆண்டுகள் கூட சட்டென கணங்களென முடிந்துவிடுகின்றன. ஆனால், மனதில் பாரத்துடன் கழிக்கும் நாட்களின் நீளம் முடிவேயில்லாமல் நீண்டு செல்கின்றது. குடும்பத்தை விட்டு ராசுவோடு வருவதற்கு காரணம் பெரியப்பா ஏற்கவேமாட்டேன் என உறுதியாகக் கூறியதுதான். அதோடு நிறுத்தியிருந்தால் பரவாயில்லை, 'முடிந்தால் அவனோடு போய் வாழ்ந்து பார். உருப்படாமத்தான் போவீங்க' என சாபமிடுவது போலன்றி பின் நிகழப்போவதை கணிக்கும் ஞானி போலக் கூறினார். இளமையின் உச்சத்தில் தன்னால் முடியாதென்பதே எதுவுமில்லை என கர்வத்துடன் திமிறும் பருவத்தில் நீ எடுக்கும் முடிவை செயல்படுத்திப் பார் எனக் கூறுவது உயர்பட்ச எரிவாயுவின் மீது தீக்குச்சியை எறிவது போலத்தான். அவர் கூறியதை பொய்ப்பித்து காட்டவேண்டும் என்ற வேட்கை பொங்க அக்கணமே வெளியே செல்வதென்ற முடிவை காவ்யா எடுத்துவிட்டாள். சுதா, ரவி, ரஞ்சனி மூவரும் இம்முடிவு வேண்டாம் வேண்டாமெனக் கூறியதுபோது கிண்டக் கிண்ட இறுகும் சர்க்கரைப் பாகுபோல மனம் கெட்டிப்பட்டது. அப்பாவும் அம்மாவும் எதுவும் புரியாமல் திகைத்திருந்தார்கள். பெரியப்பாவின் முடிவுதான் சரி என்று எண்ணியிருப்பார்கள் என்று இவளுக்குத் தோன்றியது. தன் முடிவை பரிசீலனையே செய்யாமல் அதை எப்படிச் செயல்படுத்துவது என்றே யோசனை ஓடியது. இரண்டு காதுகளிலும் விழுந்த எதையும் உள்ளுக்குள் வாங்காமல் தன் முடிவை மட்டுமே இறுக்கிக் கொண்டேயிருந்த, அப்போதைய மனநிலையை இப்போது யோசிக்கும்போது வியப்பாக இருந்தது காவ்யாவிற்கு.

ஆனால், ராசுவை முதலில் எப்போது பார்த்தாள் என எண்ணும்போது பெரியம்மாவின் முகம் தோன்றுவதை வியப்புடன் நோக்கினாள். அன்று ரஞ்சனி, ரவி மற்றும் சுதா மூவருக்குமே தேர்வுகளுக்கு இடையேயான விடுமுறை. இவளுக்குத் தேர்வு இருந்தது. பிரதான சாலைக்கு வரும் கல்லூரிப் பேருந்தில் ஏற்றிவிட பெரியம்மா இவள் கூட வந்தார். குறுக்குத் தெருவில் இருந்து பிரதான சாலைக்கு திரும்பும்போது "அந்த டாடா ஏஸ் வண்டிய ஓட்றவன் ஏண்டி ஒன்னையே மொறச்சிக்கிட்டு போறான்?" என்று கேட்டார். அதுவரை நிமிர்ந்து பாராமல் வந்தவள் வேகமாக நிமிர்ந்து

பார்த்தாள். வண்டி கடந்துவிட்டது. ஆனால், வண்டியின் முன்புறம் வண்டிக்கு மேல் தெரியும்படி பளபளக்கும் வண்ணக் காகிதங்களால் உருவாக்கப்பட்ட குஞ்சம் ஒன்று துள்ளிப் பறந்து கொண்டிருந்தது இவள் கண்ணில் பட்டது. அதன் பிறகு இந்த வகை வண்டிகள் வரும்போது சிறு உந்துதல் எழ நிமிர்ந்து பார்க்க ஆரம்பித்தாள். பல நாட்களுக்குப் பின் அதே குஞ்சம் ஆடும் வண்டி வந்தபோது ஓட்டும் ஆளை உற்று நோக்கினாள். கண்ணாடியில் ஒளி பிரதிபலித்ததால் மிகக் கூர்ந்து நோக்க வேண்டியிருந்தது. இரண்டு நாள் மழிக்காத, கோடாக நீளும் மீசையுடன் இருந்த மாநிற முகத்தில் பெரும் வியப்பு பரவியிருந்ததைக் கண்டாள். அம்முகத்தில் இருந்த வியப்பு இவள் மனதில் பதிந்துவிட்டது. அவ்வப்போது அந்த வியப்பு ஏன்... காணாத அதிசயத்தை அல்லது எதிர் பாராமல் கடவுளை காணும்போது மட்டுமே வெளிப்படும் பாவனை. என் முகம் அதிசயமாகத் தோன்றுகிறதா. அப்படி என்னயிருக்கு இம்முகத்தில். அவன் முகத்தைவிட சற்று பளிச்சென்றிருக்கிறது. இது மாதிரி முகத்துடன் எத்தனையோ பெண்கள் திரிகிறார்கள். எல்லோரையும் இப்படித்தான் பார்ப்பானா. இருக்காது. என்னைக் கண்டவுடன்தானே ஒரு பூ மலர்வது போல அவ்வியப்பு கொஞ்சம் கொஞ்சமாக விரிந்தது. அந்த விரிவை துளித்துளியாக மனதில் ஓட்டிப் பார்த்தாள். இந்த அளவுக்கு அம்முகம் இவளுக்குள் பதிந்துள்ளதையே அப்போதுதான் அறிந்தாள்.

மூன்று நாட்களுக்குப் பின் மற்றவர்கள் தேர்வுக்குச் சென்றிருக்க காவ்யா உள்ளறையில் படித்துக்கொண்டிருந்த மதியப்பொழுதில் பெரியம்மா அழைத்தார். வெளியே அதே பையன் நின்று கொண்டிருந்தான். அவன் முகம் வியப்பில் விரிவதை தடையேதுமின்றி தெளிவாகக் கண்டாள். அவன் முகத்தின் அமைப்பே அப்படியா என்ற ஐயம் இப்போது விலகியது. “பெரியப்பா இந்தக் காய்கறிகள கொடுத்தனுப்பி இருக்காரு. இந்தப் பையன் நம்பர வாங்கிக்க. எப்பவாச்சும் அவசரத்துக்குத் தேவைப்படும். எல்லாத்துக்கும் அவருகிட்டயே கேட்டா ஒருநேரம் மாதிரியில்லாம கத்திடுவாரு” என்று பெரியம்மா கூறியதும் அவன் எண்ணைக் கேட்டுப் பதிந்து கொண்டாள். “ஒரு மிஸ்டு கால் கொடுங்க நானும் சேவ் பண்ணிக்கிறேன்” என்று கூறி இவள் எண்ணை அவன் பதிந்து கொண்டான்.

ஒரு மணி நேர பெரும் பிரயத்தன காத்திருப்பை உடைத்து, "ஏன் அப்படி என்னை உத்துப் பாத்த?" என வாட்ஸ்அப்பில் கேட்டாள். அவன் சில நிமிடங்கள் யோசித்து இவள் எதிர்பார்த்த மாதிரியே அட்சரம் பிசகாமல், "இதுவரை நான் பாத்ததிலேயே அழகான மொகத்த வேறெப்படி பாக்குறது?" என்று அனுப்பினான். பள்ளியில் செஞ்சிக் கோட்டைக்கு அழைத்துச் சென்றபோது அம்மலையில் குகைபோல தோன்றும் இடத்தில் காவ்யா ஒரு சுனையைக் கண்டாள். மேலிருந்த பாறை மதிய வெயிலை முற்றிலும் தடுக்க, கீழே விழுந்த கதிர்களின் பிரதிபலிப்பின் வெளிச்சமே சுனை கிடந்த இடத்தினுள்ளே விழுந்தது. இவள் நடந்து சென்ற காலடியின் அதிர்வில் நலுங்கிய நீரை தயங்கியபடியே மெல்லத் தொட்டாள். இவள் அம்மாச்சியின் உள்ளங்கையையும் வாழைத்தண்டின் மையத்தில் இருக்கும் தண்மையையும் விஞ்சிய அத்தனை குளிச்சியாய் இருந்தது. அவன் அனுப்பிய அந்த செய்தியினால் இவள் உடல் முழுவதையும் அச்சுனை நீர் தீண்டியதான உணர்வு தோன்றி சிலிர்த்தது. ஒரு கணம் உடலை உலுக்கிக் கொணடவள் சட்டென நிறுத்தினாள். உலுக்கினால் அவ்வுணர்வு நீங்கிவிடுமோ என்ற அச்சத்தில்.

அதன் பிறகு நடந்தவையெல்லாம் எல்லாக் காதலர்கிடையில் நிகழ்பவைதான். பெரியப்பாவின் சவாலை இப்போது நினைக்கும்போதும் மனதில் ஒரு வெறி தோன்றுகிறது. தனித்திருந்து வாழ்ந்து காட்டவேண்டும் என்று மீண்டுமொருமுறை தனக்குள் கூறிக்கொண்டாள். ராசுவைப் பற்றி எண்ணத் தொடங்கும்போது தனக்கு பெரியம்மாவின் முகம் நினைவுக்கு வந்ததுபோல ராசு என்னைப் பற்றி எண்ணும்போது அவனுக்கு யார் முகம் நினைவுக்கு வரும் என்ற கேள்வி எழுந்தது. உடனேயே அதனை அறிவதற்கான ஆர்வம் பெருக்கெடுக்கத் தொடங்கியது. அழைத்துக் கேட்கலாமா என்ற ஆவலை அடக்கிக்கொண்டாள். மிக அவசரமான காரணமின்றி அழைக்கக் கூடாது என கூறியிருக்கிறான். இந்த சிறிய விசயத்திற்கு அழைத்தால் கடுப்படிப்பான். திருமணத்திற்கு பின்புதான் இந்த விதிகளெல்லாம் என்று அலுத்தபடி காத்திருந்தாள்.

****

உடை மாற்றிக்கொண்டு முகம் கைகால் கழுவிவிட்டு வந்து அமர்ந்தான் ராசு. “என்ன எதுக்கோ காத்துக்கிட்டிருக்க மாதிரி தெரியுது. என்ன விசயம்“ என்று கேட்டான். இவனிடம் குறைகள் இருந்தாலும் முகத்தைக் கண்டு உள்ளமறியும் திறன்தான் காவ்யாவை மிகவும் கவர்ந்தது. “எப்படிங்க கண்டு பிடிச்சீங்க?” என்று ஆச்சர்யத்துடன் கேட்டபடியே அருகில் சென்றவள், “என்னைய மொதல்ல பாத்ததப் பத்தி யோசிச்சா உங்க நினைவுக்கு என்ன தோணும்?” என்று கேட்டாள்.

“இதத் தெரிஞ்சுக்க அப்படியென்ன ஆர்வம்?” என்று வியப்புடன் கேட்டான்.

“என்னவோ தெரிஞ்சுக்கனும்னு தோனுது. சொல்லுங்களேன்”

“ம் ம் ம் “ சில கணங்கள் விழிமூடி யோசித்தவன் “ஒன் பெரியம்மாதான்” எனக் கூறினான்.

இவள் விழியை விரித்தபடி “உண்மையாவா ...” என்றாள்.

“ஆமாம். ஒங்க கடையில மூட்டைய எறக்கிட்டிருந்தப்ப அவங்க வந்தாங்க. தம்பி எங்க சின்னவரு பொண்ண மொறச்சுப் பாத்ததப் பாத்தேன். இனிமே அது மாதிரியெல்லாம் பண்ணாதீங்க. சரிப்பட்டு வராதுன்னு சொன்னாங்க”

“எங்க வீட்டுக்கு வந்து நம்பர் கொடுத்தீங்களே அதுக்கு அப்புறமா..”

“இல்ல. அதுக்கு நாலு நாளைக்கு முன்னாடி” என்றான்.

15

2011

சுந்தரத்தின் வீட்டில் எல்லோரும் கூடியிருந்தார்கள்.

சுந்தரமும் செல்வியும் சோபாவில் அமர்ந்திருந்தார்கள். பெரியநாயகியும் அவள் கணவரும் எதிரில் இருந்தார்கள். செல்வியின் அப்பா மாணிக்கமும் அவள் அண்ணன் மணியும் இவர்களுக்கு வலதுபுறம் நாற்காலியில் அமர்ந்திருந்தார்கள். லட்சுமணனும் கல்யாணியும் ஜன்னலோரமாக நின்றார்கள். செந்திலும் அகல்யாவும் அடுப்படியின் வாயிலோரமாக சுவரில் சாய்ந்து நின்றார்கள்.

லட்சுமணின் பெண் வீட்டைவிட்டு வெளியேறி மணம் செய்து மூன்று மாதங்களாகிய நிலையில் தங்களை இங்கு அழைத்துள்ளதைப் பற்றி ஒவ்வொருவருக்குள்ளும் பலவித எண்ணங்கள் அலைபாய்ந்து கொண்டிருந்தன.

பெரியநாயகியைப் பொறுத்தவரை மூன்று தம்பிகளையுமே ஒரே தட்டில்தான் வைத்துள்ளாள். ஆயினும், சின்னம்மா கேட்டுக் கொண்டதால் சுந்தரம் எடுக்கும் முடிவுகளை எதிர்ப்பதில்லை. அதை இப்போது தனக்கு சாதகமாக்கி என்ன முடிவெடுக்கப் போகிறானோ என்ற பதட்டம் அவளுக்கு இருந்தது. லட்சுமணன் மேல் சற்று கூடுதலாக பரிவு இருந்தாலும் சுந்தரத்தை மீறி அந்த பரிவின் பலனை லட்சுமணுக்கு இவளால் கடத்த முடிந்ததில்லை. பெரிய ஆலமரத்தின் குளுமையான நிழலின் கீழ் என எந்தப் பிரச்சனையும் தீண்டமுடியாத இடத்தில் லட்சுமணன் இருப்பதாக நம்ப விரும்பினாள். அப்படி இல்லையென்று

கா.சிவா ♦ 127

உள்மனம் உணர்த்தியவற்றை கவனிக்காத பாவனையில் கடந்தாள். சுந்தரத்தின் மகளை தன் மகனுக்கு திருமணம் செய்தபோது மகிழ்ச்சியாகவே இருந்தது. அக்கா மகனுக்கே மணம் செய்து கொடுக்கும் போதும் மிகப்பெரிய மண்டபத்தை ஏற்பாடு செய்தான். உறவினர்கள் அத்தனை பேருமே வியப்படைந்தார்கள். ஒன்றுக்குள் ஒன்று செய்து கொள்ளும்போது வீண் செலவில்லாமல்தானே முடிக்கப் பார்ப்பார்கள். ஏன் பெரிதாக இழுத்துக் கொள்ளவேண்டுமென. ஆனால், சுந்தரம் கேட்கவில்லை. ஊரிலிருந்து ஓடிவந்தவன் இப்போது வளர்ந்து நிற்பதை அனைவரும் அறியவேண்டுமெனக் கூறினான்.

சமையல் செய்வதற்கு செட்டிநாட்டிலிருந்து தனியாகப் பேருந்து வைத்து ஆட்களை வரவழைத்தான். சமையல் ஆட்கள் தாங்கள் சமையல் செய்யும்போது பயன்படுத்தும் பிரத்யேக தளவாடங்களை பேருந்தில் ஏற்றி வந்தார்கள். மண்டபத்தில் இருப்பவையோ வாடகைக்கு எடுப்பவையோ அவர்களின் கைவாட்டத்திற்கு இலகுவாயிராதாம். அடுப்பு, இரும்பு கடாய்கள், பித்தளை உருளிகள், அரிகரண்டிகள், குண்டு கரண்டிகள், பல வருடங்களாக காய்கறிகளை வெட்டித் தேய்ந்து உட்குவிந்த கட்டைகள், அந்தக் கட்டையில் வெட்டி வெட்டி அதற்கிணையாக உட்குவிந்த கத்திகள் எல்லாவற்றையும் எடுத்து வந்தார்கள். வெள்ளைப் பணியாரம் பதமாக பஞ்சு பஞ்சாக இருக்கவேண்டும் என்பதற்காக ஊரிலிருந்தே பணியாரத்திற்கான பச்சரிசி மாவினையும் செக்கில் ஆட்டிய கடலை எண்ணையும் கொண்டுவந்தார்கள். பணியாரம் ஊற்றி எடுப்பதில் மிகத்தேர்ச்சி வாய்ந்த பிரத்யேகமான ஒரு ஆளும் வந்தார். சமையலுக்கு சென்னை ஆட்களை நியமித்திருந்தால் ஏற்படும் செலவினைவிட இரு மடங்கு ஆனது. அப்போது, "இதேபோல லட்சுமணனின் பொண்ணுங்களுக்கும் செலவு பண்ணனும்ல?" எனக் கேட்டபோது, ' அதப்பத்தி அப்போ பாத்துக்கலாம்" என அப்பேச்சைத் தொடர முடியாதபடிக்கு இறுக்கமான முகத்துடன் கூறினான். சமையலுக்கு மட்டுமல்லாமல் திருமணத்திற்கு வருபவர்கள் ஒருவருக்கொருவர் எதையும் பேசிக்கொள்ள முடியாதபடி சத்தமாக, மண்டபம் மட்டுமல்லாமல் தெருவே அதிரும் வகையில் இசையை பரப்புவனை அதிகத்தொகைக்கு ஏற்பாடு

செய்திருந்தான். நிகழ்விடத்தில் இருக்கும் அனைவரையுமே ஒரு கிறக்கத்தில் ஆழ்த்தும் இந்த இசையோசை நிகழ்ச்சியை ஏன் நடத்துகிறார்கள் என யோசித்தவளுக்கு சரியான காரணம் இதுவரை புலப்படவில்லை.

சுந்தரம் தன் பெண்ணுக்கு பெரும்பணம் செலவு செய்து திருமணம் நடத்திவிட்டான். லட்சுமணனின் பெண்களுக்கும் அவ்வாறுதானே நடத்தவேண்டும். அந்தப் பெண் ஓடிப்போய் திருமணம் செய்துகொண்டாலும் அதற்கு கொடுக்கவேண்டியதை கொடுப்பதுதானே பிறந்த வீட்டிற்கு பெருமை, கடமை. இப்போது எல்லோரையும் கூட்டி என்ன சொல்லப் போகிறானோ என்று சுந்தரம் அழைத்தபோது தொடங்கிய பதட்டம் பெரியநாயகிக்கு இப்போது உச்சம் நோக்கி சென்று கொண்டிருந்தது.

செல்வியின் அண்ணன் மணி பார்வையைச் சுழற்றி ஒவ்வொருவராக பார்த்தான். ஒவ்வொருவரும் அவர்களுக்குள் ஓடிய எண்ணங்களுக்கேற்ப தங்கள் முகத்தில் வெவ்வேறு விதமான பாவனைகளை சூடியிருந்தார்கள். தீர்மானம் எடுத்துவிட்டதை பிறருக்கு தீர்க்கமாக தெரிவிக்கும் வண்ணம் சுந்தரமும் செல்வியும் தங்கள் முகங்களை வைத்திருந்ததை வியப்புடன் நோக்கினான் மணி.

மணிக்கு சிறு வயது செல்வியைப் பற்றிய நினைவுகள் தோன்றின. ஒடிசலான தேகத்துடன் மகிழ்ச்சியாக துள்ளிக் கொண்டேயிருப்பாள். எப்போதும் இறுகிய முகத்துடன் இருக்கும் மணிக்கு அவளின் மகிழ்ச்சி பெரும் ஆச்சர்யமாக இருக்கும். சோகமாக இருப்பவர்களைக் கண்டால் இயல்பாகக் கடப்பவனுக்கு செல்வி எதற்காக இத்தனை மகிழ்வோடிருக்கிறாள் என்ற கேள்வி பல வருடங்கள் நீடித்தது. அவளிடமே சிலமுறை கேட்டிருக்கிறான். தெரியலையே என்ற பதிலைத்தான் கூறினாள்.

அப்பா மாணிக்கம் காணடுகாத்தான் அரண்மனைக்கு அருகிலிருந்த அரசு நூலகத்தில் நூலகராக பணியாற்றினார். பேரூராட்சி அலுவலத்திற்காக கட்டப்பட்ட கட்டடத்தை, அலுவலகத்தை பெரிய கட்டடத்திற்கு மாற்றியபோது நூலகமாக ஆக்கினார்கள். ஊரில் கொஞ்சம் படித்தவராகவும், மரியாதைக்குரியவராகவும் இருந்த மாணிக்கத்தை நூலகராக நியமித்தார்கள். விவசாய வேலைகளையும் பார்த்துக் கொண்டு நூலகத்தையும் பார்த்துக் கொண்டார். அதிகாலையிலேயே

வயலுக்குச் சென்று உழுவது, நீர் பாய்ச்சுவது, குப்பை தெளிப்பது, நாற்றுப் பறிப்பது, நாற்றுப் பறிப்பதற்கு வரச்சொல்லி ஆட்களிடம் சென்று பேசிவிட்டு வருவது போன்ற வேலைகளைக் கவனித்துவிட்டு நூலகத்திற்குச் சென்று நான்கு மணிக்கு மேல் திரும்புவார். இடையில், வீட்டு வேலைகளை முடித்து வரும் மணியின் அம்மா நடைபெறும் வேலைகளைக் கவனித்துக் கொள்வார்.

விடுமுறை நாட்களில் மணியும் செல்வியும் அப்பாவுடன் நூலகத்திற்குச் செல்வார்கள். மணியோடு செல்விக்கு எப்போதும் போட்டிதான். மணி எடுக்கும் நூலை படித்துக் காட்டச் சொல்லி கேட்பாள். புன்னகையுடன் கெஞ்சுபவளிடம் மறுக்க முடியாமல் வாசித்துக் காட்டுவான். விரைவிலேயே அவளும் வாசிக்கக் கற்றுக்கொண்டதால் இவன் தான் விரும்பியதை வாசிக்க முடிந்தது. மணி, தி. ஜானகிராமனையும் வண்ணதாசனையும் வாசித்தபின் வேறெதுவும் தேவையில்லை என்ற முடிவுக்கு ஏனோ வந்து அங்கேயே நின்றுவிட்டான். செல்வி, காமிக்ஸும், வார இதழ்களும் வாசித்து சுஜாதா வரை வந்தாள். அதற்கு மேல் வாசிப்பதில் அவளுக்கு ஆர்வம் குறைந்துவிட்டது. ஆனால், எல்லாம் வாசித்து விட்டதான நிரந்தர பாவனையை முகத்தில் சூடிக்கொள்ள அவளால் முடிந்தது.

ஆனால், அப்பா படித்தவை ஜெயகாந்தனை மட்டுமே. அவர் தொடாத இடமே இல்லை என்றும் அவரைவிட மேலாக யாராலுமே எழுதமுடியாதென்றும் கூறுவார். மனிதனின் அடிப்படை அறங்களைப் பற்றி எவற்றையெல்லாம் செய்யவே கூடாதென்றும் அவ்வப்போது தன் பிள்ளைகளிடம் கூறுவார். ஆனால், மணியோ செல்வியோ அவற்றை மனதினில் ஏற்றிக் கொண்டதில்லை.

அண்ணன் மேல் செல்விக்கு மிகுந்த அன்பு உண்டு. கோட்டையூரில் இருந்த பெரியம்மா வீட்டிற்கு விடுமுறைக்காக ஒரு வாரம் சென்று வந்தாள். அவளை மட்டும் அனுப்பியதால் மணி அவள்மேல் கோபமாக இருந்தான். செல்வி அங்கிருந்து வந்த போது ஒரு மஞ்சள் பையை கொண்டு வந்து தனியாக மணியிடம் தந்தாள். அதில் ஒரு வாரமாக அவளுக்கு தின்னக் கொடுத்தவற்றுள் அண்ணனுக்கான பங்கென்று சரிபாதியை அந்தப் பையினுள் போட்டு வைத்திருந்தாளாம். முறுக்கு, மிக்சர், அதிரசம், தேன் மிட்டாய், அச்சு முறுக்கு

போன்ற எல்லாம் கலந்து கிடந்தது. அவை, இவனால் திங்க முடியாமல் பதத்து போய்விட்டிருந்தாலும் அதைக் கண்டு தங்கையின் அன்பை உணர்ந்த மணிக்கு நெகிழ்ச்சியில் கண்ணீர் வழிந்தது.

ஊரில் திரிந்தவரை செல்வியின் முகத்தில் எப்போதும் புன்னகை இருக்கும். பரிகாசம் போலவோ வெறுமனே இளிப்பு போலவோ அன்றி காண்பவர் மனதிலும் மலர்ச்சியை ஏற்படுத்தும் இயல்பான புன்னகை. ஆனால், திருமணத்திற்குப் பின் எப்போதாவதுதான் புன்னகை வெளியே தெரியும். அதுவும் அளவாக, இடத்துக்கும் ஆட்களுக்கும் ஏற்றாற்போல. மற்றவர்களெல்லாம் அவள் புன்னகையைக் கண்டு பூரிப்படைவார்கள். ஆனால், மணிக்கு அதைக் காணும்போது ஒரு ஒவ்வாமை மனதில் எழும். சட்டென முகத்தை திருப்பிக் கொள்வான். இது ஏன் ஏற்படுகிறது, அதுவும் தங்கையைப் பார்த்து என தனக்குள் எண்ணிப் பார்த்தபோது புன்னகை இயல்பாக இல்லாமல் வியாபாரிகள் வலிந்து உதட்டை இழுத்து புன்னகை போன்ற ஒன்றைச் சமைப்பார்களே அதைப் போலவே இவளின் புன்னகையும் தோன்றுவதால்தான் என்பதை அறிந்தான். அவள் முகம் புன்னகையின்றி இருப்பதே இயல்பானதாக பார்க்கும் தன்மையுடன் இருப்பதை உணர்ந்தான்.

செல்வி, தன் வீட்டில் நடக்கும் எதையும் ஊருக்கு வரும்போது அப்பாவிடமோ மணியிடமோ கூறாமல் அம்மாவிடம் மட்டுமே கூறுவாள். இவர்கள் அவள் கூறுவதற்கு மாறாக எதையாவது கூறுவார்கள் என எண்ணம் கொண்டிருக்கலாம். இங்கே வருவதற்கு கிளம்பும்போது, 'செல்வி பக்கமா நின்னு பேசுப்பா' என்று இருவரையும் ஒன்றாக வைத்துக்கொண்டு அம்மா கூறியது மனதில் உறுத்திக் கொண்டிருக்கிறது. இப்போது எதற்கு தங்களை அழைத்துள்ளாள் எனப் புரியாமல் அப்பாவை நோக்கினான். அவரும் தன்னைப் போலவே யோசித்துக் கொண்டிருப்பதை உணர்ந்து தங்கை முகத்தை மறுபடியும் நோக்கிவிட்டு வாசலருகில் பூத்திருந்த மஞ்சள் அரளியின் மீது பார்வையை ஊன்றினான்.

செந்திலின் மனைவி அகல்யா தலையைக் குனிந்து பளபளத்த பளிங்குத் தரையில் பிரதிபலிக்கும் ஒளியை நோக்கிக் கொண்டிருந்த செந்திலை நோக்கிவிட்டு சுந்தரத்தை

நோக்கினாள். இவள் செந்திலின் மாமா பெண். செந்திலுக்கும் சுந்தரத்திற்கும் தாய் வேறு என்பதால் சுந்தரத்தைப் பொருத்தவரை அகல்யா தூரத்து சொந்தம்தான். ஆனால், அத்தை வீட்டில் நடக்கும் விசேசங்களுக்கு வந்து செல்வதால் எல்லோரையும் பற்றிய ஒரு அவதானிப்பு இவளிடம் இருந்தது. சுந்தரத்தை முதல்முறை பார்த்தபோதே ஏதோவொன்று அவர்மேல் விலக்கம் கொள்ள வைத்தது. அது என்னவென்று அறிவதற்கே பல ஆண்டுகள் ஆனது. ஏதோ புரிவது மாதிரி இருந்தாலும் உறுதியானது இவர்கள் வீட்டு புதுமனை புகுவிழாவிற்கு வந்திருந்தபோதுதான். அப்போது செந்தில் அடைந்த பெரும் திகைப்பும் ஏமாற்றமும் சுந்தரத்தின் மீதான இவளது அவதானிப்பு சரிதான் என்பதை நிறுவியது. ஆனால், சுந்தரத்தைப் பற்றி எந்தக் குறையையும் யாரிடமும் சொல்லமுடியாது. எல்லோருக்கும் முன்மாதிரி மனிதரான தோற்றத்தை தன்னைப் பற்றி அவர் கட்டமைத்துள்ளார். அத்தனை ஏமாற்றமடைந்த செந்திலிடம் கூட சுந்தரத்தின் குணம் என்ன என்பதை உணர்த்தமுடியாது. அவர்கள் வேறொன்றை பிடிவாதமாக நம்ப விரும்பும்போது உண்மையை நிரூபிக்க பெரும் பிரயத்தனம் தேவைப்படுகிறது.

அகல்யாவிற்கு அருவெறுப்பை ஏற்படுத்தும் சுந்தரத்தின் புன்னகையில் அனைவரும் மயங்குகிறார்கள். இவள் ஏதேனும் சொல்ல முயற்சித்தால் இவளின் நோக்கத்தையும் பார்வையையும் தவறானதாக சித்தரித்து விடுவார்கள் என்பதால் இவள் உணர்ந்த எதையுமே வெளியே சொன்னதில்லை.

லெட்சுமணன் குடும்பத்தை இவர் நிர்கதியாக ஆக்கிவிடுவார் என இவளுக்கு நிச்சயமாகத் தோன்றியது. ஆனால், அதற்கு எவ்வித ஆதாரங்களும் இவளிடம் இல்லை. இவ்வாறு தனக்குத் தோன்றுகிறதென லெட்சுமணனிடம் கூறினால் குடும்பத்தைப் பிளக்க முயற்சிக்கிறாள் என இவளையே குற்றஞ்சாட்டுவதற்கே வாய்ப்பு அதிகம். தானாகச் சென்று ஏன் பழி சூடிக் கொள்ளவேண்டும் என அமைதியாக இருந்துவிட்டாள்.

சுந்தரம் மட்டுமல்ல, அவருக்கு மனைவியாக வந்த செல்வியும் அவர் குணத்திற்கு மாறிவிட்டாள் என்பதை அறிந்தபோது முதலில் ஆச்சர்யமாக இருந்தது அகல்யாவிற்கு.

ஆனால், சற்று யோசித்தபின் அப்படி நிகழ்வது இயல்புதான் என்பதை உணர்ந்தாள். ஊரில் இரண்டு வெவ்வேறு சுவை கொண்ட மாமரக் கன்றுகளை ஒன்றாக பிணைப்பதின் மூலம் ஒட்டு மாங்கனியை உருவாக்குவதும் நினைவுக்கு வந்து தெளிவை அடைந்தாள். திருமணத்திற்கு பின் தம்பதியரில் யாருடைய ஆதிக்கம் அதிகமாக உள்ளதோ அவரது குணமும் செயல்களும் இணையரிடமும் அமைந்து விடுவதை பல குடும்பங்களில் கண்டிருக்கிறாள். பல வீடுகளில் பெண்களின் மனவோட்டத்தின்படி செயல்கள் நடக்கிறது. அப்படி ஒன்றிணையாத குடும்பங்களில்தான் நாளும் பொழுதும் அதட்டல்களும் ஆற்றாமைகளும் வெளியே தெறிக்கும். சுந்தரமும் செல்வியும் மனமொத்த தம்பதியர் என்பது மகிழ்வளித்தாலும் அவர்களின் கருத்தொருமித்த செயல்கள் ஒரு அருவெறுப்பை அளிக்கிறது. அதை தங்களின் வீட்டு குடிபுகு நிகழ்விற்கு வந்தபோது அகல்யா கண்கூடாகக் கண்டாள்.

சுந்தரம் வீடு கட்டுவதற்கு பணம் கொடுத்தபோது தனக்கும் சேர்த்து கட்டுகிறார் என எண்ணியது தனது தவறுதானே தவிர அண்ணன்மேல் தவறில்லை என்றே செந்தில் இப்போதும் அகல்யாவிடம் கூறுவான். திருமணத்திற்கு பிறகு ஊரில் தரிப்பதற்கு செந்திலின் இயல்பு இடம்கொடுக்கவில்லை. முதலில் அவன் மட்டும் சென்னைக்குச் சென்றான். கிண்டி தொழிற் பூங்காவில் பன்னாட்டு நிறுவனம் ஒன்றிற்கு உதிரிப் பாகங்கள் தயாரிக்கும் சிறு தொழிற்கூடத்தில் சேர்ந்தான். இரண்டு வாரங்களுக்கு ஒருமுறை ஊருக்கு வருவான்.

தயாரான உதிரிப் பாகங்களை டெலிவரி செய்பவர் அன்று வராததால் செந்தில் அந்தப் பெரிய நிறுவனத்திற்கு நேரில் செல்ல வேண்டியதாகிவிட்டது. இவனைப் போலவே, இன்னொரு நிறுவனத்திற்காக வந்திருந்த கதிரைப் பார்த்தான். கதிர் இவனுடன் படித்தவன். ஆனால், இவனின் நெருங்கிய நண்பனாக இல்லாமல் இன்னொரு நட்பு வட்டத்தில் இருந்தவன். அவன் மூலம் அவன் நிறுவனத்திற்கு மாறினான். சற்று குறைவான வேலை நல்ல மேம்பட்ட சம்பளம். இதையெல்லாம் செந்தில் அகல்யாவிடம் கூறியபோது இவளுக்கு இதன் முரண்பாடு விசித்திரமாக இருந்தது. செந்திலிடம் கேட்டால் புரியாத மாதிரி வியாக்யானம் செய்வான் என்பதால் தனக்குள் அடக்கிக் கொண்டாள்.

கா.சிவா ● 133

அதன் பிறகு அகல்யாவையும் சென்னைக்கு அழைத்துக் கொண்டான். அலுவலகம் புதுப்பேட்டை சாலையில் இருந்தாலும் பல்லாவரத்தில் வாடகை குறைவாக கிடைத்த வீட்டில் குடியிருந்தார்கள். ஐந்து ஆண்டுகளுக்குப் பிறகு அரை கிரவுண்டில் இடம் வாங்கி வங்கிக் கடன் மூலம் வீடு கட்டினார்கள்.

வீடு கட்ட ஆரம்பித்து ஒரு கட்டத்தில் வங்கி மூலம் கிடைத்த பணம், அகல்யாவின் அப்பா கொடுத்த பணம் எல்லாம் தீர்ந்து கட்டடப் பணி பெரும் இக்கட்டில் நின்றது. அப்போதும் செந்தில் அண்ணனிடம் உதவி கோரவில்லை. இப்போது கேட்டால் கொடுத்ததைக் கேட்பதாக எண்ணி மனம் வருத்தமடைவார். அவர்களே கடனில் இருப்பார்கள், அவர்களை சங்கடப்படுத்தக் கூடாது என்று கூறிவிட்டான். பிறகு ஊரிலிருந்து அத்தைதான் எப்படியோ புரட்டிக் கொடுத்தார். அத்தனை சிரமங்களுக்கிடையே வீட்டைக்கட்டி முடித்து புகுவிழா முடிந்த இரவு மொட்டை மாடியில் கால்நீட்டி அமர்ந்து வானத்தைப் பார்த்தபோது எத்தனை ஆசுவாசமாகவும் நிறைவாகவும் இருந்தது! அருகில் அமர்ந்திருந்த செந்திலின் தோளில் சாய்ந்து கொண்டபோது விழியில் நீர் துளிர்த்து அவன் மார்பில் விழுந்தது. நீர்பட்டதும் பதறுவானோ என எண்ணினாள். ஆனால், அவன் வலது கையால் இவளை இறுக்கிக் கொண்டு, 'உனக்கும் மனசு நிறைஞ்சு போச்சா?' என்று கூறி நெற்றியில் முத்தினான். "வீட்டக் கட்டிப்பார்.. கல்யாணம் பண்ணிப்பார்னு சொல்வாங்களே..அதுல உள்ள சிரமங்களுக்காக அப்படி சொல்றாங்கன்னு நெனச்சேன். ஆனா, கட்டி முடிச்சப்புறம் கெடைக்கிற நிறைவுக்காகத்தான் சொல்லியிருக்காங்கன்னு இப்பதான் புரியிது" என்று நனைந்த குரலில் கருநீல வானை நோக்கியபடி கூறினான்.

எங்கோ தொடங்கி வேறெங்கோ செல்லும் நினைவை இழுத்து சுந்தரமும் செல்வியும் புதுமனை புகு விழாவிற்கு வந்ததை நோக்கி கொண்டு சென்றாள். பிள்ளைகள் படிக்கிறார்கள் என்ற காரணத்தைக் கூறி இவர்கள் இரண்டு பேர் மட்டுமே காலையில் வந்தார்கள். இவர்களின் வருகை செந்திலுக்கு பெரும் பரவசத்தை அளித்தது. அகல்யாவை அழைத்து, "அண்ணன் அண்ணி கூடவே இருந்து அவங்கள கவனி" என்றபோது "இத்தனை சொந்தக்காரங்க வந்திருக்கப்ப

நம்ம குடும்பத்துல ஒருத்தரான அவருதானே வந்திருக்கவங்கள கவனிக்கனும்" என்று மெதுவாகக் கூறினாள்.

"அதெல்லாம் பேசாத. அவங்க ரொம்ப முக்கியமானவங்க. மத்தவங்கள நான் பாத்துக்கிறேன். நீ அவங்க கூடவே இரு" என்று கூறியபோது இந்த மகிழ்வான தருணத்தில் அவன் மனதை வாடச் செய்ய வேண்டாமென்ற எண்ணத்துடன் அவர்களை வரவேற்று வீட்டைச் சுற்றிக் காட்டினாள். அகல்யா முன்னால் செல்ல அவர்கள் இருவரும் தொடர்ந்தார்கள். முதலில் அடுப்படி. தரையில் வெள்ளை மார்பிளும் சமையல் மேடைக்கு கருப்பு மார்பிளும் நிலைவெள்ளியில் பாத்திரம் விலக்குமிடமுமாக அமைக்கப்பட்டிருந்தது. பெரும்பாலான வீடுகள் இப்படித்தான் அமைக்கப்படுகின்றன. இவள் அவர்கள் அறியாதவாறு அவர்களின் விழிகளையே நோக்கினாள். அதில் மிளிர்ந்தது மகிழ்ச்சியோ ஆவலோ இல்லை. பொறாமையா.. இல்லையில்லை இது அதற்குமேல் ஏதோவொரு கருவம். இவனாலும் இப்படி உருவாக்க முடிந்திருக்கிறதே என்ற பொருமல்.

அகல்யாவிடம் அவர்கள் எதுவும் பேசவில்லை. இவள் நிற்பதையும் அறியாதவர்கள் போல் ஒவ்வொன்றையும் கூர்ந்து நோக்கினார்கள். அகல்யாவின் உள்ளம் ஒரு கணம் திடுக்கிட்டது. ஏனென்று மெதுவாக யோசித்தபோது இவள் ஊரிலுள்ள பெருமாள்சாமியைப் பற்றி கூறப்படும் கதை நினைவுக்கு வந்தது. அந்த ஊரில் வயதான பெரியவர் ஒருத்தர் இருந்தாராம். அவர் எதைப் பார்த்து நல்லாயிருக்கு என்று சொன்னாலும் அது மொத்தமாக அழிந்துவிடுமாம். ஒன்றைப் பார்த்து இவ்வளவு மோசமா இருக்கே என்று கூறினால் சரியாகி விடுமாம். அதற்கு உதாரணமாக ஒரு சம்பவம் சொல்வார்கள். ஒருத்தனோட வயல்ல பயிரே கண்ணுக்குத் தெரியாத வகையில கோரைப் புல்லு வளர்ந்திருந்துச்சாம். அவனுக்கு ஒரு யோசண தோனுச்சு., இந்தப் பெரியவர கூட்டிட்டுப் போயி வயலக் காட்னா ஒரு நல்லது நடக்கும்னு. கோரை நல்லா வளர்ந்திருக்குன்னு சொன்னாலும் சரி, இல்ல பயிரு மோசமா இருக்கேன்னு சொன்னாலும் சரி, நமக்கு சாதகம்தானேன்னு நெனச்சுக்கிட்டு அவர சைக்கிள்ல வச்சு கூட்டிக்கிட்டு போனானாம். அவரு வயலப் பாத்துட்டு இவ்ளோ புல்லுக்கு நடுவுலேயும் பயிருங்க வளந்திருக்கேடான்னு ஆச்சர்யப்பட்டாராம்.

கூட்டிட்டு போனவன் மயக்கமாயி விழுந்திட்டானாம். இந்தக் கதையும் அந்த பெருமாள்சாமியால நடக்கும் காரியங்களும் இப்போது எதற்கு நினைவிற்கு வருகிறது என்று யோசித்தபடி சுந்தரத்தையும் செல்வியையும் நோக்கினாள்.

இவர்கள் அவரைப் போலல்ல. இவர்களின் இந்தப் பார்வை வேறு வீடுகளுக்குச் செல்லும்போது இருக்காது. தன் தம்பி என இருப்பவன் இதைக் கட்டியுள்ளான் என்பதால் தோன்றும் உணர்வு என்றுதான் அகல்யாவுக்குத் தோன்றியது. ஒரு கிரவுண்ட் இடத்தில் இரு மாடிகள் கட்டியுள்ள அவர்கள், அரை கிரவுண்ட் இடத்தில் தரைத்தளத்தில் மட்டும் கட்டப்பட்ட இவ்வீட்டினை பிரமித்து பார்த்ததையும் அதை பிறரிடம் அதுவும் செந்திலிடம் கூட கூறமுடியாதென்பதும் பெரும் மனக்கிலேசத்தை ஏற்படுத்தியது. வந்திருந்த ஐயர் திருஷ்டி சுற்றி பூசணிக்காய் உடைத்துவிட்டு எல்லாக் கண் திருஷ்டியும் கழிஞ்சிடும் என்று கூறியபோது இவளின் மனம் சற்று அமைதியடைந்தது.

இப்போது சுந்தரம் மற்றும் செல்வியின் முகங்களை நோக்கினாள். பெரிய திட்டம் ஒன்றை கூறுவதற்காக அடுக்கப்பட்ட வார்த்தைகளை அவர்கள் மீண்டுமொருமுறை சரி பார்த்துக் கொள்வதாகத் தோன்றியது.

16

2010

ஜன்னலோரமாக லட்சுமணனின் அருகில் நின்ற கல்யாணி அந்தக் கூடத்தில் இருந்த எல்லோரையும் விழியையோட்டி நோக்கினாள். இருவரைத் தவிர மற்றவர்கள் முகங்களில் என்ன நிகழப்போகிறதென்ற சிறு அச்சமும் ஐயமும் கலந்த எதிர்பார்ப்பு தெரிந்தது. சுந்தரம் மற்றும் செல்வியின் முகங்களில் தீர்க்கமான முடிவை அறிவிக்கும் திடமான நம்பிக்கை ஒளிர்ந்தது. இவள் கணவன் லட்சுமணனின் முகமும் உடலும் சற்று ஒடுங்கி கொடுக்கப்படும் தண்டனையை ஏற்றுக் கொள்ளும் மனநிலைக்கு அவன் மாறிவிட்டதை உணர்த்தின.

இங்கே கொண்டு வந்து நிறுத்திய காவ்யா மேல் வருத்தம் இருந்தாலும் அப்படியென்ன மன்னிக்க முடியாத குற்றத்தை இழைத்துவிட்டாள் என்ற ஆதங்கமும் தோன்றியது. எப்படி எல்லோருமாகச் சேர்ந்து தன்னிடம் மறைத்துவிட்டார்கள். முதலிலேயே சொல்லியிருந்தால் ஏதாவது செய்திருக்கலாம் என இப்போது தோன்றுகிறது. ஆனால், தடுப்பது எளிதான ஒன்றில்லை. தங்களது முடிவுகளுக்கு வரும் எதிர்ப்புகளின் தீவிரத்தைக் கொண்டே இளையவர்கள் தங்களது பிடிவாதத்தின் வலிமையை பெருக்கிக் கொள்கிறார்கள் என்றும் தோன்றியது. பருவ வயதில் அவர்கள் எடுக்கும் முடிவை மறுக்க மறுக்க அவர்களின் அந்த முடிவின் மீதான உறுதி இறுகியிறுகி உடைக்க முடியாத கெட்டித் தன்மையை அடைந்துவிடுகிறது. அதன்பின் அவர்களுக்கே அம்முடிவின் மீது ஐயம் தோன்றினாலும் அவர்களின் தன்முனைப்பு

கா.சிவா ♦ 137

அவர்களை பின்வாங்கவிடாமல் செய்கிறது. எல்லோரும் வேண்டா வெறுப்புடன் சம்மதித்து எண்ணம் ஈடேறும்போது சிறு ஐயமும் சற்று அவசரம் கொண்டுவிட்டோமோ என்ற தயக்கமும் மனதின் ஓரத்தில் நிலைகொண்டு மகிழ்வை கொண்டாட முடியாமல் ஆக்குகின்றன. ஆனால் அதை வெளிக்காட்டிக் கொள்ளாமல் பூரிப்படைந்திருப்பதாய் பாவனை செய்தாகவேண்டும். அது மகிழ்விலிருந்து இன்னும் விலக்கம் கொள்ளவைக்கிறது. வெற்றி இப்போது பெரும் தோல்விபோல தோற்றம் கொள்கிறது. இந்த நிகழ்வால் நேர்ந்த, நேரப்போகிற இழப்புகளெல்லாம் ஒவ்வொன்றாக நினைவுக்கு வந்து மனதை துயர்கொள்ள வைக்கிறது. இவையெல்லாம் சில நாட்களுக்குமுன் காவ்யா கூறியவை.

இவற்றின் பொருள் முழுதாகப் புரியாதபோதும் காவ்யா முழு மகிழ்வாக இல்லையென்றும் ராசுவை மணக்க வேண்டுமென அவள் எடுத்த முடிவை, அவசரமாக எடுத்துவிட்டதாக இப்போது கருதுகிறாள் என்பதும் தெளிவாகப் புரிந்தது. அப்படியென்றால் அம்முடிவை எடுப்பதை நோக்கித் தள்ளப்பட்டுள்ளாள் என்றுதானே அர்த்தம். அந்த முடிவை உறுதியாகக் கூறிய நாளின் நிகழ்வுகளை நோக்கி நினைவு நகர்ந்தது.

இவர்கள் கடை வைத்திருந்த பகுதியில் வசித்த ஆளுங்கட்சி பிரமுகரின் தந்தை வயது முதிர்ந்து இறந்தார். பல ஆண்டுகளுக்கு முன் அந்தப் பகுதியில் அவருக்குத் தெரியாமல் எதுவும் நடக்காதாம். அவருக்கு சற்று வயதானபோது அவரது பிள்ளை அவர் இடத்திற்கு வந்தான். இப்போது இவனின் ஆட்சிக்குட்பட்ட பகுதி இது. குட்டி அரசனின் தந்தை இறந்த அன்று எந்தக் கடையும் இயங்கக்கூடாதென அவரின் படைத்தளபதிகள் எல்லாக் கடைகளுக்கும் எச்சரிக்கை விடுத்துச் சென்றிருந்தனர். அதனால் எதிர்பாராத விடுப்பு கிடைத்ததில் கல்யாணிக்கு பெரிய மகிழ்ச்சி. எப்போதும் போல அதிகாலை எழ வேண்டிய அவசியமின்றி அன்று அசந்து உறங்கினாள்.

ஊரில் நான்கு நாட்களாக கருமை மாறா மேகங்கள் சிறிதும் கலையாமல் அப்படியே நிலைத்து நின்றபடி இரவும் பகலும் பொழிந்தது. கண்மாய் கரையில் தோன்றிய சிறு விரிசல் மூலம் கசிந்த நீர் மெல்ல மெல்ல கரையைக் கரைத்து, பெரும் பிரவாகமாக ஊருக்குள் நீர் புகுந்துவிட்டது.

ஒழுங்கை வழியாக பாய்ந்து வந்த நீர் வீடுகளுக்குள் புக ஆரம்பித்தது. என்ன செய்வதென்றறியாது பெரியவர்களே திகைத்த நிலையில் பிள்ளைகள் அச்சத்துடன் கூவினார்கள். கல்யாணி பாவாடையை சற்று தூக்கிப் பிடித்துக் கொண்டு ஒழுங்கைக்குச் சென்று விரைந்து வரும் நீருக்கு நடுவில் நீரை எதிர்த்து நின்றாள். அவளின் பாதங்களுக்கடியில் மணல் கரைந்தோட கால்கள் கீழே அமிழ சற்று தள்ளாடினாள். இவளை வீட்டிற்குள் வரச்சொல்லி பேரொலி எழுந்தது. குரல்கள் சற்று உயர்ந்தவுடன்தான் சுயநினைவுக்கு வந்து திரும்பிப் பார்த்தாள். வீடிருந்த இடத்தில் வீடிருந்த தடமேயில்லாமல் நீர் மட்டுமே பரந்திருந்தது. அதிர்த்து கண் விழித்தாள். அறைக்கு வெளியே கோபமான குரல் கேட்டது. அதுவும் கனவின் நீட்சிதானோ என்ற மயக்கம் சில கணங்கள் நீடித்தது. சுந்தரத்தின் குரல் என்று புரிந்தபோதுதான் கனவில்லை என உணர்ந்து கழிவறை சென்று முகம் கழுவிக் கொண்டு வெளியே வந்தாள்.

“நம்ம குடும்பத்துக்கு இதெல்லாம் சரிப்பட்டு வராது” என சுந்தரம் காவ்யாவை நோக்கி கூவினார். மூன்று பேர் அமரக்கூடிய சோபாவில் சுந்தரம் அமர்ந்திருந்தார். சோபாவின் மீது வலது கையை வைத்தபடி சோபாவுக்குப்பின் நின்று கொண்டிருந்தான் லட்சுமணன். என்ன நிகழ்கிறதென்று புரியாத திகைப்பு அவன் முகத்தில் வெளிப்பட்டது. காவ்யா அவர்கள் அறை வாசலில் நிற்க, அவள் தங்கை ரஞ்சனியும் சுந்தரத்தின் மகன் ரவியும் வெளியே தெரியும் வண்ணம் அறைக்குள் நின்றார்கள். கோபத்தில் சிவந்த முகத்துடன் அடுப்படியின் வாயிலில் நின்றாள் செல்வி.

கல்யாணியைக் கவனித்த சுந்தரம் “ஒன் மக பண்ற காரியத்தப் பாத்தியா” என்று கேட்டார். கல்யாணி எதுவும் புரியாமல் பதட்டத்துடன் காவ்யாவை நோக்கிச் சென்றாள். “என்ன காவ்யா .. என்ன விசயம்..?”

காவ்யா அமைதியாக நின்றாள். அவள் விழிகள் கலங்கியிருந்தன. பின்னால் நின்ற ரவியையும் ரஞ்சனியையும் நோக்கினாள். அவர்கள் இருவரும் தலையைக் குனிந்து கொண்டனர். திரும்பிய கல்யாணி செல்வியை நோக்கினாள். அதற்காகவே காத்திருந்தாற்போல செல்வி தொடங்கினாள்.

“ஒம் பொண்ணு நமக்கு காய்கறி ஏத்திட்டு வர்ற வண்டிக்காரன விரும்பறாளாம்...” கல்பட்ட குளம்போல

ஒருகணம் கல்யாணியின் முகம் பதறிக் குழம்பியது. தான் கேட்பதென்ன. தான் உணர்வதைத்தான் செல்வி சொன்னாளா அல்லது தவறாக எதையாவது புரிந்து கொண்டேனா என குழப்பமடைந்தாள். "நீங்க சொன்னது சரியா புரியலக்கா. இன்னொரு தடவ சொல்லுங்க" என தயக்கத்துடன் கேட்டாள்.

"க்கூம் இது வேறயா... ஒம் பொண்ணு அந்த வண்டிக்காரனத்தான் கட்டிப்பாளாம்"

முதலிலேயே சரியாகத்தான் கேட்டுள்ளது என்ற தெளிவு வந்தவுடன் பெரும் அதிர்ச்சி ஏற்பட்டது. காவ்யாவை ஒருமுறை திரும்பி நோக்கிவிட்டு செல்வியிடம், "இது எப்பலேர்ந்துக்கா. எப்படி இவங்களுக்கு பழக்கமாச்சு?"

"ஒங்கக் கிட்டெல்லாம் சொல்லி பெருசாக்க வேண்டாமுன்னுதான் என்னால முடிஞ்ச அளவு முயற்சி பண்ணுனேன். அப்பப்ப அவனப்பத்தி நெனைக்காத.. அவனுக்கிட்ட பேசாதேன்னு கண்டிச்சுக்கிட்டே இருந்தேன். ஆனா, ஒம் பொண்ணு நாஞ்சொல்லச் சொல்ல அவ செய்றதத்தான் செஞ்சுகிட்டே இருந்தா. நான் என்ன பண்ண முடியும். வளந்த புள்ளய அடிக்கவா முடியும்? இப்படி பிடிவாதத்தோடே பொறந்திருக்கும் போல"

செல்வி கோபத்துடன் உதடு துடிக்கப் பேசுவதை கல்யாணி வியப்புடன் நோக்கினாள். திருமணமாகி வந்த இத்தனை ஆண்டுகளில் ஒருமுறை கூட அவளை இப்படிப் பார்த்ததில்லை. பிறப்பிலேயே அமைந்ததுபோல எப்போதுமே ஒரு முறுவல் அவள் முகத்தில் நிலைத்திருக்கும். இன்றென்ன எல்லாமே வேறு மாதிரியாக உள்ளது. கனவு இன்னமும் நீடித்துக் கொண்டிருக்கிறதா என்ற ஐயம் எழுந்தது. அப்படி இல்லையெனக் கூறும் வண்ணம் செல்வியின் குரல் மேலும் உயர்ந்தது.

"நான்தான் அவன் நம்பரை சேவ் பண்ணச் சொன்னேங்கறா... எப்பவாவது அவசரத்துக்குத் தேவைப்படும்னு சொன்னேன். அதுக்காக அவனுக்கிட்ட அப்பப்ப கொஞ்சி பேசச் சொன்னேனா.. ராவெல்லாம் வாட்சப்ல மெசேஜ் அனுப்பச் சொன்னேனா..."

கேட்கக் கேட்க கல்யாணி தலை பாரமாவதுபோல உணர்ந்தாள். பிள்ளைகளை இவள் பார்த்துக் கொள்வாள்

என்ற நம்பிக்கையில்தானே கடையே கதியெனக் கிடந்தேன். இப்போது பிள்ளை மேல் பழி போடுகிறாளே. பல காலம் நடக்கும் விசயத்தை எங்களுக்கும் தெரிவிக்காமல் இருந்திருக்கிறாளே...!

"ஏங்க்கா, என்கிட்ட ஒரு வார்த்தை கூட சொல்லலியே நீங்க.."

"நீயும் என்னக் குத்த... சொல்ல ஆரம்பிச்சிட்டியா. உங்ககிட்ட பேச்சு வாங்கத்தான் என் அப்பனும் ஆத்தாவும் பெத்து வளத்து இந்தக் குடும்பத்துல கட்டிக் கொடுத்தாங்களா.. என்னவோ கடையில நாள்பூரா வேல பாக்குறாங்களே. இதச் சொல்லி அவங்க நிம்மதியக் கெடுக்காம தடுக்க முடியுமான்னு என்னாலானத பண்ணினேன் பாரு, எனக்கு இதுவும் வேணும் இன்னமும் வேணும். இது மாதிரி பண்ணாதடி.... நம்ப குடும்பத்துக்கு சரிப்பட்டு வராதுன்னு எத்தனை தடவ அவகிட்ட சொல்லியிருக்கேன்னு அவகிட்டயே கேளு. இப்ப மொத்தப் பழியும் எம்மேல விழுந்திடுச்சே.. இப்ப என்ன பண்ணப் போறேன்னு தெரியலையே.." ஒப்பாரி போல் புலம்ப ஆரம்பித்தாள்.

"எதுக்கு இப்ப இந்த நாடகம் போட்டுக்கிட்டிருக்கீங்க. நான் ஒருத்தர விரும்பறேன். அவரையே எனக்கு கல்யாணம் பண்ணி வைங்கன்னு கேக்குறேன். என்னவோ ஒலகத்திலேயே நடக்காத யாருமே செய்யாத பாவத்த செஞ்சிட்ட மாதிரி நடந்துக்கிறீங்க. நாங்க விரும்புறோம்னு ஒங்ககிட்ட அனுமதிதானே கேக்குறோம். எவனோ ஊர்பேர் தெரியாதவன கட்டி வைப்பீங்க. ஒருத்தர பிடிச்சிருக்குன்னு சொன்னா கேவலமா பாப்பீங்களா...?" காவ்யா பேசியதை கல்யாணியும் லட்சுமணனும் மட்டுமே அதிசயமாகப் பார்த்தார்கள். மற்றவர்கள் காவ்யாவின் இந்த முகத்தை ஏற்கனவே அறிந்தவர்களாக இயல்பாக இருந்தார்கள்.

தன் மகள் கேட்ட கேள்விக்கு என்ன பதில் அளிப்பது எனப் புரியாமல் கல்யாணி தவித்தபோது இவளுக்கு உதவுவதுபோல சுந்தரம் பேச ஆரம்பித்தார்.

"நீ விரும்புனா ஒடனே கட்டி வச்சிடனுமா. அப்புறம் பெரியவங்கன்னு எதுக்கு இருக்கோம். ஊருக்குள்ள விரும்புற எல்லோரும் கல்யாணம் பண்ணிக்கிறாங்களா. இல்ல பண்ணிக்கிட்ட அத்தனை பேரும் நல்லாயிருக்காங்களா.

விரும்பனது விரும்பினியே ஒரு நல்ல குடும்பத்து பயலாப் பாத்து விரும்பியிருக்கக் கூடாது. ஒரு கழிசடப் பயல விரும்பியிருக்க. அவன ஓனக்கு கட்டி வச்சிட்டு ஊருக்குள்ள தலை நிமிந்து நடக்க முடியுமா... பெருசா சொல்றா விரும்பிட்டாளாம் சேத்து வைக்கனுமாம்..."

அவர் பேச்சை நிறுத்துவதற்கு முன்பே பதில் சொல்வதற்கு துடித்துக் கொண்டிருந்த காவ்யா, "என்னப் பத்தி எதுவேணா சொல்லுங்க. அவரப்பத்தி எதுவும் சொல்லாதீங்க. அவர கழிசடையின்னு எப்படி சொல்றீங்க? குணத்த வச்சுதான் ஒருத்தன அளவிடனுமே தவிர பொறப்ப வச்சில்ல. இப்ப என்ன சொல்றீங்க.. எங்க கல்யாணத்த நடத்தி வைப்பீங்களா மாட்டீங்களா...?"

"மாட்டோம்னுதானே இவ்ளோ நேரம் சொல்லிட்டிருக்கேன், புரியலையா? குணத்த வச்சுப் பாக்கனுமா. அவன எத்தன நாளா ஓனக்குத் தெரியும்? மேலோட்டமா பாத்தா எல்லாம் நல்லவிதமாத்தான் தெரியும். அவனுக ரத்தத்துல கலந்திருக்க கொணம் பல்லாயிரம் வருசமா மாறாமத்தான் இருக்கு..."

"முடிவா என்னதான் சொல்றீங்க..?"

"நாங்க பண்ணி வைக்க மாட்டோம். அவந்தாம் வேணும்னு நெனச்சா நீயே போய் பண்ணிக்க"

கல்யாணி சுந்தரத்தையும் காவ்யாவையும் மாறிமாறிப் பார்த்துக் கொண்டிருந்தாள். இவள் பேசுவதற்கு சிறு இடைவெளிகூட கொடுக்காமல் ஒருவர் முடிக்கும் முன் அடுத்தவர் பேச ஆரம்பித்து விடுகிறார்கள். அப்படியே இடைவெளி கிடைத்தாலும் என்ன பேசுவது என்றும் புரியாமல்தான் நின்றாள்.

"நானும் ஒங்ககிட்ட பேசி புரிய வச்சிடலாம்னுதான் நெனச்சேன். அந்த முடிவ இப்ப மாத்திக்கிட்டேன். இனிமே எங்க வாழ்க்கைய நாங்க பாத்துக்குறோம்" என்று கூறிவிட்டு அறைக்குள் சென்று வெளியே சத்தம் கேட்குமளவிற்கு வேகமாக கட்டிலில் விழுந்தாள்.

"சின்னப் புள்ளன்னு பாத்தா ஒனக்கே அவ்ளோ திமிராயிடுச்சா. ஏ லட்சுமணா ,கல்யாணி ஒங்க ரெண்டு பேருக்கும் இப்ப சொல்றதுதான். அவளுக்கு ஒதவி எதுவும் பண்ணக்கூடாது. இவங்களுக்கு மட்டுமில்ல எல்லோருக்கும்தான் சொல்றேன். அவளுக்கு சப்போர்ட்டா

ஏதாவது செஞ்சீங்களோ இல்ல பேசினீங்களோ அப்புறம் நல்லாயிருக்காது சொல்லிட்டேன்".

திருமணம் ஆகி வந்த இத்தனை வருடங்களுக்குப் பிறகு இன்றைக்குதான் ஒவ்வொருவருடைய இன்னொரு முகத்தையும் பார்க்க வாய்த்திருக்கிறது. எத்தனை அறியாமையுடன் இருந்திருக்கிறோம் என தன் மீதே வெறுப்பாக வந்தது கல்யாணிக்கு. சுந்தரம் பேசிய அனைத்துமே சரிதான் என்றும் ஊரைவிட்டு சென்னை வந்து ஒரு கௌரவமான இடத்தை அடைவதற்கு அவர் பட்டபாடுகள் கொஞ்ச நஞ்ச மல்லவே என்றும் தோன்றியது. இவள் அவனை திருமணம் செய்துகொண்டால் அது இக்குடும்பத்தின் மதிப்பை குறைக்கத்தானே செய்யும். அந்தக் குடும்பத்தோடு கலந்து உறவாடினால் ஊருக்குள் இன்னும் இளக்காரமாகிவிடுமே. ஆணாக அவர் கூறியது ஏற்புடையதுதான். ஆனால், அம்மாவாக அவளை அப்படி விட்டுவிடுவதை விரும்பவில்லை. எந்தக் குடும்பத்தில் பெண்களின் மனநிலையையும் விருப்பத்தையும் கணக்கில் கொள்கிறார்கள். தங்களுடைய எதிர்ப்பையும் விருப்பத்தையும் வெளித் தெரியாமல் அடக்கி உள்ளுக்குள்ளேயே புழுங்கத்தானே இளவயதிலிருந்தே பெண்களை பழக்குகிறார்கள். கல்யாணியின் எண்ணங்கள் அங்குமிங்கும் அலைபாய்ந்து கொண்டிருந்தது. ஆனால், அவளால் செய்யக்கூடுவது எதுமில்லை என்பதையும் காவ்யாவிடம்கூட எதையும் பேசமுடியாது என்பதையும் அப்பட்டமாக உணர்ந்தாள்.

அன்று முதல் ஒரு வாரத்திற்கு அதாவது காவ்யா வீட்டை விட்டு வெளியேறும்வரை வீடு இருள் மண்டிக் கிடந்ததாக இப்போது தோன்றியது. அவரவர் பணிகளை எப்போதும்போல செய்தாலும் ஒரு வெறுமையும் துக்கமும் நிலவியது. எட்டாம் நாள் காலை எதுவும் எடுத்துக் கொள்ளாமல் கைபேசியையும் கட்டில்மேல் விட்டுவிட்டு அணிந்திருந்த உடையுடன் வீட்டை விட்டு காவ்யா வெளியேறினாள். அனைவருமே வெறுமே பார்த்துக் கொண்டிருந்தார்கள். முன்தினம் இரவே காவ்யா அணிந்திருந்த நகைகளைக் கழட்டி வைத்ததையும் அலைபேசியில் அவ்வப்போது உரையாடியதையும் கண்டும் கேட்டும் இவ்வாறு நிகழப்போவதை அனைவரும் உய்த்தறிந்துவிட்டனர். ஆனால், யாரும் பிறருடன் அதைப்

பற்றி உரையாடவில்லை. இறுக்கமான சூழ்நிலை நிலவியதால் விழிகளிலோ உடல்மொழியால் கூட தாங்கள் எண்ணுவதை பரிமாறிக் கொள்ளவில்லை. அவள் வெளியேறிய நேரத்தில் எம்மாதிரியாக நடந்துகொள்ள வேண்டுமென்பது யாருக்கும் தெரியாததால் திகைப்பும் பதட்டமும் கோபமும் மாறி மாறி மனதில் தோன்ற அவரவர் நின்ற இடத்தில் பிறர் முகத்தை நிமிர்ந்து பார்க்காமல் இலக்கின்றி பார்வையைச் செலுத்தினார்கள். ஆனால், மனதை அழுத்திக் கொண்டிருந்த பெரும் பாரம் சற்று விலகியதுபோல, இறுக்கமான அறைக்குள் மெல்லிய தென்றல் வருடுவதுபோல மனம் சிறிது ஆசுவாசம் அடைவதை உணர்ந்தார்கள். அந்த ஆசுவாசம் சிறு குற்றவுணர்வைக் கிளப்ப கல்யாணியின் மனம் பொங்கியது. இப்படி யாரையும் மதிக்காமல் அனைத்தையும் துச்சமாக எண்ணிக் கைவிட்டுச் செல்கிறாளே என ஆங்காரம் தோன்றியது. அடுத்த கணமே பெற்று வளர்த்த பிள்ளையை இப்படி தனியே வெளியேற விட்டுவிட்டோமே என தன் மீது பச்சாதாபமும் தோன்றியது. பெரும் விம்மல் எழ அடக்கியபடியே தன் அறைக்குள் சென்றாள்.

இரண்டு மாதங்களுக்குப் பிறகு கடையில், கல்யாணி சற்று ஓய்வாயிருந்த மதியத்தில் ஓர் அழைப்பு வந்தது. பதியாத எண். உடனே ஆவலுடன் அழைப்பை ஏற்றாள். காப்பீடு எடுத்துக் கொள்ளுங்கள், கடன் தருகிறோம் பெற்றுக் கொள்ளுங்கள், ஆதரவற்றோருக்கான காப்பகம் நடத்துகிறோம் உதவி செய்யுங்கள் என கோருவதன் காரணமாக முன்பெல்லாம் பதியாத எண்ணிலிருந்து வரும் அழைப்புகளை ஏற்கவேமாட்டாள். ஆனால், காவ்யா வீட்டை விட்டு வெளியேறி ஒரு வாரத்திற்குப் பின் இம்மாதிரி பதியப்படாத எண்களின் அழைப்பை எதிர்பார்க்கத் தொடங்கினாள்.

முதல் ஒருவாரம், காவ்யா செய்த செயலினால் ஒவ்வொருவருக்கும் ஏற்பட்ட வேதனைகளையும், குடும்பத்திற்கு உண்டான அவப்பெயரையும் எண்ணியபடியே கழிந்தது. கடை எப்போதும்போல இயங்கியதால் கல்யாணி நாள் முழுக்கத் துயரிலேயே ஆழ்ந்துவிடாமல் மனதை சற்று ஆற்றிக்கொள்ள முடிந்தது. வேலையில்லாத பொழுதில், எப்படி அவளால் அத்தனையையும் உதறிவிட்டுச் செல்ல முடிந்ததென மனம் மாய்ந்து போனது. எவ்வளவு

திமிர், பிடிவாதம், ஆணவம் இருந்திருந்தால் இப்படிச் செய்திருப்பாள் என யோசித்துக் கொண்டே இருந்த சமயத்தில் ஒரு கணம் அல்லது ஒரு கணத்தின் மீச்சிறு மின்னற்கணத்தில் இத்தனையையும் விட்டுச் செல்லும் அளவிற்கு அவளை அவனிடம் ஈர்த்த ஏதோவொன்று இருக்கவேண்டும் எனத் தோன்றியது.

அதன்பின் மணற்கடிகையை திருப்பி வைத்ததுபோல எண்ணங்கள் எதிர் திசையிலிருந்து எழ ஆரம்பித்தன. அவனிடம் அவளுக்கு கிடைக்கும் ஒன்று இந்த ஒட்டுமொத்த குடும்பமும் கொடுப்பதைவிட மதிப்பு மிக்கதாக, அவசியமானதாக அவளுக்குத் தோன்றியிருக்கிறது என்றுதானே அர்த்தம். குடும்பம் அவளுக்கு கொடுக்கத் தவறியதென்ன என்ற ஆராய்ச்சியில் மனம் ஈடுபட்டது. குடும்பத்திலிருந்து அன்பு கிடைத்தது, அரவணைப்பு கிடைத்தது, படிப்பு உடை உணவு எவற்றிலும் குறையில்லை. அம்மாவும் அப்பாவும் காலையில் சீக்கிரம் வெளியேறி இரவு தாமதமாக வந்து சேர்வோம். அதற்காக பெற்றோரின் அன்பில்லை என்று ஆகிவிடாது. வார்த்தைகளில் சொல்லிக்கொண்டே இருந்தால்தான் அன்பாக இருக்கிறோம் என்று அர்த்தமா?இல்லையில்லை; அவளை ஈர்த்தது வேறு ஏதோவொன்று. காதல் என்பதையும் அன்பென்றுதானே பொருள் சொல்கிறார்கள். அதில் தனியாக என்ன சிறப்பு உள்ளதோ தெரியவில்லை. சினிமாவில்தான் காதல் காதல் என உருகுவதைக் காட்டுகிறார்கள். அப்படி உருகுமளவிற்கு என்னதான் இருக்கிறதோ?

என்னையும்தான் பத்தாவது படிக்கும்போது பனையூர்கார காளிமுத்து காதலிக்கிறேன்னு சொன்னான். அப்படின்னா கல்யாணம் பண்ணிக்க விரும்பறான்னுதானே அர்த்தம். அதுக்கு, எங்கப்பாக்கிட்ட வந்து ஒங்கப்பாவ பேசச்சொல்லுன்னு சொன்னேன். அவன் வரவேயில்லை. அவனோட காதல் அவ்ளோதான் போல. இவரக் கல்யாணம் பண்ணி இருபது வருசத்துக்குப் மேலாச்சு. அவரும் காதல்னு ஒண்ணும் சொன்னதில்லை. எனக்கும் சிறப்பா தோனுனதில்லை. ரெண்டு புள்ளைங்களப் பெத்து சேந்துதானே இருக்கோம். என்ன கொறச்சலு. என்ன காதலோ கன்றாவியோ புள்ளைங்க இப்படிக் கெடந்து அல்லாடுதுங்க. பசங்க தண்ணியடிக்கிறானுங்க, புள்ளைங்க

ஓடிப் போகுதுங்க, சிலது செத்தும் போகுதுங்க. அப்படின்னா அதுல ஏதோ மாயம் இருக்கத்தான செய்யுது. தெரியாம கடந்து போறவங்க தப்பிச்சுக்கிறாங்க. அத உணர்றவங்க அதுலேயே மாட்டிக்கிறாங்க போல. கல்யாணிக்குள் எண்ணங்கள் எங்கெங்கோ சென்று ஒரு புள்ளியில் தைத்து நின்றது.

சில ஆண்டுகளுக்கு முன் கடைக்கு விடுப்பு விட்டிருந்த நாளில் இரண்டு குடும்பத்தினரும் மகாபலிபுரம் போனார்கள். இவளுக்கு ஒரு மாதிரி அலுப்பாக இருந்தது. “பாறையில பொம்மைங்கள செதுக்கி , வச்சிருக்கானுங்க. இதப் பாக்க இவ்ளோ தூரம் ஏன் வரணும்?” என்று காவ்யாவிடம் கேட்டாள். காவ்யா “ஏம்மா இப்படியிருக்க. கொஞ்சம் கவனமாப் பாரும்மா. இந்தம்மாதான் மகிஷாசுரமர்த்தினி. அந்த எருமைத் தலையோட இருக்குற அசுரங் கூட போர் செய்யறப்ப போர் இவங்களுக்கு சாதகமா மாறுற டயத்த அப்படியே சிற்பமா செதுக்கியிருக்காங்க. அந்த மகிஷனோட மொகத்துல ஒரு பயமும் அந்த ஒடம்புல தோல்விய உணர்ந்து பின்வாங்குற அறிகுறியும் தெரியிது பாரும்மா. ஒட்டு மொத்த போர்லயும் அந்த ஒரு நேரத்த சிற்பமாக்கனும்னு அவனுக்கு தோணிருக்கு பாத்தியா... எப்பேர்பட்ட கலைஞனா இருக்கனும். அதுவும் பாறையக் குடைஞ்சு பண்ணியிருக்காங்க. சின்ன தப்புகூட நடக்காம பண்ணியிருக்கனும். இதப்போயி பொம்மை செதுக்கியிருக்காங்கன்னு சாதாரணமா சொல்ற” காட்டமாகச் சொன்னாள். அவள் அத்தனை கூறியபோதும் இவளுக்கு எதுவும் புரியவில்லை. ஆனால், இப்போது புரிந்தது அவளுக்கு வேறொன்றை உணரும் திறன் இருந்திருக்கிறதென. அன்று சிற்பத்தை உணர்ந்தவள்தான் இன்று காதலை உணர்ந்திருக்கிறாள். நமக்குத் தெரியவில்லை, புரியவில்லை என்பதற்காக இல்லையென்று ஆகிவிடாதே என்று ஒரு மாதிரி தெளிவு தோன்றியது. அவளுக்கு அவன்மேல் காதல் என்றவொன்று தோன்றியிருக்கிறது. அதைப் பற்றிய உணர்வு குடும்பத்தில் உள்ளோர்க்கு இல்லையென்பதால் அவளைத் தடுப்பது எப்படிச் சரியாகும். இருக்கும் ஒரு வாழ்க்கையை அவளுக்குப் பிடித்த மாதிரி வாழ்ந்துவிட்டு போகட்டுமே. ஒரு பைசாவுக்குப் பிரயோசனமில்லாத குடும்பக் கௌரவம் என்பதைச் சுட்டி அதைத் தடுப்பது அபத்தமானதாக கல்யாணிக்குத் தோன்றியது. இந்த எண்ணம்

தோன்றியவுடனேயே காவ்யாவிடம் பேசவேண்டும்; அவளைப் பார்க்க வேண்டுமென்ற துடிப்பு மனதில் எழுந்தது.

காவ்யா தன் அலைபேசியை எடுத்துச் செல்லாததால் அவளிடம் பேசத் துடித்த மனதை கட்டுப்படுத்திக் கொண்டிருந்தாள். அவள் இவளை அழைப்பதாய் இருந்தால் அது இவளது அலைபேசியில் பதியப்படாத எண்ணாகவே இருக்கவேண்டும். எனவே, பதியாத எண்ணிலிருந்து வரும் அழைப்புகளுக்காக கல்யாணி காத்திருக்க ஆரம்பித்தாள். வரும் அழைப்புகளெல்லாம் சேவை நிறுவன அழைப்புகள். ஆனால், பேசுபவர்கள் எல்லோருமே பெண்களாக இருந்தார்கள். முன்பெல்லாம் வெறுப்பாக பதில் சொல்லி வெடுக்கென துண்டிப்பவளுக்கு இப்போது அவர்களும் தன் மகளைப் போன்றவர்களே என ஆதுரம் பொங்கியது. அவர்கள் பேசத் தொடங்கும்போதே நல்லாயிருக்கியாம்மா என இவள் கேட்டுவிடுவாள். எப்போதும் சலிப்பையும் வெறுப்பையுமே எதிர்கொள்ளும் அவர்கள் இப்படியொரு நலம் விசாரிப்பை எதிர்பாராமல் ஒரு கணம் திகைத்துவிடுவார்கள். அடுத்த வார்த்தை வர சில கணங்கள் தாமதமாகும்போது பேசியவளின் விழியில் நீர் துளிர்த்திருக்கக் கூடுமென்று இவளுக்குத் தோன்றும். அவர்களின் பெயரைக் கேட்பாள். பலர் கூறமாட்டார்கள். சரி, அவர்கள் வேலை அப்படி என்று எண்ணிக் கொண்டு, 'எனக்கு எதுவும் தேவையில்லம்மா. நீ ஒடம்பப் பாத்துக்கம்மா' என மென்மையாகச் சொல்லி துண்டிப்பாள்.

ஹலோ என்ற குரல் கேட்டதும் எப்போதும்போல இயல்பாக,'நல்லாயிருக்கியாம்மா?' எனக் கேட்டாள். சில கணங்கள் எதிர் முனையில் எதுவும் கேட்கவில்லை. 'என்னாச்சும்மா..சொல்ல வந்தத சொல்லும்மா!' என இவள் கூறியபோது விசும்பல் கேட்டது. அக்கணமே இவளின் விழிகளில் நீர் சுரக்கவும் இவள் உணர்ந்து கொண்டாள்.

"காவ்யா நல்லாயிருக்கியாம்மா?"

விசும்பல் பொங்கிப் பெருகி சில நிமிடங்கள் நீடித்தது. மெதுவாக சற்றுக் குறைந்ததும் "அம்மா நல்லாயிருக்கி யாம்மா" என்று கேட்டுவிட்டு மற்றவர்களின் நலனையும் விசாரித்தாள்.

"அம்மா ஒன்னய பாக்கனும்போல இருக்கும்மா..."

"இத்தன நாளுக்கப்புறந்தான் அம்மா தெனப்பு ஒனக்கு வருதில்ல.." என பொய்க்கோபத்துடன் கேட்டாள்.

"நீ மட்டும் அப்படியே ஓடி வந்து பாத்துட்ட.." என்று பதிலுக்கு கேட்டாள்.

"சரி, இத்தனநாள் தோனாம இப்பவாச்சும் போன் பண்ணத் தோனுச்சே.."

"அதுக்கு ... அதுக்கொரு காரணம் இருக்கும்மா"

சுந்தரம் லேசாகச் செறுமிய ஓசை எல்லோருடைய கவனத்தையும் அவரை நோக்கி ஈர்த்தது. அவர் பேசத் தொடங்கினார்.

17

2010

தான் சொந்தமாக கட்டியுள்ள மனைவியின் பெயரிலுள்ள வீட்டின் கூடத்தில் கூடியுள்ள தன் நெருங்கிய உறவினர்களை பார்வையால் ஒருமுறை வருடிவிட்டுப் பேச ஆரம்பித்தார் சுந்தரம்.

"ஒங்களையெல்லாம் எதுக்கு கூப்பிட்டிருக்கேன்னு யோசிச்சிட்டு இருப்பீங்க. சில பேரு யூகிச்சிருப்பீங்க. ஒரு முக்கியமான முடிவெடுத்திருக்கேன். அத ஒங்களுக்கெல்லாம் தெரியப்படுத்தறதுக்காகத்தான் கூப்பிட்டேன்..."

அவர் குரலில் எந்த தயக்கமும் இல்லை. தான் எடுத்த முடிவை அவர்களுக்கு அறிவிப்பதான தொனி மட்டுமே அதிலிருந்தது.

செல்வியின் அப்பா, "எங்ககிட்ட ஆலோசனை கேக்குறதுக்காக கூப்பிடலயா. எடுத்த முடிவ சொல்றதுக்காகதான் கூப்டீங்களா?" எனக் கேட்டார். அவர் முகத்தில் சிறிய ஏமாற்றம் தெரிந்தது.

"அப்டியில்ல மாமா, நான் எடுத்திருக்க முடிவ சொல்றேன். ஒங்க யோசனைய அதுக்கப்புறம் சொல்லுங்க.." என்றபடி மற்றவர்களையும் நோக்கினார். அவர்கள் முகங்கள் எதிர்ப்போ எதிர்பார்ப்போ இன்றி வெறுமையாய் இருந்தன. செல்வியின் முகத்தில் மட்டும் அப்பாவின் குறுக்கீட்டால் ஏற்பட்ட சிணுங்கல் மிளிர்ந்தது.

“எல்லோருக்குமே தெரியும், நான் வேற எந்தம்பி வேறயில்ல. புள்ளைங்க நாலுமே எங்க புள்ளைங்கதான். நாங்க யாருமே அதுல வேத்துமையே பாத்ததில்ல. இதெல்லாம் நாஞ் சொல்லி தெரியனும்னு இல்ல. ஒங்களுக்கே தெரியும். நல்லா போயிட்டிருந்த வாழ்க்கைமேல யாரோட கண்ணு பட்டுச்சோ ஒரு கெட்டது நடந்திடுச்சு. யாருமே அத எதிர்பாக்கல. அது என்னன்னு ஒங்களுக்கே தெரியும். இருந்தாலும் எதையும் தெளிவாச் சொல்லிடனுங்கிறதால சொல்றேன். காவ்யா எங்களோட எந்த சொல்லையும் மதிக்காம குடும்பத்தோட மரியாத கெடும்ங்கிற நெனப்பு கொஞ்சமுமில்லாம இன்னொரு சமூகத்தச் சேர்ந்த பையன் கூடப் போயிட்டா. எல்லோருக்குமே வேதனதான். ஆனாலும் அத தாங்கித்தானே ஆகனும். சக்கர வியாதிகாரங்களுக்கு கால்ல ஏதாவது காயம்பட்டு ஆறாம அதோட வீரியம் பரவ ஆரம்பிச்சதுன்னா அந்தப் புண்ணோட ஊத்துக்கண்ணா இருக்குற விரல தனியா வெட்டி எடுத்தர்றாங்க. ஏன்னா மொத்த ஒடம்பக் காக்குறதுக்கு ஒரு வெரல எழந்துதான் ஆகனும். ஒரு வெரலுக்காகப் பாத்தா மொத்தமா சாக வேண்டியதுதான்...”

ஆவேசமாகப் பேசியபடியே எல்லோருடைய முக மாற்றங்களைக் கவனித்தார். எவருடைய முகத்திலும் புதிதாக உணர்ச்சி எதுவும் தோன்றவில்லை. எதிர்பார்த்ததுதான் என்ற மெல்லிய சலிப்பு இருப்பதாகத் தோன்றியது.

“அப்பவே தம்பி லட்சுமணன்கிட்டையும் கல்யாணிக்கிட்டேயும் சொன்னேன். அவ போனது போயிட்டா. நம்மள உதாசீனப்படுத்திட்டு போனவகூட இனி பேச்சு வார்த்த வச்சுக்கிடாதீங்கன்னு. அப்ப சரின்னு தலையாட்டுனவங்க இப்ப அத மதிக்கல...”

“தம்பியோ கல்யாணியோ வெளிய அதிகமா போறதில்ல. விசேசங்களோ இல்ல மத்த காரியங்களோ எல்லாத்துக்கும் நான்தான் போகவேண்டியிருக்கு. முன்னாடி மதிப்பா பாத்தவனெல்லாம் இப்ப கமுக்கமா சிரிக்கிறானுங்க. பொண்ண வெலக்கி வச்சிட்டோம்னு வீம்பாச் சொல்றது கொஞ்சம் தற்காத்துக்கிற மாதிரி இருந்துச்சு. ஆனா, இப்ப இவங்க ரெண்டு பேரும் அவங்க பொண்ணு வீட்டுக்குப் போயிட்டு வந்துகிட்டு இருக்காங்க. ஊருக்குள்ள போறதுக்கு பெருத்த அவமானமா இருக்கு. கடைகண்ணி வச்சு

சம்பாதிக்கிறதெதுக்கு... நாலு பேரு மதிக்கனும்னுதானே. எல்லாரும் எளக்காரமா நெனைக்கிற மாதிரி வாழ்றதுனா அம்மாதிரி வாழ்க்கைக்கு எந்த அர்த்தமும் கெடையாது..."

முதன்மையாக கவனிக்க வேண்டிய விசயத்தை கூறப்போவதான பாவனையில் குரலை தாழ்த்தி எல்லோரையும் திரும்பி நோக்கியபின் குரலை உயர்த்தி, "இத்தனை வருசமா கூடவே இருந்த தம்பி குடும்பத்தை தனியா வைக்கலாம்னு முடிவு பண்ணியிருக்கேன். இந்த முடிவ எத்தனை வேதனையோட எடுத்திருக்கேன்னு செல்விக்கு மட்டுந்தான் தெரியும். அவதான் நேத்தெல்லாம் எனக்கு ஆறுதல் சொல்லிட்டிருந்தா. அவ மட்டும் ஆறுதலா இல்லேன்னா இப்ப ஒடஞ்சு போயிருப்பேன்..."

யார் எம்மாதிரியான முகவுணர்வுகளை வெளிப்படுத்துகிறார்கள் என்பதை அறிய விரும்புவதுபோல சுந்தரம் சுத்தரம் இருந்தவர்களை நோக்கினார். செல்வியின் அப்பாவும் பெரியநாயகியும்தான் அதிர்ச்சியடைந்தவர்கள். அகல்யா முகத்தில் வருத்தமும், தான் முன்பே கணித்தது நிகழ்ந்தவிட்டதால் எழுந்த உவகையும் கலந்திருந்தது. ஆனால், அந்த உணர்வுக் கலவையின் பொருளோ, அது ஏன் என்பதோ சுந்தரத்திற்குப் புரியவில்லை. லட்சுமணன், செல்வி, செந்தில் மூவரும் முகங்களில் எந்த உணர்ச்சியையும் காட்டாமல் இயல்பாகவே இருந்தனர். இந்த விசயமாகத்தான் இருக்குமென அறிந்தவர்கள் போலவும் அடுத்து வேறென்ன சொல்ல வேண்டியுள்ளது என எதிர்பார்ப்பதாகவும் இருந்தது. பெரியநாயகியின் கணவர் எந்த உணர்ச்சியும் காட்டாமல் வெறும் பார்வையாளராக தனக்கும் சொல்லப்படும் விசயங்களுக்கும் எந்தத் தொடர்பும் இல்லாததுபோல தனித்திருந்தார். கடைசியாக அருகிலிருந்த செல்வியின் முகத்தை நோக்கினார். ஒருகணம் இவர் விழிகளைத் தொட்டு விலகிய அவள் பார்வையில் சொல்லவேண்டியதைச் சரியாக கூறிவிட்ட நிறைவு தென்பட்டது.

செல்வியின் அப்பா 'மாப்ளே' என்று அழைக்கவும் அனைவரின் பார்வையும் அவரை நோக்கி திரும்பியது.

"மாப்ளே, இது ஒங்க குடும்ப விவகாரம் நான் தலையிடக் கூடாதுதான். ஆனா, எங்களையும் கூப்பிட்டிருக்கறதால இத கேக்கறேன். ஊர்ல மதிப்புக் கொறையிதுன்னு கூடப் பொறந்து இத்தனை வருசமா கூடவே இருக்குற தம்பியையும் கல்யாணம்

பண்ணி இருவது வருசத்துக்கு மேல ஒங்க குடும்பத்துக்காக ஒழைச்ச அவம் பொண்டாட்டி பிள்ளைகளையும் தள்ளி விடுறது சரியில்லையின்னு தோனுது. அதோட அவங்கள விலக்கி வச்சவுடனே ஒங்கள தாழ்வா நெனைக்கிறவங்க ஒங்களப் பத்தி பெருமையா பேசுவாங்களாயென்ன...”

செல்வி சீற்றத்துடன் அவரை நோக்கினாள். ஆனால், அவர் சுந்தரத்தின் முகத்தின் மீதே தனது பார்வையை வைத்திருந்தார். சுந்தரம் முகத்தில் கோபத்தை காட்டாமல், “நீங்க சொல்றதயெல்லாம் யோசிக்காமயா இந்த முடிவ எடுத்திருப்பேன்னு நெனைக்கிறீங்க. ஒங்களுக்கே இவ்ளோ வருத்தமிருந்தா என்னோட உடலோட பாகமாகவே இருக்கிற தம்பியப் பிரியறது எனக்கு எவ்ளோ வேதனையா இருக்கும். ஆனாலும் எனக்கு வேற வழி இல்ல மாமா. பலபேரு கேலி பேசற மாதிரி வாழ்றதவிட இந்த வேதனைய சுமக்கிறது பரவாயில்ல. அதோட தனியாயிட்டா தன்னோட கௌரவத்துக்காக கூடப் பொறந்த தம்பியவே விலக்கி வச்சவருன்னுதானே சொல்வாங்க....”

“அதுசரி பிரிச்சு விடறேன்னு சொல்றியே... இதுவரைக்கும் சம்பாதிச்சதுல பாதிய அவங்களுக்கு கொடுப்பியா. ஒம்பொண்ணுக்கு அம்பது பவுன் நகை போட்டு கல்யாணம் பண்ணினியே. அவங்க பொண்ணுங்களுக்கும் அதே மாதிரி செய்யனும்தானே...” என்று கோபத்தில் துடித்த உடலை அடக்கியபடி கேள்வியை நிதானமாகக் கேட்டாள் பெரியநாயகி.

சுந்தரம் பதில் சொல்வதற்கான வார்த்தைகளை ஒருங்கு செய்து கொண்டிருந்தபோதே செல்வி சொல்லத் தொடங்கினாள்.

“இவரோட கடையில அவங்க ரெண்டு பேரும் வேலதான் பாத்தாங்க. இவங்களுக்கு சம்பாதிச்சதுல பங்கு கொடுக்கனும்னா எங்க கடையில வேல பாக்குற அத்தன பேருக்கும்ல கொடுக்கனும். எனக்கு நெனைவுக்குத் தெரிஞ்சே பெரியகோட்டை கருப்பன், கீழவீட்டு சுப்பைய்யா வீட்டுல பண்ணையாளா இருந்தான். மிஞ்சுற கஞ்சியும் புள்ளைங்க போட்டுக் கிழிஞ்ச துணியும் மட்டுந்தான்தான் அவனுக்கு கொடுத்தாங்க. ஆனா, இப்ப காலம் மாறிப்போச்சு. வேல பாக்கறவங்களுக்கு சம்பளம் கொடுக்குற மொற வந்திடுச்சு. வேல பாக்குறவங்க அந்த சம்பளத்திலேர்ந்து அவங்களுக்கான

சாப்பாடு துணிமணி எல்லாம் வாங்கிக்கிட்டு தனியா வீட்டுக்கு வாடகை கொடுத்துக்கிட்டு இருப்பாங்க. இப்பக்கூட எங்க கடையில வேல பாக்குற வடக்கத்திப் பசங்கள்லாம் அப்படித்தான் இருக்காங்க. ஆனா, நாங்க இவங்களுக்கு சம்பளம்னு ஏதும் கொடுக்கல. அதுக்குப் பதிலா சாப்பிடறது, போட்டுக்கிறது, தங்குறது எல்லாத்துக்கும் நாங்கதான் வசதி பண்ணிக் கொடுத்தோம். அவங்களுக்குன்னு இதுவரைக்கும் எந்தச் செலவும் இல்லை. அவங்க பொண்ணுங்க ரெண்டையும் இத்தனை வருசமா நாங்கதான் படிக்க வச்சோம். வருசா வருசம் ஒருதடவ ஊருக்குப் போயிட்டு வர்றதுக்கு நாங்கதான் டிக்கெட்டோட பழங்காய்களையும் வாங்கிக் கொடுத்தனுப்பினோம். நியாயமா கணக்குப் பாத்தா அவங்கதான் எங்களுக்கு தரவேண்டியிருக்கும். நாந்தான் இவருகிட்ட பரவாயில்லைங்க அவங்ககிட்ட தொகை எதுவும் கேக்க வேண்டாமுன்னு சொன்னேன்...”

இதை செல்வி சொல்லி முடித்தபோது பெரியநாயகியின் முகம் வெளிறியது. என்ன கேட்பார்கள், அதற்கு எப்படி பதில் சொல்வது என எல்லாவித தயாரிப்புடன் இருப்பதையும், அவர்கள் எடுத்த முடிவை மாற்ற யாரையும் அனுமதிக்க மாட்டார்கள் என்பதையும் உணர்ந்தாள். ஆனாலும் உதடுகள் துடிக்க, “இவங்கள வெறும் வேலைக்காரங்களாத்தான் இத்தனை வருசமா பாத்துக்கிட்டீங்களா. ஒழவுக் காளைங்களுக்கு தீனி போட்டு தண்ணி காட்டி வேல வாங்கற மாதிரி இவங்கள நடத்தியிருக்கீங்க..அப்படித்தானே...”

“மொதல்ல தம்பியாத்தான் பாத்துக்கிட்டிருந்தேன். எப்ப எஞ்சொல்லக் கேக்காம அவம் பொண்ணப் பாக்கப் போனாங்களோ அப்பதான் இது மாறிடுச்சு. அவதான் குடும்பக் கௌரவமெல்லாம் அழிஞ்சாலும் பரவாயில்லையினு போனான்னா இவங்களும் அதே மாதிரிப் பின்னாடிப் போறத பாத்துக்கிட்டு இருக்க முடியுமா... இப்ப இவங்க போவாங்க. அப்புறம் அவங்க எங்க வீட்டுக்குள்ள வருவாங்க... அதெல்லாம் சரியா வராது...” என்று சுந்தரம் கூறியபோது முகம் சற்று வெளிறியது போலிருந்தது. தன் மகளைக் கொடுத்த அக்காவும், மனைவியின் தந்தையும் தன் முடிவுக்கு ஆதரவாக இருப்பார்கள் என்று எண்ணிக் கொண்டிருந்தவருக்கு அவர்களே மாறி மாறிக் கேள்வி கேட்டதால் சற்று அதிர்ச்சியடைந்தவராக தோன்றினார்.

எந்த உணர்ச்சியையும் காட்டாமல் தனக்குள் ஆழ்ந்திருந்த கல்யாணியையும் லட்சுமணனனையும் நோக்கிய பெரியநாயகி, தான் மேற்கொண்டு கேட்க முனைவதால் எந்தப் பயனும் இருக்காது என்ற எண்ணம் தோன்ற தன் சினத்தை அப்படியே உள்ளுக்குள் அடக்கி அமைந்தாள்.

சுந்தரம் கூறிய முதன்மைக் குற்றாச்சாட்டு நிகழ்வதற்கு காரணமான காவ்யாவின் அலைபேசி அழைப்பில் பேசியவற்றை நோக்கி கல்யாணியின் மனம் சென்றது. “சரி, இத்தனநாள் தோணாம இப்பவாச்சும் போன் பண்ணத் தோனுச்சே..” என கல்யாணி கூற, “அதுக்கு ... அதுக்கொரு காரணம் இருக்கும்மா...” என்று சொல்லி காவ்யா தொடர்ந்தாள். கல்யாணியின் உள்ளத்தில் அந்த விசயமோ என சட்டென ஒரு எண்ணம் தோன்ற உடல் சிலிர்த்து விழிகளும் லேசாக கலங்கியது.

“ஒடம்பு ரொம்ப சோர்வா இருந்துச்சுன்னு நேத்து டாக்டர்கிட்ட போனோம்மா. நம்ம வீட்ல யாருக்கு என்னன்னாலும் மொதல்ல போற சுகந்தி டாக்டர்கிட்டதான் போனோம். அவங்க பரிசோதனை பண்ணிட்டு... நான் உண்டாயிருக்கேன்னு சொன்னாங்கம்மா..” கடைசி இரண்டு வார்த்தைகளைச் சொல்ல சற்று நேரம் எடுத்துக்கொண்டாள். அந்த இடைவெளியில் கல்யாணியின் மனம் பலவித சாத்தியங்களை எண்ணியது. ஒருவழியாக சொல்லி முடித்தபோது இரண்டு பக்கமும் பெரும் விம்மல் எழுந்தது. சொல்வதற்கு முன்பே கல்யாணி யூகித்திருந்தாலும் காவ்யாவின் வாயிலிருந்து அவ்வார்த்தைகளை கேட்டபோது மனம் மகிழ்விலும் துயரிலும் ஒரே நேரத்தில் மூழ்க என்ன சொல்வதெனப் புரியாமல் திணறினாள்.

“க்ளினிக்ல டாக்டர் சொன்னவொடனே ஒடம்பும் மனசும் அப்படியே பூரிச்சிடுச்சுமா. உள்ளுக்குள்ள ஏதோவொரு துயரம் பொங்குனதுல எதுவுமே பேசத் தோணாம ஒரே விம்மலா வந்துச்சு. ராசு கூட பயந்திட்டு என்னாச்சு ஏன் இப்படி இருக்கேன்னு வீடு வர்ற வரைக்கும் கேட்டுக்கிட்டே இருந்தாரு. என்னைய தனியா விடுங்கன்னு சொல்லிட்டு ரூம மூடிக்கிட்டு மூலையில போய் ஒக்காந்துகிட்டேன். வார்த்தையால சொல்ல முடியாத அந்த உணர்வ தாங்கவே முடியல தெரியுமா. அப்பதான் டக்குனு ஒன் நெனப்பு வந்துச்சு. ..”

சிறிது நேரம் பேச்சு இல்லாமல் விசும்பல் மட்டும் கேட்டது.

"ஒன் வயித்துல நான் உண்டாயிருக்குறது தெரிஞ்சப்ப ஒனக்கும் இப்படித்தானே இருந்திருக்கும். எவ்வளவு ஆசையோட என்னப் பெத்திருப்ப. நாங்க நல்லாயிருக்கனும்னுதானே காலையிலேர்ந்து ராத்திரி வரைக்கும் கடையிலையே கெடந்தன்னு... வரிசையா ஒன் நெனப்பாவே வந்துச்சு. அப்படியே ஓடிவந்து ஒன் மடில தலைவச்சு சுருண்டு படுத்துக்கனும்னு தோனுச்சு. ஆனா... ஆனா, நெலம அப்படியில்லையே. ராசுக்கிட்ட சொன்னேன். அம்மாவ ஒடனே பாக்கனும்னு. அவருதான் ராத்திரி மட்டும் பொறுத்துக்க. காலையில எப்படியாவது பேசுவோம்னு சொன்னார். ஜூஸ் கடையில இருக்குற பையன்கிட்டதான் போன் பண்ணி ஒன் நம்பர் வாங்குனார். அவந்தான் சொன்னான் இப்பதான் வேலை கொஞ்சம் குறைவா இருக்கும்னு. அம்மா, நான் ஒன்னப் பாக்கனும்மா. ஒங்களையெல்லாம் மதிக்காம வெளிய வந்தது தப்புதாம்மா. அதுக்காக என்னைய மன்னிச்சிடும்மா... ம்மா ம்மா ஒன்னைய பாக்கனும்மா.."

பெத்த மகளிடமிருந்து இவ்வார்த்தைகளைக் கேட்ட பிறகு எந்த அம்மா மறுத்துப் பேசுவாள்? அப்படிப் பேசுபவள் அம்மா என்று அழைக்க தகுதியுடையவளா என்ற கேள்வி கல்யாணியின் மனதிலோட, நடப்பதை வெறுமனே பார்த்துக் கொண்டிருந்தாள்.

எல்லோர் கவனத்தையும் தன்னை நோக்கி இழுப்பதற்காக சுந்தரம் இன்னொரு முறை செருமினார். அனைவரின் நோக்கும் இவரை நோக்கித் திரும்பியதும், "ஒங்களயெல்லாம் கூப்பிட்டு இவ்ளோ விசயங்களச் சொல்றேன். யாருமே லட்சுமணனுக்கிட்டயோ அவம் பொண்டாட்டி கிட்டையோ ஏன் இப்படி பண்றீங்க. சுந்தரம் சொல்றத கேட்டுக்கிட்டு இருங்கன்னு சொல்லவேயில்ல. அதாச்சும் பரவாயில்ல. அவங்களாவது இனிமே பொண்ணு வீட்டுக்கு போகமாட்டம்னு சொல்லலை. இவ்ளோ நேரம் பொறுத்துப் பாத்துட்டுதான் இதச் சொல்றேன்.."

எவரிடமிருந்தாவது குரல் எழுகிறதா என சில கணங்கள் தயங்கியவர், துளி ஒலியும் எழாததால் தொடர்ந்தார்.

"இப்ப சொல்லப் போறதுதான் கடைசி முடிவு. லட்சுமணனுக்கு தனியா வீடு பாத்து அட்வான்ஸ் வாடகையெல்லாம் பேசி வச்சிருக்கேன். அட்வான்ஸ் நான் கொடுக்குறேன். வாடகை அவங்களே கொடுத்துக்கனும். மத்தவங்களுக்கு கொடுக்குற மாதிரி தெனமும் ரெண்டு பேருக்கும் சம்பளம் கொடுத்திருவேன். அத வச்சு அவங்க குடும்பத்த நடத்திக்கலாம், அவங்க பொண்ணு குடும்பத்த பராமரிச்சிக்கலாம். எங்கடையில வேல பாக்க இஷ்டமில்லையினா நின்னுக்கலாம். இது அவங்க முடிவுதான். வேற ஏதாவது கேக்கனும்னா கேளுங்க.." என்று நிறுத்தினார்.

இவ்வளவு நேரம் அமைதியாய் நின்ற செந்திலுக்கு சட்டென ஆத்திரம் பீறிட, "இந்த வீட்லேர்ந்து மட்டுந்தான் வெலக்குறீங்களா. இல்ல அண்ணன் தம்பிங்கிற உறவுலேர்ந்தே வெலக்குறீங்களா. அதோட ஊர்ல இருக்குற வீட்லயாவது இவங்களுக்கு உரிமையிருக்கா அதுவுமில்லையா..." என சுந்தரத்தை நோக்கிக் கேட்டவன் லட்சுமணனை அணுகி, "ஏன்ணா எதுவுமே பேசாம நிக்கிறீங்க. நீங்க சொன்னாத்தானே ஒங்க மனசுல இருக்கிறது எங்களுக்கு தெரியும். ஏன் அத்தாச்சி நீங்ககூட பேச மாட்டேங்குறீங்க..." என இருவரையும் நோக்கி கேட்டான்.

நிமிர்ந்து செந்திலை நோக்கிய கல்யாணி உதடுகள் வரை வந்த வார்த்தைகளை இருமுறை அடக்கிய போது தொண்டை விரிந்து குறுகியது. மூன்றாவது முறை உதடுகளைத் திறந்து பேச ஆரம்பித்தாள்.

"உண்டாகி இருக்கேன். ஒன்னய பாக்கனும்போல இருக்கும்மான்னு அவ கெஞ்சறப்ப அவ ஓடிப் போனவளா இல்ல நாம கட்டி வச்சவளான்னு யோசிக்காம போயிட்டேன். இது தப்புன்னு அவரு சொன்னா சரின்னு ஏத்துக்குற வேண்டியதுதான். நாஞ் சொல்றதுக்கு வேறென்ன இருக்கு" என்று கல்யாணி முடித்தாள்.

அவள் பேசுவதை உன்னிப்பாக கவனித்த லட்சுமணன் அவள் நிறுத்தியதும், "அண்ணன் அளவுக்கு நான் படிக்கல. அவரளவுக்கு எனக்கு புத்தியிருக்கும்னு நெனைக்கல. சின்ன வயசிலேர்ந்து அவரு சொன்னத மட்டுமே கேட்டுக்கிட்டு இருந்தேன். இருக்குறேன். இனிமேயும் அப்படியேதான் இருப்பேன். அவரு சொல்லை மீறி சொல்றதுக்கோ

செய்றதுக்கோ வேறொன்னும் இல்லை" என்று கூறி நிறுத்தினான். இவர்கள் பேசியதைக் கேட்ட சுந்தரத்தின் முகத்தில் மெல்லிய திகைப்பு தோன்றி மறைந்தது.

லட்சுமணனும் கல்யாணியும் பேசிய பிறகு செந்தில் கேட்ட கேள்விகளுக்கு பதில் சொல்லவேண்டிய அவசியமில்லாமல் போய்விட்டது போன்ற பாவனையுடன், "அப்ப இவங்களுக்குப் பாத்திருக்கிற வீட்டுக்கு நாளைக்கே அட்வான்ஸ் கொடுத்தர்றேன்" என்று சுந்தரம் தீர்மானமாகக் கூறினார்.

18

1972

வள்ளி சின்னவனோடு அரிமளம் மணியய்யர் வைத்தியசாலையில் காத்திருந்தாள். வரிசையில் இவளுக்கு முன்பாக நான்கு சுகவீனர்கள் இருந்தனர். இவளுக்குப் பின்னால் பத்து பேருக்கு மேல் இருந்தார்கள். ஒவ்வொருவரையும் நிதானமாகவே பரிசோதிப்பார் மணியய்யர். வைத்தியசாலை சிறிய தொழிற்சாலை போலவே இயங்கிக் கொண்டிருந்தது. அகன்ற திறந்தவெளியில் ஒருபக்கம் வேம்பும் மறுபக்கம் புளியமும் கிளை பரத்தி நின்றன. கீழ்நோக்கி தாழ்ந்தவாக்கில் ஓடு வேயப்பட்ட நீண்ட தாழ்வாரத்தில்தான் சுகவீனர்களும் அவர்களுக்குத் துணையாக வருபவர்களும் அமர்ந்திருக்கிறார்கள். தாழ்வாரத்தின் மையப்பகுதியில் வைத்தியசாலையின் உள்ளே நுழைவதற்கான வழி உள்ளது. உள் முற்றத்தில் ஒருபுறம் அம்மியும் சற்று தள்ளி திருகையும் இவற்றிற்கு எதிர் புறத்தில் குந்தாணியும் கிடக்கும். சுகவீனர்கள் வருவதற்கு முன்பே மணியய்யர் வழிகாட்டுதலின்படி, பணிப்பெண்களால் பலவித இலை தழைகளைகளையும் சில தானியங்களையும் அரைப்பதும் பொடிப்பதும் இடிப்பதும் தொடங்கிவிடும். நீளமான சைக்கிளிலும் மாட்டு வண்டிகளிலும் டவுன் பஸ்களிலுமாக நோயாளிகள் வந்து கொண்டிருந்தனர். வள்ளி, பெண்ணையும் பெரியவனையும் பள்ளிக்கு அனுப்பிவிட்டு சின்னவனை இடுப்பில் சுமந்துகொண்டு கீழாநிலைக்கோட்டை வரை நடந்து வந்து அங்கிருந்து டவுன் பஸ் ஏறி இங்கு வந்து சேர்ந்திருந்தாள்.

திருமணமாகி வந்த சில நாட்களிலேயே இருபக்கங்களில் திரும்பியிருக்கும் சின்னவனின் பாதங்களை சரியாக்க முயன்றாள். விளக்கெண்ணையை காலையிலும் இளஞ் சூடேற்றிய தென்னைமரக்குடி எண்ணையை மாலையிலுமாக கால்களில் தேய்த்து உருவிவிட்டாள். சில மாதங்களுக்குப் பிறகும் எந்த முன்னேற்றமும் தெரியவில்லை. ஒருமுறை ஊரிலிருந்து வந்த அம்மாதான் இவளின் பிரயத்தனத்தைப் பார்த்து அரிமளத்து மணியய்யரிடம் காண்பிக்கச் சொன்னார்.

சிலரை பார்த்தவுடனேயே பல பிறவிகள் அணுக்கமாக பழகியது போன்ற உணர்வை ஏற்படுத்திவிடுவார்களே, அதில் ஒருவராக மணியய்யரைக் கண்டபோது வள்ளி உணர்ந்தாள். அவரின் கருணை பொங்கும் பார்வையா, மென்மையான குரலா, நிதானமான பேச்சா, நான் இருக்கிறேன் துயரடையத் தேவையில்லை என உணர்த்தும் தொடுகையா அல்லது எல்லாம் இணைந்ததா என்பதை பற்றியெல்லாம் வள்ளி யோசித்ததில்லை. ஆனால், அவரிடம் அனைவரையும் ஈர்ப்பது இன்னுமொன்று என்பதை அறிந்தாள். தங்களை மட்டும் பிரத்யேகமாக கவனிக்கிறார் என்று வரும் ஒவ்வொருவரையும் உணரவைக்கிறார். அதுவும் அப்படி அவர்கள் எண்ணவேண்டும் என்ற திட்டத்துடன் இல்லாமல் தன்னியல்பிலேயே ஆற்றுகிறார் என்பதைத்தான் மிகுந்த வியப்புடன் வள்ளி நோக்கிக் கொண்டிருந்தாள்.

முதல்முறை வந்தபோது பையனின் நாடியைப் பிடித்து சோதித்தபடி அவனைப் பற்றிய எல்லா விவரங்களையும் கேட்டார். இவள் சிற்றன்னை என்பதையும் இரண்டு மைல்கள் இடுப்பில் சுமந்து வந்தபின் பேருந்து ஏறி வந்ததையும் கேட்டபோது அவர் புருவம் உயர்ந்து விழிகளில் கருணை சற்று கூடுதலாக வழிந்தது. கால்களையும் பாதங்களையும் மிருதுவாகவும் அழுத்தமாகவும் தடவி பரிசோதித்தவர் தசைநார் லேசாக பிறழ்ந்திருப்பதாகவும் தன்னிடமிருக்கும் மூலிகை எண்ணையினை தேய்த்து தினம் அரைமணி நேரம் உருவுவதன் மூலம் பெருமளவு சரிசெய்திட முடியுமென்றும் கூறினார். இந்த நம்பிக்கை வார்த்தைகளை எத்தனையோ பேர் கூறியிருக்கிறார்கள். ஆனால், மணியய்யர் இதைக் கூறியபோது வள்ளிக்கு பெரும் பரவசம் தோன்றி விழிகள் கசிந்தன. மாதம் ஒரு தடவை

கொண்டுவந்து பையனைக் காட்டிவிட்டு எண்ணையையும் வாங்கிச் செல்லுமாறு கூறினார். ஐந்து மாதங்களில் அவன் சிறிது தூரம் நடக்கத் தொடங்கியுள்ளான். எந்தவொரு விசயத்திற்கும் நுட்பம் அறிந்தவர்கள் இயற்றுவதை பிறரால் செய்ய முடியாதென்பதை வள்ளி உணர்ந்தாள். அவரின் எண்ணையில் மந்திர சக்தி இல்லை. அவர் மாதமொருமுறை கால்களை அவர் விரல்களால் நீவி விடுவதில்தான் அந்த நுட்பம் அடங்கியுள்ளதென்பதையும் தான் உருவிவிட்டபோது எந்த நரம்பு என்பதை அறியாமல் பொதுவாக நீவியதுதான் குணமாகாததற்கு காரணம் என்பதையும் புரிந்துகொண்டாள். ஆறாவது முறையாக இப்போது வந்து காத்திருக்கிறாள்.

பனை மரத்தில் ஏறும்போது கை நழுவி கீழே விழுந்து கால் பிசகிய ஒருவருக்கு சிகிச்சையளித்துக் கொண்டிருந்தார் மணியய்யர். தன் காலில் தோன்றப்போகும் பெருவலியை எதிர்நோக்கி அதனை அசைத்துவிடாமல் தன் முழுக் கவனத்தையும் குவித்திருந்த நோயாளியிடம் உரையாடி, அவரின் கவனம் பேசிக் கொண்டிருக்கும் விசயத்திற்கு திரும்பிய அக்கணத்தில் காலை சடக்கெனத் திருப்பி பிசகினைச் சரிசெய்து இயல்பான நிலைக்குக் கொண்டுவந்தார். அப்போது நோயாளியிடம் எழுந்த ஓலம் அங்கிருந்த அனைவரையும் ஒருகணம் விதிர்க்க வைத்தது. பெருவலி ஏற்படும்போது இடம், தன் வயது, சுற்றியுள்ளவர்கள் பற்றியெல்லாம் எந்த போதமுமின்றி சத்தம் வெளிப்பட்டு விடுகிறது. ஓலம் நின்றபின் வள்ளி சின்னவனின் காதுகளை மூடிய தன் கைகளை விலக்கினாள்.

அடுத்திருந்தவர் முதுகு வலிக்கென வந்திருந்தார். அவருக்குப் பின் வயிறு உப்பியிருந்த நாற்பது வயதுப் பெண். அடுத்து ஐம்பது வயதைத் தாண்டிய ஒல்லியான மனிதர் இருந்தார். அவருக்கு என்ன பிரச்சனை என வெளியே தெரியவில்லை. மூச்சுப் பிரச்சனை அல்லது மனப்பிரச்சனை ஏதாவது இருக்கக் கூடுமென வள்ளிக்குத் தோன்றியது. இவளை அழைக்க எப்படியும் இன்னும் அரைமணி நேரம் ஆகுமெனக் கணித்தபோதே வேறு எண்ணங்கள் எழ ஆரம்பித்தன.

பெரியவன் கொஞ்ச நாட்களாக நடந்துகொள்ளும் விதம் சரியானதாக இல்லை. முக்கியமாக அந்த மூடியிருக்கும் அறைக்குள் நுழைந்துவிட்டு வந்ததிலிருந்துதான் என்றும்

கூறலாம். முன்பெல்லாம் பள்ளி செல்லாத பொழுதுகளில் தம்பியைத் தூக்கிக்கொண்டு அங்குமிங்கும் திரிவான். தூக்கியவுடனேயே கையை வீட்டிற்கு வெளியே செல்லக்கோரும் பாவனையில் நீட்டும் சின்னவன், செல்லாவிட்டால் கையையும் உடலையும் உதறுவான். சிறு பஞ்சுருண்டைகள் உருள்வதுபோல நகரும் ஐந்தாறு குஞ்சுகளுடன் தரையை கிளறிக் கொத்தி திரியும் கோழியை நோக்கிச் செல்லுமாறு முதலில் சுட்டுவான். சற்று நேரத்தில் தோள் விதிர்த்தபடி அவ்வப்போது துள்ளும் பசுங்கன்றை நோக்கிச் சுட்டுவான். அதை நோக்கி நிற்கும்போதே வாலை ஆட்டியபடி நடந்து செல்லும் நாயை நோக்கிச் சுட்டுவான். அப்படியே ஆடு, காக்கை, நாகனவாய்க் குருவி என கை நீண்டு கொண்டே செல்லுமே தவிர வீட்டை நோக்கி நீளாது. பெரியவனும் முகம் சுழிக்காமல் தூக்கி திரிவான். அவ்வப்போது இடுப்பாற்றிக் கொள்வதற்கு மட்டும் ஏதாவது திண்ணையில் சிறிது நேரம் அமர சின்னவன் அனுமதிப்பான். பெரியவனுக்கு தின்னக் கொடுக்கும் அவித்த சீனிக்கிழங்கோ நிலக்கடலையோ அதில் தம்பிக்கும் தின்னக் கொடுப்பான். அதேபோல் மூத்தவளிடத்திலும் பிரியமாக இருப்பான். அவள் பாத்திரம் தேய்க்கும்போது கிணற்றிலிருந்து தண்ணீர் சேந்திக் கொடுப்பான். அவள் சொல்லும் நோட்டையோ நூலையோ அவளுடன் படிப்பவர்கள் வீட்டிற்குச் சென்று வாங்கி வருவான். அவித்துக் காயவைத்த நெல்லை அள்ளுவதற்கு உதவி செய்வான். இவர்கள் கொல்லையில் நிற்கும் வேப்பமரத்தடியிலும் புளியமரத்தடியிலும் உதிர்ந்து கிடக்கும் செத்தைகளை பெருக்கி அள்ளிவந்து குப்பைக்குழியில் கொட்டுவதற்கு நித்தமும் காலையில் அவளுடன் செல்வான். ஆனால், அந்த அறைக்குள் சென்று வந்ததிலிருந்து இவற்றில் எதையுமே செய்வதில்லை.

அந்த நாளை எண்ணியபோது இப்போதும் வள்ளிக்கு திடுக்கென்றிருந்தது. அன்று பெண்ணும் பெரியவனும் பள்ளிக்கும் கணவர் மில்லுக்கும் சென்ற பிறகு தூக்குச் சட்டியில் கஞ்சியும் தண்ணியும் ஊற்றிக் கொண்டு அதில் ஜாடியில் உப்போடு ஊறிக்கொண்டிருக்கும் மாங்காயில் ஒரு வில்லையை எடுத்துப் போட்டுக் கொண்டு சின்னவனையும் தூக்கிக் கொண்டு வள்ளி வயலுக்குச் சென்றாள். கண்மாய்க்கரைக்கு அருகிலிருந்த மேலவயலில் பயிரோடு கோரைப்புல்லும்

போட்டிபோட்டு வளர்ந்திருந்தது. தரை கெட்டிப்படாமல் பொருக்கோடு இருந்ததால் கோரையை களைக்கொட்டு இல்லாமல் வெறுங்கையாலேயே பிடுங்க முடிந்தது. வயலின் தென் மூலையில் சிறிதாக நிழல் பரப்பி நின்ற பூவரச மரத்தடியில் அமர்ந்திருந்த சின்னவன் கண்மாய்க் கரையில் தோள்கோர்த்து நின்ற மரங்களின் உச்சியில் அமர்வதும் பறப்பதுமாய் இருந்த நாரைகளையும் கொக்குகளையும் பார்த்துக் கொண்டிருந்துவிட்டு அப்படியே உறங்கிவிட்டான். பசியெடுக்கும்வரை பிடுங்கியவள் சின்னவனை எழுப்பி, தூக்குச் சட்டியில் இருந்த தண்ணியிலேயே லேசாக கையைக் கழுவிவிட்டு கஞ்சியை அவனுக்கு ஊட்டிவிட்டு இவளும் குடித்தாள். எவ்வளவு வேகமாக முயன்றாலும் இன்றைக்கு முடிக்கமுடியாதென்று தோன்றியது. பையன் முகமும் வேர்த்து வழிந்து வீட்டிற்கு எப்போது போவோம் எனக் கேட்பது போலிருந்தது. சற்று இளைப்பாறியவுடன் அவனையும் தூக்கையும் தூக்கிக்கொண்டு வீட்டுக்கு வந்தாள்.

வீடு திறந்திருந்ததைக் கண்டபோது திக்கென்றிருந்தது. தூக்கிச் செல்லுமளவிற்கு பெரிதாக வீட்டிற்குள் ஒன்றுமில்லை என்றாலும் எதிர்பாராததை எதிர்கொள்ளும்போது ஏற்படும் திகைப்புதான். அவர் மாலை ஏழு மணிக்குதான் வருவார். பள்ளி சென்ற பிள்ளைகள் திரும்ப நான்கு மணியாகும். அப்படியிருக்க எப்போதும் மாடக்குழியில் ஒரு கந்தைத் துணிக்கடியில் வைத்துவிட்டுச் செல்லும் சாவியை அறிந்து எடுத்து யார் திறந்திருப்பார்கள் என்ற யோசனையுடனும் சற்று அச்சத்துடனும் கதவைத் தள்ளினாள். உள்ளே பார்த்தவுடன் மனம் சற்று ஆசுவாசமடைந்தது. மூத்தவள் பின் வாசலருகே படுத்து உறங்கிக் கொண்டிருந்தாள். பிறத்தியார் யாரும் வீட்டைத் திறக்கவில்லை என்ற நிம்மதி ஏற்பட்டதால் சீருடையைக் கூட மாற்றாமல் இருந்த அவள்மேல் கோபம் எழவில்லை. பள்ளியிலிருந்து பாதி நேரத்தில் திரும்பியது ஏனென்ற எளிய கேள்வி மட்டும் மனதில் இருந்தது. சின்னவனைக் கீழே விட்டுவிட்டு படுத்திருந்தவளைத் தொட்டாள். தொடுவதற்காக காத்திருந்ததைப் போல சட்டென விழித்தெழுந்தாள்.

“என்னாச்சும்மா... பள்ளிக்கூடத்திலேர்ந்து பாதியிலேயே வந்திட்ட..?”

"அழகாபுரி சாரோட அப்பா எறந்து போயிட்டாங்களாம். மத்த ரெண்டு சாருங்களும் அங்க போறாங்களாம். அதான் எல்லாரையும் வீட்டுக்குப் போகச் சொல்லிட்டாங்க"

"தம்பிய எங்க காணோம்...?"

"அவன் அவனோட சேக்காளிகளோட பேசிக்கிட்டு மெதுவா வந்தான். நான் சீக்கிரமா வந்திட்டேன். இங்கன காத்து சில்லுனு வந்துச்சா. வெயில்ல வந்த களைப்புல அப்படியே தூங்கிட்டேன்.."

வள்ளி வெளியே வந்து அவன் சேக்காளிகளின் வீடுகளுக்கு சென்று கேட்டாள். அவர்களுக்கு முன்பாகவே அவன் வந்துவிட்டதாகக் கூறினார்கள். நண்பர்களுடன் அன்றி தனித்து இதுவரை எங்கும் சென்றதில்லை. இப்போது எங்கே போயிருப்பான் என்று யோசித்தபடியே வீட்டிற்குள் வந்தாள்.

அப்போது, எப்போதுமே மூடி வெளித்தாழ்ப்பாள் இட்டிருக்கும் பல ஆண்டுகளாக திறக்கப்படாத அந்த அறையின் கதவு, பற்களை கூசவைக்கும் ஓசையுடன் திறந்தது. தன்னியல்பாக கைகள் நெஞ்சருகே செல்ல திறந்த வாயுடன் நின்ற வள்ளி, திறந்த கதவின் இடைவெளி வழியே பெரியவன் வருவதைக் கண்டாள். எங்கு சென்றானென தேடியவன் கிடைத்து விட்டான் என மகிழ்வடைவதற்கு பதிலாக உள்ளுக்குள் பெரும் அச்சத்தை அடைந்தாள். வெளியே வந்தவன் தலை குனிந்தபடியே சென்றபோது இவள் அழைக்கவும் தலையை நிமிர்தாமலேயே விழிகளை மட்டும் உயர்த்தி நோக்கினான். அக்கருவிழியில் மிளிர்வதென்ன... நோக்க நோக்க நீளமான கருங்குடைவுக்குள் செல்வதுபோல உள்ளிழுத்தது. திடுக்கிடலுடன் வள்ளி விழி நோக்கை விலக்கிக் கொண்டாள். அவனுடைய உடல்மொழி வள்ளி இதுவரை அறியாத ஒரு அன்னியத் தன்மையுடன் இருந்தது. அவன் விழிகள் மிக ஆழ்ந்து உறங்கினால் ஏற்படும் ஒருவிதக் களைப்புடன் சிவந்து காணப்பட்டது. எப்போதும் படிந்தேயிருக்கும் தலைமுடி சிலிர்த்துக் கொண்டதுபோல நேராக நின்றது. அவளைக் கடந்து சென்று பின்வாசல் வழியாக வெளியேறி பலா மரத்தின் அடியில் போட்டிருக்கும் துவைப்புக் கல்லின் மேல் காலைத் தொங்கப்போட்டபடி அமர்ந்தான்.

கா.சிவா

வெளியே பிள்ளைகள் விளையாடும் ஒலியெழுந்ததில் வள்ளியின் துயில் கலைந்தது. பெரியவன் வெளியே சென்றதைக் கண்டு திகைத்தமர்ந்தவள் அப்படியே உறங்கியிருந்தாள். கேட்ட ஒலியின் ஓரிழையாய் பெரியவனின் குரலும் இருப்பதை உணர்ந்த வள்ளி தன் மேனியில் சாய்ந்துறங்கிய சின்னவனை நலுங்காமல் பிரித்து தரையில் படுக்கவைத்துவிட்டு எழுந்து வெளியே வந்தாள். சூரியன் மேற்கில் மறைய ஆயத்தமாகிக் கொண்டிருந்தது. ஏழெட்டுப் பையன்கள் கல்லா மண்ணா விளையாடிக் கொண்டிருந்தார்கள். பெரியவனும் உற்சாகத்துடன் ஓடியும் நின்றும் ஆடிக்கொண்டிருந்தான். மதியம் தான் கண்டது உண்மைதானா அல்லது கனவா என்று ஒரு மயக்கம் தோன்றியது. திரும்ப யோசித்தபோது நடந்தது உண்மைதான் என உறுதியாகத் தெரிந்தது. பெரியவன் அந்த அறைக்குள் சென்றதால், தான் பயந்ததுபோல பெரிய பாதிப்பு எதுவுமில்லை என நிம்மதியடைந்தாள்.

இரவு மில்லிலிருந்து வந்த கதிரேசனிடம் நடந்த விவரத்தைக் கூறியதுடன் பயப்படுமாறு எதுவுமில்லை என்பதையும் சேர்த்துக் கூறினாள் வள்ளி. பயம் தேவையில்லை என இவள் கூறியபோதும் கதிரேசனின் முகம் இருண்டது. கணவனின் முகம் போன போக்கைப் பார்த்த வள்ளிக்கு இவ்விசயத்தை இவரிடம் கூறியிருக்கக் கூடாதென்று தோன்றியது. அந்த சாபத்தின் விளைவுகள் முடிந்துவிட்டன என எண்ணிக் கொண்டிருந்தவருக்கு இன்னும் முடியவில்லை தொடர்கிறது என்ற அச்சத்தை விதைத்து விட்டோமே என வருத்தமாக இருந்தது. ஆனால், இவரிடமும் கூறாமல் மனதில் வைத்து தான் புழுங்குவதை அறிந்தால் இன்னும் பெரிதாக வருந்துவாரே என்ற எண்ணமும் ஏற்பட்டது. அவனிடம் பேசுகிறேன் என அவர் கூறியபோது, 'நான் எதுவும் கேட்டுக்கொள்ளவில்லை. பாத்துப் பேசுங்க' எனக் கூறினாள்.

கதிரேசன் எழுந்து சென்று முற்றத்தில் படுத்திருந்த பெரியவனின் அருகில் அமர்ந்தார். வலது கையை தலைக்கடியில் வைத்து ஒருக்களித்துப் படுத்திருந்தான். இன்னும் உறங்கவில்லை என்பதை மூடிய இமைகளுக்குள் நகர்ந்த விழிமணிகள் உணர்த்தின. அவன் தோளில் ஆதுரத்துடன் வருடினார். மேனி விதிர்த்து சட்டென

விழித்து, இவரை உணர்ந்ததும் ஆசுவாசமடைந்து, 'அப்பா' என்றான்.

"பெரியவனே, அந்த அறைக்கு ஏன்பா போன.." என்று அவரின் இயல்பான தண்மையான குரலில் கேட்டார். அப்போதும் அவரது விரல்கள் அவனது தோளில் இதமாக வருடிக் கொண்டுதான் இருந்தன.

"பள்ளிக்கூடத்திலேர்ந்து வந்தப்ப ஒரே வெயிலு. ஒடம்பெல்லாம் வேர்த்து ஒரே களைப்பா இருந்துச்சு. பின்வாசலுக்கிட்ட ஆச்சி படுத்திருந்திச்சா. எங்க படுத்தாலும் வெக்கையாக இருக்கும்னு தோனுச்சு. சரி, அந்த அறைக்குள்ள எப்படி இருக்கும்னு போய் பாத்தேன். வெக்கையில்லாம நல்லா சில்லுனு காத்து வருதுப்பா... அதுக்குள்ளேயே தூங்கிட்டேன்..."

"எப்டி எந்திரிச்ச..?"

"சின்னம்மா கூப்பிடற மாதிரி சத்தம் மனசுக்குள்ள கேட்டுச்சு. ஒடனே முழிப்பு வந்திருச்சு. எங்கே இருக்கேன்னு எனக்கு ஒன்னுமே புரியல. கண்ணுக்குத் தெரிஞ்ச கதவ தொறந்தா சின்னம்மா நின்னாங்க. அப்டியே பின்னால போய் ஒக்காந்துட்டேன்..."

"சரி, பரவாயில்ல... இனிமே அந்த அறைக்குள்ள போகவேண்டாம். சரியா..?" என அவன் தலைமுடியை கோதியபடி கேட்க அவன் ஏற்பதற்கான இசைவுடன் தலையசைத்தான்.

காலையில் முகம் அலம்பிவிட்டு காப்பிக்காக அடுப்படி வந்தபோதுதான் பெரியவன் முகத்தில் தெரிந்த மாற்றத்தை வள்ளி உணர்ந்தாள். நேற்று எப்படி கவனிக்காமல் விட்டோம் என வியப்பு ஏற்பட்டது. அவன் விளையாடிக் கொண்டிருந்தபோது மாலை வெயில் தன் கண்களை கூசச் செய்ததும் காரணமாக இருக்கக்கூடும் எனத் தோன்றியது. அவன் முகம் துலக்கமான ஒளி கொண்டிருந்தது. வெளிறல் போலல்லாமல் மிளிர்வாக இருந்தது. வள்ளி மனதில் ஒரு மெல்லிய நடுக்கம் ஏற்பட்டது. பொதுவாக பேய் பிடித்தது, ஆவியடித்தது என்று சொல்லப்படுபவர்களின் முகம் இருண்டு போயிருப்பதை கண்டிருக்கிறாள். ஆனால், இவன் முகம் ஒளிர்கிறது. இதற்கு மகிழ்ச்சி தோன்றுவதற்குப் பதிலாக உள்ளுக்குள் நடுக்கம் ஏன் ஏற்படுகிறது என

யோசித்தாள். இருட்டை கண்கொண்டு பார்க்கலாம்; ஆனால், வெளிச்சத்தை கண்ணால் சில கணங்களுக்குமேல் பார்க்கமுடியாது. இது அனைவரையும் கவர்ந்திழுக்கும் வல்லமை கொண்டது. ஆபத்து உண்டென்பதை உணர்ந்தும் கூட விட்டில்கள் வெளிச்சத்தினுள் பாய்கின்றனவே. இருட்டைக் கையாள்வது எளிது. ஆனால், வெளிச்சத்தைப் பற்றி முழுதாக அறியமுடியாத நிலையில் அதனைக் கையாள்வதும் அதற்கு எதிர்வினையாற்றுவதும் கண்ணைக் கட்டிக் கொண்டு சண்டைக்குச் செல்வதைப் போன்று ரொம்ப சிரமமாயிற்றே என்ற எண்ணங்கள் உள்ளுக்குள் ஓடிக் கொண்டிருக்கவே, சமையலை முடித்து பிள்ளைகள் இருவருக்கும் உண்ணக் கொடுத்தாள். கதிரேசனுக்கு மதியத்திற்கு தூக்கில் எடுத்து வைத்தாள். அவர் காலையில் வயல்களை ஒரு பார்வை பார்த்துவிட்டு அப்படியே கண்மாயில் குளித்துவிட்டு வருவார். வந்ததும் உண்டுவிட்டு மில்லுக்கு கிளம்புவார்.

அன்று உண்ணும்போதே வள்ளியின் முகம் கவலையின் சோர்வில் இருந்ததை உணர்ந்து, "அதான் ஒன்னுமில்லேன்னு நீயே சொன்னியே. பிறகேன் கவலைப் படறே.."

"ஒன்னுமில்லைன்னுதான் நேத்து தோனுச்சு. ஆனா.." என்று அவர் முகத்தை நோக்கியவள் அதில் படரும் கவலையைக் கவனித்து, "அதான் பிரச்சனை ஏதுமில்லைனு நேத்தே சொன்னேனே. மறுபடியும் ஏன் அதப் பத்திப் பேசறீங்க. சாப்பிட்டுட்டு வேலைக்கு கெளம்புங்க.. எனக்கு தலைக்குமேல வேல கெடக்கு" என்று மெல்லிய சிணுங்கலோடு கூறிவிட்டு விலகி வந்தாள். "வெளியே மில்லுக்கும், சமையல் வேலைகளுக்குமா நாலு எடத்துக்குப் போறவருக்கு இந்த விசயத்தச் சொல்லி வீட்டையே நெனச்சிச்சுக்கிட்டு இருக்கிற மாதிரி செய்யக் கூடா துன்னுதான் அவருக்கிட்ட சொல்லலை.." என சில நாட்களுக்குப் பிறகு கனகுவிடம் இந்த விசயத்தைச் சொல்லும்போது கூறினாள்.

அதன் பிறகு பெரியவன் முன்பு செய்த எவ்வேலைகளையும் செய்யவில்லை. ஆனால், அவன் செய்யும் வேலைகள் அவனுக்காக வேறொருவரால் செய்யப்பட்டது. அல்லது செய்ய வைத்தான் என்றும் கூறலாம். அவன் நண்பர்கள் அவன் எது சொன்னாலும் செய்வதற்குத் தயாராயிருந்தார்கள்.

அதுவும் அவன் தன்னிடம் வேலை சொல்ல வேண்டுமென ஆவலுடன் காத்திருந்தார்கள். இவனுடைய மூத்தவளுக்கான வேலைகளையும், இவனின் தம்பியை தூக்கிச் சென்று சுற்றியும் சுட்டியும் காட்டவேண்டிய வேலைகளையும், அதில்லாமல் அவனுக்கான தனிப்பட்ட வேலைகளான எழுதுவது, படம் வரைவது, அட்டை போடுவது போன்ற வேலைகளையும் அவன் சேக்காளிகள் போட்டி போட்டுக்கொண்டு செய்து முடித்தனர். அவர்களின் அம்மாக்கள் இவற்றை அறிந்தாலும் அவர்களும் பெரியவனுக்காகச் செய்வதென்றால் பரவாயில்லை என்று தடுக்காமல் இருப்பதுதான் வள்ளிக்கு பெரும் வியப்பை ஏற்படுத்தியது.

கனகுவிடம் இதைச் சொன்னபோது, இதில் என்ன பிரச்சனை உள்ளது எனப் புரியாதவளாகவே நோக்கினாள். "இப்போ சேக்காளிகளை மட்டும் தான் நெனைக்கிறத செய்ய வைக்கிறவன், நாளைக்கி அவங் கூடப் பொறந்தவங்களையும், ஏன் அவன் அப்பாவையும்கூட அப்படி மாத்தலாம்ல. உண்மையிலே அவன் பெரிய அதிகாரியாவோ முதலாளியாவோ ஆகுறப்ப அவனச் சுத்தி அவஞ்சொல்லுக்காக பலபேரு காத்திருந்தா அதுல எந்தப் பிரச்சனையுமில்ல. ஆனா, இப்ப நடக்குறது அது மாதிரி இல்லையில்ல. அதான் மனசு கெடந்து அடிச்சிக்கிது" என்று வள்ளி கூறியபின்தான் கனகுக்கு இந்த இக்கட்டு புரிந்தது.

"அந்த அறைக்குள்ள போனதாலதான் இப்படி ஆகியிருக்கான்னா இது விந்தையாவுல இருக்கு. பிரம்மை புடிச்ச மாதிரியிருக்கிறது இல்லைன்னா சம்பந்தமில்லாம எதையாவது பேசித்திரியறதத்தான் பாத்திருக்கேன். இப்படி தெளிவா இருக்கறதையும் மத்தவங்க ஒருத்தன்கிட்ட மயங்குறதையும் இப்பதான் பாக்குறேன். இப்ப யாரு நல்லா குறி பாக்குறாங்கன்னு விசாரிக்கிறேன். அப்புறமா சேந்துபோயி என்னன்னு பாப்போம்" என்று கூறினாள்.

சின்னவன் கையைப் பிடித்து அசைத்ததும் நினைவு மீண்டாள். அந்த ஒல்லி மனிதர் இவர்களைக் கடந்து சென்றார். சற்று நேரத்திற்குமுன் பார்த்ததைப் போலன்றி சோர்வின்றி புதுத் துள்ளலுடன் நடந்தார். அனுபவசாலியான வைத்தியர்கள் கூறும் தைரியம் பெரிய தெம்பை அளிக்கிறது என எண்ணியபோது உண்டான மலர்வுடன் மணியய்யருக்கு அருகில் சின்னவனுடன் சென்றாள்.

"நல்லா நடக்குறானே. ரொம்ப சந்தோசம்..." என்று கூறியபடியே அவனது பாதங்களையும் கரண்டைக் காலையும் அழுத்தியும் நீவியும் பார்த்தார். இந்தத் தடவை எண்ணை வாங்கிக்கிட்டு போறத தேச்சு விட்டாலே போதும். இனிமே வைத்தியம் தேவையில்லை. நடக்க நடக்க சரியாகும்" என்று வள்ளியிடம் கூறியவர், "கீழ விழுந்திடாம நடக்கனும் சரியா...?" என சின்னவனின் கன்னத்தில் செல்லமாகத் தட்டினார்.

"ரொம்ப சந்தோசங்கய்யா... அப்ப வர்றேங்கய்யா.." என கை கூப்பிவிட்டு சின்னவனுடன் வெளியே வந்தாள். இவன் பிரச்சனை ஓரளவு சரியாகிவிட்டது. பெரியவனுடைய பிரச்சனையைக் கவனிக்க வேண்டும். கனகுவை போய் பார்க்கவேண்டும் என எண்ணியபடியே பேருந்து நிறுத்தத்தை நோக்கி நடந்தாள்.

19

1972

மில் காண்டீனில் வெளிப்பக்கம் பார்க்க போட்டிருந்த இருக்கையில் அமர்ந்து டீ குடித்துக் கொண்டிருந்தார் கதிரேசன். உள்ளே ஐந்தாறு பேர் பருப்பு வடையைக் கடித்தபடியும் ரொட்டிகளை டீயில் நனைத்து தின்றபடியும் சத்தமாகப் பேசிக்கொண்டிருந்தார்கள். கதிரேசன் யாருடனும் சேருவதில்லை. எவரிடமும் பிணக்கென்று ஏதுமில்லை. இணக்கமும் இல்லை. இவரது குணம் அப்படி. யாராவது ஏதாவது கேட்டால் பதில் சொல்வார். இவருக்கு ஏதாவது தெரியவேண்டுமென்றால் கேட்டுக் கொள்வார், அவ்வளவுதான். இது, இவரின் இயல்பான குணம் என்றறிந்ததால் யாரும் இவரைத் தேவையின்றி அணுகுவதில்லை.

கதிரேசன் நேற்று நிகழ்ந்தவற்றை மனதில் ஓட்டிக் கொண்டிருந்தார். பல ஆண்டுகளாக மூடியிருந்த அறைக்குள் பெரியவன் சென்று உறங்கிவிட்டு வந்தபின் பெரிதாக பாதிப்பில்லை என்றுதான் வள்ளி கூறினாள். ஆயினும் அத்தனை இலகுவானதாக அது இருக்காதென்று இவருக்குத் தோன்றியபோதும் அவள் கூறியதை ஏற்றுக் கொண்டதாக பாவனை செய்தார். உள்ளுக்குள் ஒரு பதைப்பு இருந்தது. ஆனால், அதை அவளிடம் கேட்டால் அவளுக்கும் பதட்டம் ஏற்படும் என்பதால் கேட்காமலேயே இருந்தார்.

இரண்டு நாட்களுக்கு முன் மாலை வீடு திரும்பி ஆற அமர இவர் அமர்ந்தபோது வள்ளி மெதுவாக அருகில்

வந்து, பெரியவன் நடந்துகொள்ளும் விதம் பற்றியும் அதைப் பற்றி குறி கேட்பதற்காக அம்புராணி சடைமுனியிடம் செல்லலாம் என்று கனகு சொன்னதாகவும் கூறினாள்.

மில்லில் சில மாதங்களுக்கு முன் இந்த குறி சொல்பவரைப் பற்றிய பேச்சு இவர் காதில் விழுந்தது. சாதாரணமாக எதையும் கவனிக்கமாட்டார். அந்தச் சம்பவத்தைக் கூறியவரின் குரலில் வெளிப்பட்ட பரவசமும் மெல்லிய ரகசிய பாவமும் இவர் செவியைக் கூர வைத்தன. பளபளப்பான பெரிய அரிவாள் மேல் நின்று குறி சொல்கிறார் என அவர் கூறியபோது எப்படி நிகழ்த்தமுடியும் என்று சிறிது வியப்பாகவும் இருந்தது. வள்ளி இப்போது கூறியவுடன் அதை அறிந்து கொள்ளும் ஆர்வம் கிளர்ந்தது. இவரின் ஆர்வத்தைக் கண்டு வள்ளி ஆச்சர்யமடைந்ததை அவளின் விழிகள் காட்டின.

யார் முதலில் வருகிறார்களோ அவர்களுக்கே முதலில் பார்ப்பார் என்று கனகு கூறியிருந்ததால் பிள்ளைகள் பள்ளி செல்வதற்கான பணிகளை விரைந்து செய்துவிட்டு சின்னவனை கனகுவிடம் விட்டுவிட்டு வந்த வள்ளி பின்னால் ஏறியவுடன் கதிரேசன் சைக்கிளை ஓட்டினார். ஐந்து மைல் தூரம் மண் சாலையில் சென்று அம்புராணியை அடைந்தார்கள். இரண்டு பேர் குறி சொல்லியின் குடிசை வீட்டிற்கு முன் நின்ற வேம்பின் வேர்க்கட்டையில் அமர்ந்திருந்தார்கள். கணவன் மனைவி போலத் தோன்றிய அவர்களின் உடல் இளவயதினையும் முகம் சற்றும் பொருந்தாத முதுமைத் தோற்றத்தையும் கொண்டிருந்தது. குழந்தையில்லாத கவலையாக இருக்கக்கூடும் என கதிரேசனுக்குத் தோன்றியது. இம்மாதிரியான குறையுடன் இருப்பவர்களிடம் அவர்களைப் பற்றிய விவரங்களை அறிய முற்படமாட்டார். ஏற்கனவே, துயருடன் இருக்கும் அவர்கள் விழிகள் சட்டென கலங்கி நீர் உதிர்த்து விடுவதை சில முறை கண்டுள்ளார். எனவே அவர்களை கருணையோடு நோக்காமல் சிறு புன்னகையுடன் நோக்கினால் அவர்களின் முகம் சற்று தெளிவடையும் என்பதையும் உணர்ந்து சிறிது முறுவலித்தபடி, "சடைமுனி எப்ப வருவாரு?" என்று கேட்டார். அவர்கள் வந்து அரைமணி நேரம் இருக்குமெனவும் இன்னும் அரைமணி நேரமாகும் என்று அந்தக் கணவன் கூறினார். நன்றியுரைக்கும் வண்ணம் தலையசைத்தபின்

அவர்களின் முதுகுப்பக்கமாக எதில் திசையைப் பார்த்த வண்ணம் இன்னொரு வேரில் இடைவெளி விட்டு இருவரும் அமர்ந்தார்கள்.

குடிசைக்கு பின்புறம் ஒரு குட்டை கிடந்தது. மஞ்சளும் பழுப்பும் இயைந்த நிற நீரில் மெல்லிய அலைகள் மெதுவாக கரையைத் தொட்டுவிட்டு பின்வாங்கின. நீர்ப்பூச்சிகள் அமர்ந்து எழும் வட்டங்கள் நீரில் தோன்றி மறைவதைக் கண்ட கதிரேசன் அப்பூச்சிகளைக் கண்டுவிட எத்தனித்தார். ஆனால், இவர் அமர்ந்திருந்த கோணத்திற்கு எதிர் வெயில் அடித்ததால் அவை இவர் கண்களுக்கு தென்படவில்லை. வள்ளியின் முகத்தில் தெரிந்த கவலை இவருக்கு சங்கடத்தை ஏற்படுத்தியது. ஏதாவது சமாதானம் செய்வது செயற்கையாக இருக்குமெனத் தோன்றினாலும் செய்துதானே ஆகவேண்டும் என்ற நினைப்புடன், “ஏம்மா கவலப்படற. அதான் இங்க வந்திருக்கோம்ல. என்ன பண்ணச் சொல்றாரோ அதப் பண்ணி சரி செஞ்சிடலாம்“ எனக் கூறியபடி அவளின் வலக்கரத்தின்மேல் கை வைத்து மெல்லத் தட்டிக் கொடுத்தார்.

மேலும் பலர் குடிசையை நோக்கி வந்து கொண்டிருந்தார்கள். யாரும் தனியாக வரவில்லை. இரண்டு பேராகவோ மூன்று பேராகவோதான் வந்தார்கள். குறி சொல்லி கூறுவதன் உட்பொருளை தனியொருவரால் பகுத்துணர்ந்திட இயலாதோ என கதிரேசன் மனதில் எண்ணியபோது ‘தொம்‘மென நீரில் எதுவோ விழுந்த சத்தம் கேட்டது. இவர்களைப் போலவே எல்லோருமே அத்திசையை நோக்கினார்கள். நீருக்குள்ளிருந்து, நரைத்த நீண்ட தலைமுடி நீர்வழியத் தொங்கி முகத்தை மறைத்திருக்க கருத்த மனிதர் எழுந்தார். நீரின் பழுப்பு நிறத்தில் தெரிந்த வெண்ணிற தாடி மார்பில் படர்ந்திருந்த முடியுடன் இயைந்து முழுக்கவே முடியால் ஆனவராகத் தோன்றினார். காண்பதற்கு, சற்று விந்தையாகத் தெரிந்தாலும் எவரிடமிருந்தும் நகைப்பு எழவில்லை என்பதை கதிரேசன் வியப்புடன் உணர்ந்தார். இவர்தான் சடைமுனியெனத் தோன்ற வள்ளி முகத்தை கதிரேசன் நோக்க, அதையே அவளும் எண்ணியதை அவள் முகம் காட்டியது. இன்னும் இருமுறை முழுகி எழுந்தவர் முகத்தின் மீது படர்ந்த முடிகளை விலக்கியபடி கரையேறி பின்வாசல் வழியாக குடிசைக்குள் சென்றார்.

இவர் நீரில் மூழ்கி எழுந்தவுடனே குறி சொல்லத் தொடங்குவார் என ஒரு பேச்சு காதில் விழவும் இவர்கள் எழுந்து குடிசையின் முகப்பை நோக்கி நடந்தார்கள். வந்திருந்தவர்கள் தங்களுக்கு முன் வந்திருந்தவர்களை ஒருவிதமாகக் கணித்து பின் நிற்கத் தொடங்கினார்கள். இவர்கள் அந்த கணவன் மனைவிக்குப் பின் சென்று நின்றார்கள். யாரும் ஆட்சேபிக்கிறார்களா என ஒரு கணம் திரும்பிப் பார்த்த கதிரேசன் அப்படி எதுவும் எழாததால் திருப்தியடைந்தார்.

உள்ளே மணியோசை கேட்டது. பழுப்படைந்த வேட்டியும் இடுப்பில் துண்டும் கட்டிய ஒருவர் வெளியே வந்தார். சலசலப்பான பேச்சுகள் அவிந்து அனைவரின் பார்வையும் அவர்மேல் குவிந்தன. எல்லோரையும் மொத்தமாக ஒரு கணம் நோக்கியவர் முன் நின்றவர்களிடம், "நீங்க உள்ளே வாங்க" எனக் கூறிவிட்டு பொதுவாகப் பார்த்து, "ஒருத்தங்க பாத்துட்டு வந்த பொறகு அடுத்து வந்தவங்க சத்தம் போடாம வரிசையா வாங்க" என்று சொல்லி உள்ளே சென்றார்.

சில நிமிடங்கள் கழித்து அந்தக் கணவனும் மனைவியும் வெளியே வந்தார்கள். கணவன் கதிரேசனை மெல்லிய முறுவலுடன் நோக்கி விடை பெற்றுக் கொண்டான். அவர்கள் முகங்கள் உவகை கொண்டிருப்பதை உணர்ந்தபோது கதிரேசன் உள்ளமும் சற்று மலர்ந்தது.

இவர்கள் குடிசையின் வாசலில் குனிந்து உள்ளே நுழைந்தனர். சடைமுனி ஒரு பலகையில் விழிகள் மூடி அமர்ந்திருந்தார். அவருக்கு எதிரில் ஒரு நீண்ட பலகை கிடந்தது. சுவரில் உக்கிர காளியின் படம் மாட்டப்பட்டிருந்தது. பெரிய அகலில் எரிந்த தீபம் அந்தக் காளியின் நாவை மேலும் சிவப்பாக்கி உக்கிரத்தைக் மிகையாகக் காட்டியது. கூரையை ஒட்டி வேட்டிகளை இணைத்து பந்தல்போலக் கட்டப் பட்டிருந்தது. சாம்பிராணியின் வாசனை பரவிக் கொண்டிருந்தது. தீபவொளியைத் தவிர வேறு விளக்குகள் இல்லாததால் சற்று இருளாகவும் புதிரான இடமாகவும் தோற்றம் கொண்டு முட்டை ஓட்டிற்குள் இருப்பது போன்று மயக்கத்தையளித்தது. சற்றுத் தள்ளி நின்ற அந்த உதவியாளர் சைகையிலேயே அங்கே கிடந்த பலகையில் அமருமாறு கோரினார். அமர்ந்து சடைமுனியை நோக்கியபோது அவர் வேறெங்கோ இருப்பது போலத் தோன்றினார். ஈரம்

உலர்ந்துவிட்ட தாடி குடிசைக்குள் அலைந்த மெல்லிய காற்றுக்கேற்ப அசைந்தது. அவர் விழிகள் திறக்காதபோதும் அவரது கூர்ந்த பார்வை தங்கள் மேல் விழுவதையும் தங்கள் உடல் சிலிர்த்துக் கொள்வதையும் இருவரும் உணர்ந்தார்கள். சடைமுனி தன் கையில் பிடித்திருந்த மணியை வேகமாக அடித்தார். இவர்கள், மணிச் சத்தம் கேட்ட கணம் திடுக்கிட்டு பின் நிலையடைந்தார்கள். மணியை அடித்தபடியே எழுந்தவர் இரண்டடி பின் சென்றார். அப்போது அவரின் நிழல் இத்தனை நேரம் மறைத்திருந்த அந்த நீண்ட அரிவாளைக் கண்டார்கள். அது தரையில் நீளவாக்கில் பதிக்கப்பட்டிருந்தது. அதன் கூர்முனை தீப ஒளிபட்டு மிளிர்ந்தது. ஒரு முறை காளியின் படத்தை நோக்கியபின் அரிவாளின் கூர்முனையில் இரு பாதங்களையும் வைத்து ஏறி நின்றார். தடுமாற்றமின்றி நிலையாக நின்றவரின் உடலுக்குள் ஏதோ கொந்தளிப்பு நிகழ்ந்து, மேனி முழுக்க ஒரு துடிப்பு மேலும் கீழும் ஓடியது. அவர் உதடுகளில் ஒரு மெல்லிய ஆனால், அழுத்தமான உறுமல் எழுந்தது. மணி நிதானமாக ஒலித்துக் கொண்டிருந்தது. இவர்கள் அந்த மணியோசையின் மீதும் அந்த உறுமல் மீதும் செவி கூர்ந்திருந்தார்கள். சட்டென இரண்டும் நின்றதால் ஏற்பட்ட நிசப்தம் தாங்கவியலா வண்ணம் சில கணங்கள் நீடித்தது. எதிர்பாராத கணத்தில் விழியைக் கூசவைக்கும் பேரொளியென அவர் குரல் எழுந்தது. அதை எதிர்கொள்ள முடியாமல் செவிகள் ஒருகணம் திகைத்தன.

"பாவத்தோட பழி இன்னும் முழுசாத் தீரல. நெருப்பு அணைஞ்சாலும் உள்ளுக்குள்ள தணல் இன்னும் இருக்கு. அது தணிய இன்னும் காலமிருக்கு. அதுவா குளிர்ற வரைக்கும் காத்துதான் தீரணும். தணிய வைக்க முயற்சி ஏதாவது பண்ணினா இன்னும் சுடரும் படரும். எச்சரிக்கையா கையாளனும். ஒங்க வாரிசு எல்லாத்துக்கும் பாலமா இருப்பான்..." என்று கூறிவிட்டு கீழே இறங்கி ஏற்கனவே அமர்ந்திருந்த பலகையில் அமர்ந்தார். அவரின் உடலின் உதறல் மெல்ல குறைந்தது.

இவர்கள் நிமிர்ந்து உதவியாளரைப் பார்த்தார்கள். அவர் அங்கிருந்த உண்டியலைக் கைகாட்டினார். கதிரேசன் தன் சட்டைப் பையிலிருந்து பணம் எடுத்து உண்டியலில் நுழைத்து உள்ளே தள்ளிவிட்டு சடைமுனியைப் பார்த்தார். அவர்

விழிகள் மூடியிருந்தன. அவரை நோக்கி கை கூப்பி விட்டு இருவரும் வெளியே வந்தார்கள். இவர்களுக்கு பின் நின்ற வயசாளிகள் இருவர் உள்ளே நுழையத் தயாரானார்கள்.

வெயில் ஏறியிருந்தது. சைக்கிளில் பானை கட்டிய ஒருவர் மோர் விற்றுக் கொண்டிருந்தார். அதைக் கண்டவுடன் தாகம் எடுப்பதாக உணர்ந்தார் கதிரேசன். வள்ளி பின்னால் வருவதை உறுதி செய்தபடி மோர்க்காரரிடம் சென்றார். "என்ன பாத்துட்டீங்களா...?" என்ற அவரின் கேள்விக்கு ஆமோதிப்பாக தலையசைத்தார். மோர்க்காரர், இரு குவளைகளில் மோர் ஊற்றிக் கொடுத்தார். ஒன்றை வாங்கி வள்ளியிடம் கொடுத்துவிட்டு அடுத்ததை கையில் வாங்கியபடி, "எப்பவுமே இவ்வளவு பேர் வருவாங்களா...?" எனக் கதிரேசன் கேட்டார்.

"வருவாங்க. தொடங்கி மூனு நாள் தானே ஆகுது. பத்து நாளைக்கு நல்ல கூட்டமிருக்கும். அதுக்குப் பொறகு கொஞ்சங் கொஞ்சமா கொறையும்..."

"மூனு நாள்தான் ஆச்சா. இங்க குறிபாக்குறத முன்னாடியே கேள்விப்பட்டேனே..."

"மூனு மாசத்துக்கு முன்னாடி கேள்விப்பட்டிருப்பீங்க. ஒரு மாசம் இங்க இருப்பாரு. அப்படியே காணாமப் போயிடுவாரு. அப்புறம் மூனு மாசத்துக்கப்புறம்தான் வருவாரு. இங்கேயே இருக்குற அந்தக் கந்தய்யா, சடைமுனி ஏதோ மலைமேல இருக்குற சாமியப் பாக்கப் போறாருன்னு சொல்வாரு. வேறெங்கையும் பாக்கறாரோ என்னவோ... தெரியல".

"அவரு சொல்றது உண்மையாத்தான் இருக்கும். கூரான அரிவாள் மேல நின்னுல்ல குறி சொல்றாரு. அதுக்கான சக்திய வாங்குறதுக்கு பெரிய சாமிய பாத்துதானே ஆகனும்"

"நீங்க நம்புறீங்கன்னா சரி. ஆனா, ஒன்னு ரெண்டுபேர் மாட்டுக்கு லாடம் அடிச்சிருக்காப்ல அவரோட பாதத்துல இரும்புத் தகடு பதிச்சிருக்கிறதா சொல்றாங்க. அத மறைக்கத்தான் குட்டையில குளிச்சிட்டு கால்ல ஒட்ன சகதியோட ஏறுராருன்னு சொல்றாங்க.."

அரிவாளில் ஏறியபோது காலில் சகதி இருந்ததா என யோசித்த கதிரேசனுக்கு தான் சரியாக கவனிக்கவில்லை

எனத் தோன்றியது. வள்ளியை திரும்பிப் பார்த்தபோது அவள் இந்தப் பேச்சை விரும்பாதது புரிந்தது. மோருக்கான காசைக் கொடுத்துவிட்டு சைக்கிளை நோக்கி நடந்தார்.

வள்ளி சொல்லியதால் கைலாசபுரத்திற்கு சைக்கிளை ஓட்டினார். சிறிய குன்றின் மேல் குடிகொண்டிருக்கும் கைலாசநாதர் கோவில் இருப்பதால் இந்த ஊர் கைலாசபுரம் எனப் பெயர் பெற்றுள்ளது. கோவிலை அடைய ஐநூறு படிகள் ஏறிச்செல்ல வேண்டியிருப்பதால் பெரும்பாலானவர்கள் இக்கோவிலை பெரிய கோவில் என அழைப்பார்கள்.

கோவில் குளத்தருகே நின்ற அரசமரத்தினை ஒட்டி சைக்கிளை நிறுத்திவிட்டு இவர்கள் இருவரும் படியேறினார்கள். கருங்கல் படி லேசான சூட்டுடன் இருந்தது. சுற்றி கட்டுக்கட்டிய குளத்தில் பத்து படிகளுக்குக் கீழே மஞ்சளான நீர் அலையடித்துக் கொண்டிருந்தது. அதில் கிடந்த கெண்டை மீன்களுக்கு இரு சிறுவர்கள் பொரி தூவிக் கொண்டிருந்தார்கள். இந்தப் பொரியை நம்பியா அந்த மீன்கள் குஞ்சு பொறிக்கின்றன. சிறு புழுக்களும் பூச்சிகளும் அவற்றுக்கு கிடைக்காதாயென்ன என்று தோன்றிய எண்ணத்தை கதிரேசன் வள்ளியிடம் கூறவில்லை. அவள் முகம் தீவிரமாக எதையோ எண்ணிக் கொண்டிருப்பது தெரிந்தது.

கைலாசநாதரையும் உமையாம்பிகையையும் வணங்கிவிட்டு கோவில் பிரகாரத்தை ஒருமுறை சுற்றினார்கள். குருக்கள் தொன்னையில் கொடுத்த சக்கரைப் பொங்கலை வாங்கிக் கொண்டு சுற்றுச் சுவருக்கு வெளியே நின்றாலும் உள்பக்கம் கிளையை பரப்பியிருந்த விளாமரத்தின் நிழலில் அமர்ந்தார்கள். கதிரேசன் சக்கரைப் பொங்கலை விண்டு வாயில் போட்டார். கோவிலில் செய்யும் பிரசாதங்களுக்கு எப்படித்தான் இப்படி ருசி அமைகிறதோ என்று தோன்றியது. வள்ளி பொங்கலைத் தின்னாமல் யோசனையில் இருந்தாள். இவர் தன்னைப் பார்ப்பதை உணர்ந்ததும், "சடைமுனி சொன்னது சரியாப் புரிஞ்சதாங்க.."

"இதுல புரியிறதுக்கு என்ன இருக்கு... தெளிவாத்தானே சொன்னாரு. அவன் இஷ்டத்துக்கு விட்டுடுங்க. தடுத்தா வேற பாதிப்பு வரும்னாரு..."

“அதாங்க எனக்கும் யோசனையா இருக்கு. எத்தனை வருசமாகுமோ தெரியலையே. எப்ப வெலகும்னு அல்லாட்டத்தோடயே இருக்கனும் போலயே..” வருத்தம் தோய்ந்து ஒலித்த குரலை கவலையுடன் நோக்கினார். அப்போது அவர்கள் இருவருக்கும் நடுவே விளாங்காய் ஒன்று விழுந்தது. அதன் தடிமனான ஓடு விரிசல் விட்டிருந்தது. திடுக்கிடலுடன் நிமிர்ந்து பார்த்தபோது அணிலொன்று அடுத்த காயை நோக்கித் தாவியதைக் கண்டார்கள். சிவன் கோவிலில் இருந்து எதையும் எடுத்துச் செல்லக்கூடாதென்று சொல்வார்களே, மேலிருந்து விழுந்த வேகத்தில் புண்டுபோய் மிருதுவான வெண்ணிற சதை திண்ணும் ஆவலை உண்டாக்குகிறதே என்ன செய்வது என யோசனை ஓடியபோது சன்னதிகளை பூட்டிவிட்டு குருக்கள் வந்தார். “சாமி, இந்தக் காய் கீழே விழுந்துச்சு. இதத் திங்கலாமா..?” எனக் கேட்டார். “பேஷா திங்கலாமே. பிரசாதம் மாதிரி உங்களுக்காக விழுந்திருக்கு. சாமிய சேவிச்சுண்டு சாப்பிடுங்க...” எனக் கூறிவிட்டுச் சென்றார். முத்துப்பரல்கள் போலிருந்த விளாங்காயின் சதையை விண்டு வள்ளிக்கு அளித்து தானும் உண்டார். அது, துவர்ப்பும் புளிப்பும் கலந்த சுவையுடன் நாவில் கரைந்தது.

கிளம்பியபோது மனம் உந்த திரும்பிப் பார்த்தார். அவர் நோக்கைக் கண்டு வள்ளியும் பார்த்தாள். கோயில் சுவரோரமாக நாற்பது வயதுப்பெண் தரையைத் துடைத்துக் கொண்டிருந்தாள். அவளது தோற்றம் சாதாரணமாகத் தெரிந்தாலும் ஏதோவொன்று விசித்திரமாக இருந்தது. சற்று மனதினுள் துளாவியபின்தான் அது என்னவென்று பிடிபட்டது. அவளது சேலைக்கட்டு. சேலையை உடல் முழுவதுமாய் போர்த்தியிருந்தாள். ஆனால், அதுமட்டுமல்ல. அவளது பார்வை இங்கில்லாமல் வேறெந்தக் காலத்திலோ நிலைகொண்டிருந்தது. அதை, வள்ளியும் உணர்ந்துகொண்டாள்.

வெளியே பூக்கடையை மூடுவதற்கான ஆயத்தங்களைச் செய்துகொண்டிருந்த மூதாட்டியிடம் கதிரேசன் அந்தப் பெண்ணைப் பற்றிக் கேட்டார். பேசுவதற்கு காத்திருந்தவர்போல அவர் சொல்லத்தொடங்கினார்.

“அதோட பேரு கெங்கம்மா. ஊரு ஏம்பல். சின்னவயசுல சாயங்காலம் ரோட்ல ஓடுன கோழிய தொரத்திக்கிட்டு

ஒழுங்கையில எறங்குச்சாம். அப்போ தீ மாதிரி ஒரு பெண்ணுருவம் நடந்து போறத பாத்து மயங்கி விழுந்திடுச்சாம். ஒரு வார காச்சலுக்கு அப்புறம்தான் கண்ணு முழிச்சிச்சாம். அப்பலேர்ந்து மாசாமாசம் அமாவாச அன்னைக்கு பித்து பிடிச்ச மாதிரி யாரையும் அறியாத மாதிரி வேத்து மனுசியா திரியுமாம். ஆனா, மறுநா எதுவுமே நடக்காத மாதிரி எல்லா வேலையையும் செய்யுமாம்...”

“இவங்களுக்கு கல்யாணம் ஆச்சா...?”

சொல்றதுக்கு முன்னே அவசமென்ன என்பதுபோன்ற ஒரு பார்வை பார்த்தபின் தொடர்ந்தார்.

“இந்த விசயத்த மறைச்சு அம்புராணிய சேர்ந்த ஒருத்தனுக்கு கட்டிக் கொடுத்தாங்களாம். இருபது நாள்ல வந்த அமாவசையில இவளப் பத்தி தெரிஞ்சவுடனே எத்தனையோ சமாதானம் சொன்னாலும் முன்னாடியே சொல்லாம ஏமாத்திருக்கீங்கன்னு பொறந்தவீட்டுக்கே அனுப்பீட்டாங்களாம். அதுக்கப்புறம் வீட்ல இருக்காம அங்கையிங்க அலைஞ்சிகிட்டு இருந்தவள இந்தக் கோவில் ஐயர்தான் இங்கேயே இருந்துக்கட்டும்னு சொல்லி கூட்டிட்டு வந்தாரு. அமாவாசையன்னிக்கி மட்டும் கீழக்குடிப் பக்கம் போய் சுத்திக்கிட்டு வரும். மத்த நாள்ல கோயில்ல ஏதாவது வேலைகளப் பாத்துக்கிட்டு இருக்கும்...”

“ரெண்டு வருசத்துல இந்தப்பெண்ணை பார்த்ததில்லையே..” என்று கூறத்தொடங்கிய வள்ளி, “ம்ம்.. வயலுக்கும் சின்னவன் மருத்துவத்திற்கும் அலைவதற்கிடையே யார் வர்றாங்க போறாங்கன்னா தெரியப்போகுது” என முடித்தாள்.

“கதிரேசண்ணே, என்ன யோசன பலமாயிருக்கு. அங்க சூபர்வைசர் கூப்பிடறாரு என்னன்னு கேளு..” என்று உடன் பணியாற்றும் சுப்பு இவரின் தோளில் கைவைத்து கூறிவிட்டுச் சென்று மெதுவடை ஒன்றை எடுத்தான். நினைவிலிருந்து கலைந்து எழுந்த கதிரேசன் பணியிடம் நோக்கிச் சென்றார். சடைமுனி கடைசியாகக் கூறியதைப் பற்றி வள்ளி எதுவும் சொல்லாததைப் பற்றி எண்ணியவர் அது இயல்பாக நடக்கும் என அவளுக்குத் தோன்றியிருக்கக்கூடும் என தன் மனதை சமாதானம் செய்துகொண்டார்.

20

1972

ஆறுமணி நேரம் ஊறவைத்த கோதுமையை மூன்று பெண்கள் தனித்தனி ஆட்டுகல்லுகளில் அரைத்துக் கொண்டிருந்தார்கள். கோதுமை பசைபோல மாறி பாலைக் கக்கிக் கொண்டிருந்தது.

பள்ளத்தூரில் சீனிச் செட்டியார் வீட்டில் சீமந்தம். உணவுக்கான அனைத்து சமையலையும் செய்துவிடும் மேஸ்திரி, எப்போதும் இனிப்புகளை செய்யும் கணேசனுக்கு இரண்டு நாளாய் காய்ச்சல் என்பதால் கதிரேசனை கோதுமை அல்வா செய்யுமாறு சொல்லிவிட்டார். இனிப்புகளை செய்யும்போது அவருடனேயே இருக்கும் கதிரேசனுக்கு பக்குவம் தெரியும் என்றாலும் முதல்முறையாக தனியாகச் செய்வதற்கு சற்று பதட்டமாக இருந்தது. 'அதெல்லாம் சமாளிச்சிடலாம்' என்று சின்னான் தைரியம் சொன்னான். வள்ளியின் அப்பா சண்முகமும், 'உங்களால முடியும். செய்ங்க' என்று தோளில் தட்டிக் கொடுத்தார்.

சம்பா கோதுமையை அளந்து ஊறவைக்கும்போது பெருவட்டான பருப்புகளுக்கிடையே சிறுத்த பருப்புகளும் உமியும் கலந்திருந்ததைப் பார்த்தார். சொளகில் புடைத்து அவற்றை அகற்றுமாறு சுப்பம்மாவிடம் கூறினார். இப்படிச் செய்வது புதிது என்றாலும் ஐந்துகிலோ கோதுமையை புடைக்க அதிக நேரம் ஆகிவிடாதே என்ற எண்ணத்துடன் இன்னொருத்தியையும் சேர்த்துக்கொண்டு அரைமணி நேரத்திற்குள் புடைத்துவிட்டார்கள். அதன்பிறகே

கோதுமைக்கு மேல் ஒருசாண் கூடுதலாக நீரூற்றி ஊறவைத்தார்.

விறகு கிடந்த இடத்துக்குப் போனார். காய்ந்த சவுக்குக் கட்டைகள் குவிந்திருந்தன. வடிவான கட்டைகளை விலக்கி வேர் கட்டைகளாக பொறுக்கினார். இவரின் செய்கையைப் பார்த்த சின்னான் கதிரேசனுக்கு உதவினான். "எதுக்குண்ணே தூர்கட்டையா எடுக்குறீங்க. இது பத்துறதுக்கு நேரமாகுமே..." எனக் கேட்டான்.

"பத்துறதுக்கு நேரமானாலும் நின்னு எரியுமுல்ல..." என்று அவனை மேற்கொண்டு எதுவும் கேக்கவிடாத குரலில் கூறினார்.

வாங்கி வந்திருந்த கட்டி வெல்லத்தை ஒரு வேட்டியில் கொட்டினார். அழுத்தினால் விரல் உள் பதிந்த பொதுக்கு கட்டிகளை மட்டும் தனியாக ஒதுக்கிவைத்தார். சின்னானை அழைத்து "இந்த கெட்டியான கட்டிகளை மட்டும் ஒடைச்சு சுலவா கரைக்கிற மாதிரு பொடிச்சிரு" என்றார்.

"இவ்ளோ வெல்லத்த ஒதுக்கிட்டீங்களே அளவு கொறையாதா.." என சின்னான் கேட்டான்.

"மேஸ்திரி சிட்டை போடும்போது எப்போதுமே கொஞ்சம் அதிகமாகத்தான் போடுறது வழக்கம். நமக்கு தேவையானது இருக்கு" என உடைக்க வேண்டியதைக் காட்டிச் சொன்னார்.

"இதுவும் வெல்லந்தானே..."

"இது உயிரில்லாத பொக்குங்க... இது இனிப்ப வாயில வைக்கிறப்ப கரையாம நாக்குல ஒட்டிக்கிட்டு ருசிக்கவிடாம பண்ணிடும்.." என்று கூறியவாறு ஏலக்காய் பொட்டலத்தை எடுத்தார். ஏலக்காய்கள் இளம்பச்சை நிறத்தில் பெரிதாகவோ சிறியதாகவோ இன்றி சீரான வடிவுடன் தரமானதாக இருந்தன. அதை ராசம்மாவிடம் கொடுத்து திருகையில் போட்டு தூளாக பொடித்துத் தருமாறு கூறினார்.

சாப்பாடு வடிப்பதற்கும் காய்கறிகள் சமைப்பதற்குமான பணிகள் அந்தப்பக்கம் தொடங்கிவிட்டன என்பதை பாத்திரங்களின் ஒலி மூலமே அறிந்தார். இனிப்பு செய்வதற்காக இரண்டு அடுப்புகளுடன் தனியிடம் ஒதுக்கப்பட்டிருந்தது. காலையிலேயே பித்தளை உருளிகள் இருக்கும் இடத்திற்குச்

சென்று தூரில் அடிபட்டு நெளியாமல் சீரான வளைவுடன் இருக்கும் உருளியை சின்னான் உதவியுடன் எடுத்து வந்துவிட்டார். அவ்வப்போது செல்லக்கூடாது என்பதற்காக அல்வா கிண்டுவதற்கான நீளமான கைப்பிடியுடன் உழவாரப்படை போன்ற கீழ்ப்பகுதி கொண்ட கிண்டியையும் தேவைப்படும் பிற பாத்திரங்களையும் இனிப்பு செய்யும் பகுதிக்கு கொண்டு வந்துவிட்டார்கள்.

ஆட்டிய கோதுமையிலிருந்து வெளிவந்த பாலை ஆட்டும் ஒவ்வொருவரும் தனித்தனி சட்டிகளில் வடிகட்டுவார்கள். ஆனால், இன்று பெரிய அலுமினியப் பாத்திரத்தில் வேட்டியை இறுக்கமாகக் கட்டி அதில் ஊற்றி வடிகட்டி மொத்தமாக சேகரிக்க வைத்தார். கோதுமை கொஞ்சம் அரைபட்ட பிறகு முதல் முறையும், பாதிக்குமேல் அரைபட்டபிறகு இரண்டாவது முறையும், பசைபோல நன்றாக அறைபட்டபின் மூன்றாவது முறையாக வடிகட்டி நன்றாகப் பிழிந்தபின் அந்தச் சக்கையையை தனிக்கூடையில் உதறியபிறகு அதே வேட்டியை அந்த அலுமினியப் பாத்திரத்தின் மீது வேடு கட்டினார்.

ஆறு மணி நேரத்திற்கு பிறகு வேட்டியை எடுத்துவிட்டு பார்த்தார். பழுப்பான தெளிந்த நீர் மேலிருக்க கோதுமைப்பால் கெட்டியாக அடியில் உறைந்திருந்தது. சட்டியை அலுங்காமல் சாய்த்து தெளிநீர் ஒரு சொட்டு கூட இல்லாமல் வெளியேற்றினார்.

"அதுவும் கோதுமைப் பால் தானே. ஏன் அதை கீழ விடுறீங்க.." என சின்னான் கேட்டான்.

"அது வெறுந்தண்ணிதான். அதனாலதான் தெளிஞ்சு நிக்குது. ஆறுமணி நேரமாச்சுல்ல. கோதுமப் பாலோட புளிப்பெல்லாம் அதுல ஏறியிருக்கும். இத அப்படியே சேத்துக்கிட்டா நம்ம பண்றது இனிப்பா இருக்காது புளிப்பாதான் இருக்கும்" என்று கூறிவிட்டு "மேஸ்திரி அடுப்புலேர்ந்து கொஞ்சம் நெருப்ப அள்ளியாந்து ரெண்டு அடுப்பையும் பத்தவை... ஒன்னுல தண்ணி வையி..." என்றார்.

அவன் தலையாட்டியபடி வேகமாக நகர்ந்தபின் கூடையிலிருந்த உடைக்கப்பட்ட வெல்லத்தை கோதுமைப் பாலினுள் கொட்டினார். கையைவிட்டு வெல்லத்தை

நன்றாகக் கரைத்தார். பொடித்த ஏலக்காய் தூளில் பாதியை அதில் கொட்டி நன்கு கலக்கினார்.

முந்திரி இருந்த கொட்டானை எடுத்து அகலமான சொளகில் கொட்டினார். நல்ல நெற்றுப் பருப்புகளாக இளமஞ்சளும் வெண்மையுமாய் பளீரிடும் நிறத்தில் இருந்ததைக் கண்டதும் மெல்லிய திருப்தி ஏற்பட்டது. ஒவ்வொரு பருப்பாக எடுத்து இரண்டாக பிளந்தபின் ஒவ்வொன்றையும் மூன்றாக பிட்டுப் போட்டார்.

அடுப்பில் கொதிவரும் நிலையிலிருந்த சூடான நீரை அகலமான பாத்திரத்தில் மொண்டு ஊற்றினார். பள்ளத்தூரிலேயே பசுமாடு வைத்திருப்பவர்களிடமிருந்து வாங்கப்பட்ட நெய் இருந்த நிலைவெள்ளித் தூக்கை தூக்கி சுடுநீர் கொண்ட பாத்திரத்தினுள் சாயாதவாறு வைத்தார். சற்று உறைந்திருந்த நெய் உருகி அதன் மணம் பரவி நாசியைத் தொட்டது. முழுமையாக உருகியவுடன் நெய் தூக்கை வெளியே எடுத்து ஒரு அலுமினியத் தட்டால் மூடி வைத்தார். நெய்யை மொண்டு ஊற்றுவதற்கான கைப்பிடி நீளமான ஒரு பாத்திரத்தை அந்த மூடியின்மேல் வைத்தார்.

வலது அடுப்பில் நீர் சூடாகிக் கொண்டிருக்க கட்டைகள் பற்றி தீயெழுந்த இடது அடுப்பில் பித்தளை உருளியை சின்னானின் துணையுடன் தூக்கி வைத்தார்.

"ஏண்ணே இவ்ளோ கனமான பாத்திரம். இது சூடேறவே பத்து நிமிசமாகுமே.."

"கனமான பாத்திரத்துலதான் சீக்கிரம் அடி பிடிக்காது. சூடும் நிலையா இருக்கும்.." என்ற குரலிலிருந்த சலிப்பை சின்னான் உணரவில்லை.

சட்டியிலிருந்த நீர்ப்பசை ஆவியானபின் நெய்யை கைப்பிடி கொண்ட பாத்திரத்தில் ஊற்றிக்கொண்டு சட்டியின் உள்புறம் முழுவதுமாக படுமாறு சுழற்றி ஊற்றினார். நெய் முறுகி மணமெழுந்ததும் ஓலைக்கொட்டானில் வைத்திருந்த உடைத்த முந்திரியைத் தூவினார். அடிப்புறம் விரிந்த நீளமான கைப்பிடி கொண்ட கிண்டியால் முந்திரியைப் புரட்டினார். முந்திரி நெய்யின் வெம்மையில் பொன்னிறமாக மாறியவுடன் கோதுமைப் பாலை சிறிய பாத்திரத்தில் மொண்டு ஊற்றினார். 'சொய்ங்' என்ற ஓசையுடன் பால்

பொரிந்தது. கதிரேசன் கரண்டியால் பாலைக் கிண்ட, சின்னா மொண்டு மொண்டு ஊற்றினான்.

ஊற்ற ஊற்ற உள்ளிருந்த நெய் பாலுடன் இணைந்து மறைய நெய்ச் சட்டியைக் கைகாட்டினார். புரிந்துகொண்ட சின்னான் நெய்யைக் கொஞ்சம் சட்டியின் ஓரத்தில் சுழற்றி ஊற்றினான்.. சின்னான் மொண்டு ஊற்றிக் கொண்டிருந்தபோது இவர் நிறுத்தாமல் கரண்டியால் கிண்டியபடியே இருந்தார். முதன்மையாக சட்டியில் தீ படும் இடங்களில் சற்று அழுத்தி வழித்தார்.

லேசாக கோதுமையின் முறுகல் மணம் எழுந்தது. பால் மெல்ல திரளத் தொடங்கியது. அப்போது சின்னானை நோக்கி வெந்நீரைச் சுட்டினார். கொதிக்கத் தொடங்கிய அதை சட்டியால் மொண்டு நெய்யை ஊற்றியது போலவே நிதானமாக சுழற்றி விசிறிபோல ஊற்றினான். திரளத் தொடங்கிய கோதுமைப்பால் திரட்டு, மழை நீரை உள்ளிழுக்கும் கோடை நிலம்போல வெந்நீரை ஈர்த்துக்கொண்டு வேக ஆரம்பித்தது. மெதுவாக மொதும்பியது. உணவுண்ட குழந்தையின் வயிறுபோல உப்பித் திரண்டது. கதிரேசனின் உள்ளம் முழுக்க அந்த திரட்டின் மேலேயே குவிந்திருந்தது. அதன் வேகும் மணம் எழுந்தபோது முகம் இயல்பாக மலர்ந்தது. அதனைக் கண்டு உவகை கொண்ட சின்னானை நோக்கி விழியசைக்கவும் அவன் வெந்நீரை மொண்டு ஊற்றினான். கதிரேசன் ஒருகணமும் கிண்டுவதை நிறுத்தவில்லை. துளிர்த்த வேர்வை உடலை நனைந்து பனியனை முழுக்க ஈரமாக்கி வேட்டியில் வழிந்தது. அதைப் பற்றி எந்தப் பிரக்ஞையும் இல்லாமல் அவ்வப்போது தோளைச் சுற்றியிருந்த துண்டில் முகத்தை மட்டும் ஒற்றிக் கொண்டார்.

இருமுறை வெந்நீரும் ஒருமுறை நெய்யுமாக சின்னான் ஊற்ற கதிரேசன் கரண்டியை இறுக்கமாகப் பற்றி சட்டியின் அடியில் படுமாறே கரண்டியை சுழற்றிக் கிண்டிக் கொண்டிருந்தார். முறுகிய திரட்டு வெண்ணையைப் போல மிருதுவாக பெருகி வருவதையும் அதன் விளிம்பு நெய்யால் ஒளிர்வதையும் காணக்காண அவர் உடலும் பூரித்தது. கரண்டியின் நகர்விலேயே முழுமையாக வெந்ததை உணர்ந்த கதிரேசன் வெந்நீர் போதுமென கைகாட்டினார். சின்னான் பலமுறை தான் கிண்டுவதாகக் கூறியபோதும்

மறுத்துவிட்டார். மீதம் வைத்திருந்த ஏலக்காய் தூளை நோக்கி கண் காட்டவும் சின்னான் அதை எடுத்து வந்து தூவினான். அடுப்பில் எரிந்து கொண்டிருந்த ஒரு கட்டையை இழுத்து சற்று வெளியே போட்டார். தணல் கனன்று கொண்டிருந்தது.

ஏலத்தைப் போட்டு கிண்டிய பின் நெய் ஊற்றி ஒருமுறை முழுக்கப் புரட்டினார். அதன் நிறம் கருமஞ்சளாக மாந்தளிர்மேனியின் ஒளிபோல ஒருகணம் தோன்றியது. எப்படி இப்படியொரு எண்ணம் தோன்றியது. எந்தப் பெண்ணையும் உற்று நோக்கியதில்லையே. இந்தக் காட்சி மனதில் எப்படிப் படிந்துள்ளது என்ற வியப்புடன் எண்ணத்தை உள்ளமுழுத்தியபோது மேஸ்திரி வந்தார்.

“கதிரேசா, திரண்டு வந்திட்டு போலயே. வாசன அங்கேயே வந்திடுச்சு. ஒம்மொகத்தப் பாக்குறப்ப நிறைவா வந்திருக்கும்னு தெரியிது..” என்று கூறியபடி வந்தவர் திரண்டு பொங்கியிருந்த அல்வாவைக் கண்டதும் முகம் மலர்ந்தார். கரண்டியை உள்ளே அழுத்தியவரின் முகம் முழுநிறைவுடன் இருந்தது. “இத்தன திறமைய கையில வச்சிக்கிட்டுதான் உதவியாளாவே திரியிறியா...?”

“இல்ல மேஸ்திரி. எனக்குதான் மில் வேலை இருக்குன்னு ஒங்களுக்குத் தெரியுமே. இதெல்லாம் மனசு ஒருமிச்சு செய்யவேண்டிய வேலை. என்னவோ இன்னிக்கி அமைஞ் சிடுச்சு. எப்பவுமே இப்படி அமையும்னு சொல்ல முடியாதே...”

“அதுவுஞ் சரிதான்.. அடுப்புக்கு கொஞ்சம் உண்ணக் கொடுத்திட்டு வேற பாத்திரத்துல மாத்துங்க..’ என்று சொல்லி விட்டு அவர் வேலைக்குப் போனார்.

ஒரு கரண்டியில் கொஞ்சமாக எடுத்து வழித்து அடுப்பின் மூன்று முனைகளிலும் தடவியபின் சின்னானிடம் பாத்திரம் மாற்றச் செல்லிவிட்டு அருகிலிருந்த புளியமரத்தின் தூரில் போய் அமர்ந்தார்.

அந்த மாந்தளிர்மேனியை எண்ணத்திலிருந்து மீட்டார். வள்ளியின் மேனியல்லவா என்று சட்டென தோன்றியது. அக்கணம் உடலில் மெல்லிய சிலிர்ப்பு எழ காமம் கிளர்ந்தது. கடைசியாக உறவாடியதை நோக்கி நினைவு சென்றது. அலமேலு இறப்பதற்கு ஒரு வாரத்திற்கு முன்பு என்றே தோன்றியது. அலமேலுவிற்கு இதில் பெரிதாக

நாட்டமில்லை. இவரே வலிந்து அழைத்தால்தான் சிறு சிணுங்கலுடன் விருப்பமில்லாததை உணர்த்தியபடி வருவாள். அவளுக்கு இவர்மேல் மிக்க அன்பு இருந்தது. ஆனால், காமம் என்பது குழந்தை பெற்றுக் கொள்வதற்கான செயல் என்றே அவளுக்கு எண்ணம். முதல் ஒருவருடம் இவர் அழைத்தபோதெல்லாம் சிணுங்கலின்றி வந்தாள். இரண்டு பிள்ளைகளுக்குப் பிறகுதான் தனது விருப்பமின்மையை வெளிப்படுத்தினாள்.

ஒரு மாதத்திற்கொரு முறை அவளை அழைக்குமுன் அவரிடம் ஏற்படும் வீம்பினை பெரும் பிரயாசையுடன் கடக்கவேண்டியிருந்தது. வாரம் ஒருமுறை பெத்தாயி கோவிலுக்குச் சென்று வருவாள். எந்த வேலையிருந்தாலும் அதைத் தவறவிடமாட்டாள். இவரிடமும் பிள்ளைகளிடம் அத்தனை பிரியமாய் இருந்தாள். இவரைப் பார்க்கும்போமெல்லாம் முகத்தில் புன்னகை எழும். ஆனால், காமத்திற்கான இவரது நாட்டத்தை வெளிப்படுத்தும்போது புரியாதவளாக இருப்பாள். அவள் அறிந்தே இவரைத் தவிக்கவிடுவதாக உள்ளிருந்து ஒரு குரல் கேட்கும். இவளை கெஞ்சி அடையவேண்டுமா. அப்படியென்ன உறவு வேண்டியுள்ளது. அவளாக வந்து அழைக்கட்டும். கண்ணீர் விட்டு கெஞ்சிய பிறகே சம்மதிக்கவேண்டும் என உள்ளத்தில் பலவித உறுதிகள் உருவாகும். ஆனால், அவள் எதுவுமே நிகழாததுபோல அன்றாடங்களில் திகழ்வாள். இவருக்கு பிறகுதான் தெரிந்தது அவளது இயல்பே அதுதான் என்று. அவளுக்கு மட்டுமல்ல பொதுவாக எல்லாப் பெண்களுமே அப்படிச் சொல்லித்தான் வளர்க்கப்படுகிறார்களோ என்று கூட சில சமயங்களில் தோன்றும்.

வள்ளியும் அப்படியேதானே. இதுவரை இவர் அவளை அணுகியதில்லை. அவளிடம் கேட்பதற்கும் இவருக்குள் பெரிய தடையிருந்தது. எப்படி தன்னை திருமணம் செய்து கொள்ள சம்மதித்தாள் என்பதே இவருக்கு இன்னும் பிடிபடவில்லை. அவள் அப்பா இவருக்காக பரிந்துபேசி சம்மதிக்க வைத்திருக்கவேண்டும் என்பது ஒரு பதில். இல்லை, பிள்ளைகள்மேல் பிரியமோ பரிதாபமோ கொண்டு ஒப்புக்கொண்டிருக்க வேண்டும் என்பது இரண்டாவது. இரண்டுமேகூட காரணமாக இருக்கலாம். ஆனால், தன்மேல் விருப்பப்பட்டு மணந்திருப்பாள் என்பது

நிச்சயமாக இருக்காது. அதற்கான வாய்ப்பு அறவே இல்லை. பஞ்சுமில்லிலும் சமையல் வேலைகளிலும் உதவியாளனாக இருப்பவனை, அதுவும் இரண்டந்தாரமாக மணக்க எவளும் விரும்பமாட்டாள் என்று உறுதியாக நம்பினார். எனவேதான் திருமணமாகி இரண்டு ஆண்டுகள் மேல் ஆன பின்பும் அவளுடன் சேராமல் அதைப்பற்றி அவளிடம் பேசாமலும் இருந்து வருகிறார்.

வள்ளியும் அப்படியொரு உணர்வு உண்டென்பதை அறியாதவள்போலவே இருக்கிறாள். இவரிடம் பேசுவாள், சிரிப்பாள், தேவையானவற்றைக் கேட்பாள். பிள்ளைகளைப் பற்றிக் கூறுவாள். ஊர்க்கதைகளெல்லாம் அளப்பாள். பிள்ளைகளோடு இவருக்கும் சாப்பாடு பரிமாறிய பின் அவளும் உண்டுவிட்டு பிள்ளைகளுடன் சென்று படுத்து உறங்குவாள்.

எவரிடமும் அதிர்ந்து பேசாத குணமுள்ள இவர் பெண்களிடம் அவர்கள் கேட்பதற்கு மட்டுமே பதில் சொல்வார். ஒருபோதும் வள்ளியிடம் சென்று தன்னுடன் உறவாட அழைப்பதற்கான துணிவு இவருக்கு ஏற்பட்டதில்லை. அவளை அம்மாதிரி நினைக்கவும் இவரால் இயலவில்லை என்பதே முக்கியத்தடை.

ஆனால், உள்ளுக்குள் அவள் உடலை எப்படியோ விரும்பியுள்ளார் என்பதை இந்த மாந்தளிர்மேனி அவளுடையது என்ற எண்ணம் எழுந்தவுடனேயே புரிந்து கொண்டார். முதலில் சிறிய திடுக்கிடல் எழுந்தாலும் அவ்வுணர்வும் இதமானதாக விரும்பத்தக்கதாகவே இருப்பதை அறிந்தார்.

மேஸ்திரி அழைப்பதாக சின்னான் வந்து சொன்னான். அவர் ஒரு சிறிய ஓலைக் கொட்டானை இவர் கையில் தந்தார். அதனுள் மந்தார இலையில் பொதிந்த அல்வா மிளிர்ந்தது. இவர் புரியாமல் நோக்குவதைக் கண்டு, "கதிரேசா, ஒன் வேலை முடிஞ்சிடுச்சு. இதைக் கொண்டுபோய் பொண்டாட்டி புள்ளைங்களுக்கு கொடுத்து நீயும் சாப்பிடு. ருசி ரொம்ப நல்லா வந்திருக்குப்பா. சம்பளத்த நாளைக்கி வீட்டுப்பக்கம் வர்றப்ப தர்றேன்..." எனக் கூறினார்.

உதவியாளர்களுக்குதான் நாள் முழுக்க வேலை என்பதையும், தான் இன்று உதவியாளன் இல்லை

என்பதையும் உணர்ந்து கொண்டு வள்ளியின் அப்பாவிடம் விடை பெற்றுக்கொண்டு சின்னானின் தோளில் தட்டிவிட்டு வீட்டுக்கு கிளம்பினார். எல்லோர் முகத்திலும் ஒரு நிறைவு தென்படுவதைக் கண்டார். உள்ளம் பெரும் உவகை கொண்டிருப்பதையும் உடல் கிளர்ந்து சிலிர்ப்பதையும் உணர்ந்தபடி சைக்கிளை ஓட்டினார். புளிய மரங்களும் நவா மரங்களும் சாலையோரத்தில் இடைவெளிவிட்டு நின்றன. மாலை வெயில் முதுகில் குத்தியபோதும் அது கதிரேசனின் மனதை எட்டவில்லை.

பெரியநாயகியும் சுந்தரமும் பக்கத்து வீட்டிற்கு விளையாடச் சென்றிருந்தார்கள். சின்னவன் லெட்சுமணனுடன் பேசியபடி வள்ளி துணிகளை மடித்துக் கொண்டிருந்தாள். இவரைப் பார்த்தவுடன் முகம் மலர எழுந்தாள்.

“நாளைக்குதான் வருவேன்னு சொன்னீங்க...” எனறவளிடம் விவரத்தைக் கூறி ஓலைக் கொட்டானைக் கொடுத்தார். மகிழ்ச்சியில் அவள் முகம் மேலும் அழகு கொண்டது. கொட்டானை கீழே வைத்துவிட்டு வெளியே சென்று பிள்ளைகளை அழைத்து வந்தாள்.

கிண்ணிகளில் அல்வாவை எடுத்து வைத்து அவர்களிடம் கொடுக்கும்போது, “இதை ஒங்க அப்பாவே செஞ்சாங்களாம்...” எனக் கூறினாள். “உண்மையாவாப்பா...?” என்றபடி விரல்களில் வழித்து வாயில் வைத்து சுவைத்து, “நல்லா இருக்குப்பா..” என்றார்கள். சின்னவனுக்கு ஊட்டியபடி வள்ளியும் சுவைத்தாள். எல்லோர் முகத்திலும் ருசியின் இனிமை படர்ந்ததைக் கண்டபோது கதிரேசனுக்கு எப்போதுமில்லாத நிறைவு தோன்றியது.

பிள்ளைகளெல்லாம் சாப்பிட்டு படுத்தபின், வள்ளி சமையலறையில் பாத்திரங்களைக் கழுவி ஒழுங்குபடுத்தி வைத்துக் கொண்டிருந்தாள். அப்போது கதிரேசன் அங்கு நுழைந்ததை வழிகள் விரிய பார்த்தாள். “என்னங்க.. தண்ணி ஒங்க அறையிலேயே சொம்புல வச்சிருக்கேனே...” என்றாள். “அதுக்காக இல்லை ...” என்று கூறியபடி அவளின் கையைப் பிடித்து தன் கைகளுக்குள் பொதிந்து கொண்டார். குனிந்திருந்த தலையை நிமிர்த்தி அவளின் விழிகளைப் பார்த்தார். வியப்பில் விரிந்திருந்த அவ்விழிகள் ஒரு கணத்தில் வியப்பு மறைந்து வேறொன்றைச் சூடிக்கொண்டது. லேசாக சிவப்பதாக இவருக்குத் தோன்றியது. அத்துடன் இவரின்

எண்ணத்தை அவள் உணர்ந்து கொண்டதையும் காட்டின. அவளின் கைகளில் ஒரு விதிர்ப்பை உணர்ந்தார். அது உடல் முழுவதும் ஓடிவந்து கைகளில் முடிவதுபோல் துடித்தபடி இருந்தது. தலையைக் குனிந்து கொண்டபோது அவள் உடல் லேசாக நடுங்கியது.

"நீங்க அறைக்குப் போங்க. ஒரு அஞ்சு நிமிசத்துல வரேன்.." என மெல்லிய குரலில் கூறினாள். இவர் அவள் கைகளை விடுவித்துவிட்டு அறைக்குச் சென்று கட்டிலில் அமர்ந்து கொண்டார். அவள் பாத்திரங்களை ஒழுங்கு வைப்பதும், விளக்கை அணைப்பதும், பிள்ளைகளின் அருகே சென்று அவர்கள் தூங்குகிறார்களா என்பதை கவனிப்பதும் இவரின் மனதுக்கு துல்லியமாகத் தெரிந்தது. அறைக்குள் வந்து தயங்கி நின்றவளை எழுந்து கை பிடித்து இழுத்து அணைத்துக் கொண்டார். எதிர்பார்த்து காத்திருப்பவள்போல அவளும் கட்டிக் கொண்டாள். குனிந்து அவள் காதில், "எனக்கு ஒன்ன மாதிரி ஒரு பிள்ளை வேணும்.." எனக் கூறியதும் அவள் உடலில் வெப்பம் அதிகரித்ததை இவர் உடல் மூலம் அறிந்தார். எத்தனை எளிதாக நிகழ வேண்டிய ஒன்றை மனதிற்குள்ளேயே மறுகிமறுகி கேட்கத் துணியாமல் இருந்திருக்கிறோம் என்று வெட்கம் ஏற்பட்டது.

எல்லாம் முடிந்ததும் மெல்லிய குரலில், "பிள்ளைகள்ட்ட போய் படுத்துக்கறேன்.." என்று சொல்லி அவள் எழுந்தபோது, "இத்தனை நாளா இது ஏன் நடக்கலன்னு யோசிச்சிருக்கியா..?"

"நீங்க அக்கா மேல அன்பா இருந்தீங்கன்னு சொன்னாங்க. அவங்க நெனப்புலேயே இருக்குறீங்கன்னு நெனச்சேன்.." என்று சொல்லிவிட்டு மெல்லடி வைத்து வெளியேறினாள்.

கா.சிவா ◆ 187

21

2010

வள்ளி கதிரேசனின் புகைப்படத்தை நோக்கிக் கொண்டிருந்தாள். செந்திலின் திருமணத்தின்போது எடுத்த படம். முகத்தில் அக்கணத்தின் மகிழ்வு உறைந்திருந்தது. நெற்றியில் சந்தனமும் குங்குமமும் வைக்கப்பட்டிருந்தது. சில வருடங்களுக்காவது சுருங்காத ப்ளாஸ்டிக் குஞ்சங்களும் மலர்களுமாய் தொடுக்கப்பட்ட மாலை அணிவிக்கப்பட்டிருந்தது. நம்மோடு இயல்பாக வாழ்ந்தவர்கள், அவர்களின் புகைப்படத்திற்கு பொட்டிட்டு மாலை அணிவித்தவுடன் முன்னோரின் நிரையில் சென்றமர்ந்து தெய்வத் தன்மை கொண்டுவிடுவதை மீண்டுமொருமுறை வியப்புடன் எண்ணிக்கொண்டாள்.

இரண்டு ஆண்டுகளாகிவிட்டன இவர் இறந்து. புதுப்பட்டி சந்தைக்குச் சென்று ஒரு வாரத்திற்கான காய்கறிகளையும் மளிகைச் சாமான்களையும் வாங்கி வந்து திண்ணையில் இறக்கி வைத்து அப்படியே அமர்ந்தவர்தான். சைக்கிள் சத்தம் கேட்டு சொம்பில் தண்ணீர் எடுத்துக்கொண்டு வெளியே வந்த வள்ளிக்கு அவர் அமர்ந்திருந்த கோலத்தைக் கண்டதுமே அய்யோவென்றிருந்தது. இவளை நோக்கித் திரும்பிய விழிகள் அப்படியே நிலைத்துவிட்டன. வழியில் விழுந்திடாமல் வீட்டுத் திண்ணையில் உயிர்விட்டது நல்ல சாவென்று ஊரே பேசியது. ஆனால் அவரின் மனதில் தீராத பெருங்கவலை இருந்ததை இவள் மட்டுமே அறிவாள். இப்போது தீரும் நாளை தீரும் என எண்ணி முப்பது ஆண்டுகள் கழிந்ததுதான் மிச்சம்.

பெருமூச்சுடன் நேற்றுதான் பெரியவனிடம் பேசியதை எண்ணிக்கொண்டாள். இரண்டு நாட்களுக்கு முன் பெரியவன் வீட்டில் நடந்ததையெல்லாம் செந்தில் அலைபேசியில் சொன்னான். அதைக் கேட்டதிலிருந்து இவள் மனதில் பெரும் ஆங்காரம் எழுந்தது. இதற்கு மேல் எதற்கு காத்திருக்க வேண்டும்? இதைவிடத் தீங்கிழைக்க முடியுமா? இன்னும் பொறுத்திருக்க வேண்டியதில்லை. இத்தோடு நிறுத்த வேண்டும் என உறுதி தோன்றியது. நிகழ்ந்ததை எண்ணியெண்ணி இவர் உள்ளம் கொதித்துக் கொண்டிருந்தது. ஆனால் நேரில் சென்று பேசுவதா அல்லது அலைபேசியிலா என மனம் மறுகியது. இரண்டும் தேவையில்லை என்பதாக பெரியவன் எதுவும் தெரிவிக்காமல் திடுமென நேற்று வந்து நின்றான். பஸ்ஸில் வந்து பள்ளத்தூரில் இறங்கி ஆட்டோவில் வந்திருப்பான் போல. முகமெல்லாம் வியர்வைத் துளிகள் அரும்பியிருந்தன. மின்விசிறியைப் போட்டுவிட்டு தரையில் அமர்ந்து கைக்குட்டையால் முகத்தை அழுத்தித் துடைத்தான். ஒருகணம் எதுவும் புரியாமல் திகைத்து நின்ற வள்ளி பின் சுதாரித்து மோர் கொண்டுவந்து அவனுக்குக் கொடுத்தார். அனைவரையும் ஈர்க்கும் அதே சிரிப்புடன் வாங்கி உதடுபடாமல் அன்னாக்க ஊற்றிக் குடித்தான். அவனது அந்தச் சிரிப்பைக் காணும் போதெல்லாம் உள்ளுக்குள் ஓர் குமட்டல் எழுவதை இத்தனை ஆண்டுகளுக்குப் பின்னும் இவரால் தவிர்க்க முடியவில்லை.

மோரைக் குடித்து முடித்த சுந்தரம் சின்னம்மாவை நோக்கினான். இவர் முகத்தில் தோன்றிய உணர்வுகளை அவனால் புரிந்துகொள்ள இயலவில்லை. அவன் கூறுவதையெல்லாம் சரியென்று ஏற்றுக்கொள்வதை மட்டுமே இத்தனை ஆண்டுகளாகச் செய்து வந்த வள்ளியின் முகமாற்றம் அவனுள் கேள்விகளை எழுப்பியது. வள்ளியின் உள்ளக் கொதிப்பு பொங்கிப் பெருகியது. அதைச் சொற்களாக மாற்ற மேலும் பிரயத்தனம் தேவைபட்டது. இத்தனை ஆண்டுகள் தேக்கி வைத்து நொதித்த அனைத்தையும் ஒரு கணத்தில் கொட்டிவிட மனம் துடித்தது. ஆனால் எதை முதலில் கூறுவது எதைத் தொடர்ந்து கூறுவதெனத் தொகுக்க முடியவில்லை. இந்தப் போராட்டத்தில் விழிகளில் நீர் வழியத் தொடங்கியது. "இப்படிப் பண்ணீட்டியே...

இது நியாயமா...” எனக் கேட்டபோது ஒரு ஒப்பாரியின் தொடக்கமாக மாறியிருந்ததை வள்ளியே வியப்புடன் நோக்கினாள். பெரும் இடி மின்னலுடன் தொடங்கி குளிர் மழை பொழிவதென பெருங்கோபத்தில் தோன்றிய வார்த்தைகள் கண்ணீரோடு வெளிப்பட்டன. சுந்தரம் எதையோ சொல்ல முயற்சித்தான். அதற்கு வாய்ப்புக் கொடுக்காமல் வள்ளி தொடர்ந்து பேசலானார்.

“கேக்கக்கூடாது கேக்கக்கூடாதுன்னு இருந்தா அதுக்காக என்ன வேணா பண்ணுவியா... ஒன்னால இந்தக் குடும்பத்துல இருக்குற அத்தனை பேரும் வருத்தப்படறமே அது ஒனக்குத் தெரியுதா... எப்பதான் எல்லாத்துக்கும் ஒரு முடிவு வரும்?”

அவன் முகம் எந்த உணர்வையும் வெளிக்காட்டாமல் வெறுமையாகக் கிடந்தது. அதனுள் ஓடுவது என்னவாக இருக்கும் என்பதைப் பற்றி யோசித்த வள்ளி ஒருகணத்தில் அதைக் கைவிட்டு அது என்னவாக இருந்தாலென்ன, சொல்ல எண்ணியதைச் சொல்லிவிடலாம் என முடிவு செய்து தொடர்ந்து பேசினாள்.

“நடக்க முடியாம இருந்த சின்னவனுக்கு சரியாகனும்னு வேண்டாத தெய்வமில்ல. பாக்காத வைத்தியமில்ல... கடேசியா அரிமளம் மணியய்யரு சரி பண்ணினாரு. அவன் சரியாகுற வரைக்கும் எம்மனசு துடிச்ச துடிப்பு யாருக்கும் தெரியாது. அவன் ஒழுங்கா மில்லுக்குப் போயிக்கிட்டு இங்கதான கண்ணு முன்னாடி திரிஞ்சான். நல்லவிதமாப் பாத்துக்கிறேன்னு சொல்லிதானே கூட்டிக்கிட்டுப் போன. இத்தன வருசத்துக்கப்புறம் ஒன்னுமில்லாம மூனு பொம்பளைகளோட நடுத்தெருவில நிறுத்திட்டியே... இப்பவாச்சும் ஒம்மனசு ஆறுச்சா இல்ல இன்னும் செய்யிறதுக்குப் பாக்கியிருக்கா?”

“செந்தில் சின்னப் பயதானே. நானும் ஒங்கப்பாவும் அங்கயிங்க யார்யாரு கால்லயெல்லாம் விழுந்து பணத்த சேத்து அவன வெளிநாட்டுக்கு அனுப்புனா... அவங்கிட்ட இருந்து பணத்தக் கறந்திருக்கியே... ஒனக்கென்ன பணத்துக்கு மொடை... புள்ளைங்க படிப்புக்குன்னு கேட்ட சரி... வீட்ல அவனுக்கும் பங்குன்னு சொல்லி பணத்த வாங்கிட்டு அவனுக்கு இல்லாமக் கட்னியே எங்க ஈரக்கொலையவே அத்துட்ட மாரி இருந்துச்சு. அந்தச் சின்ன மனசு எப்படி துடிச்சிருக்கும்...”

“இந்தப் பசங்களத்தான் இப்படிப் பண்ணினேன்னா அந்தப் பெரியநாயகியையும் சும்மா விடலையே நீ... கட்டிக்கொடுத்தப்ப அவளுக்குப் போட்ட நகைகள வாங்கித் தொலைச்சிருக்கியே. அவ எப்படிப் பரிதவிச்சா தெரியுமா... ஒம் பொண்ணையும் அங்கதான கட்டியிருக்க... அப்பவும் ஒம்மனசு எறங்கலையே?”

ஒவ்வொன்றையும் பேசிவிட்டு தன் மூச்சிளைப்பைத் தணித்துக்கொள்ள சில கணங்கள் இடைவெளி விட்டார். அந்தக் கணங்களில் அவன் முகத்தைக் கண்டு அவன் அகத்தை அறியச் செய்த முயற்சி பலிக்கவில்லை.

“ஒவ்வொருத்தரும் எனக்குத் தெரிஞ்சா மனசு ஒடைஞ் சிருவேன்னு என்கிட்ட மறைக்கிறதும்... யார் மூலமோ எனக்குத் தெரிஞ்ச பின்னாடி எனக்குத் தெரியும்னு அவங்களுக்கு தெரிஞ்சிறக் கூடாதேன்னு நாந்தவிக்கிற தவிப்பையும் வார்த்தையில சொல்லிற முடியாது. ஒன்னய எதுத்துப் பேசாம நீ சொல்றத செய்யின்னு அவங்ககிட்ட நாஞ்சொன்ன வார்த்தைக்காக அந்தப் புள்ளைங்க மூனும் படுற பாடு கொஞ்சமா நஞ்சமா...”

“ஒங்கப்பாவோட சாவு நல்லசாவுன்னு ஊருக்குள்ள பேசிக்கிட்டாங்க. ஏன் எங்கிட்டகூட சொன்னாங்க. அதக் கேக்கறப்ப என் நெஞ்சு துடிச்ச துடிப்ப யாரும் அறிஞ் சிருக்க மாட்டாங்க. நீ பண்ற கொடுமைகளத் தடுக்கவோ தட்டிக் கேக்கவோ முடியாம மனசுக்குள்ள வச்சு புழுங்கிப் புழுங்கியே திரிஞ்சாரு. எல்லாரும் சொல்வாங்களே... அவரு ரொம்ப பதவிசானவரு. யார்கிட்டையும் அதிகமா பேசமாட்டாருன்னு. அவரு பேசாமயிருந்ததுக்கு காரணம் பேசுனா மனசுக்குள்ள அடக்கி வச்சிருக்கிறது வெளிய வந்திருமோங்கிற பயந்தான். இந்தக் கவலையே அவரோட சாவுக்கு காரணம். இந்தத் பரிதவிப்பு இல்லேன்னா இன்னும் கொஞ்ச காலம் வாழ்ந்திருப்பாரு. இப்ப செத்தப்பவும் எதையும் சரி பண்ணாம சாகுறமேன்னு ஏக்கத்தோடதான் போயிருப்பாரு..”

“சின்னவனையும் ஒரு மனுசனா ஊருக்கு முன்னாடி நிக்க வைக்கிறதுக்காகத்தான் அத்தன கனமான அவன இடுப்புலேயே தூக்கிக்கிட்டு வெயிலுன்னு ஒதுங்காம மழையின்னு தயங்காம சாமிககிட்டையும் வைத்தியர்ககிட்டையும் ஓடுனேன். என் கஷ்டமத்தனையும் வீண்தான்னு சொல்ற மாதிரி ஊரே

எளக்காரமாப் பாக்க இப்போ குடும்பத்தோட நடுத்தெருவுல நிக்கிறானே... நடுத்தெருவுல நிக்கிறானே. இப்ப என்ன செய்யப் போறேன்... என்ன செய்யப் போறேன்... ஒன்னும் புரியலையே..."

"சின்னாத்தா சொன்னாளேன்னு நகையக் கழட்டிக் கொடுத்தாளே... அப்ப புருசன் என்ன சொல்வாரு மாமியார் வீட்ல எப்படி பேசுவாங்கன்னு யோசிக்கலையே... யோசிக்கலையே... மாமியாரை அத்தனை மரியாதையோட பாக்குற பேசுற மருமகப்புள்ள இந்த விசயம் தெரிஞ்சு கேட்டார்னா என் மூஞ்சிய எங்க கொண்டு போய் வச்சுக்கிறதுன்னு புரியலையே... புரியலையே..."

"என் சொல்ல மதிச்சு செந்திலக் கட்டிக்கிச்சே அகல்யா... அவ இப்ப வந்து ஒங்கள நம்பி ஒங்க பையனைக் கட்டிக்கிட்டேனே... அவரு சம்பாதிக்கிறதயெல்லாம் அண்ணங் குடும்பத்துக்கே வாரிக் கொடுக்குறாரேன்னு கேட்டா என்ன பதில் சொல்றது... பதிலென்ன சொல்றது..."

கோபமாகக் கேட்க வேண்டும் என்றெண்ணித் தொடங்கியது. தொடக்கத்திலேயே குரலின் சுதி குறைந்து வேண்டுதல் என ஒலித்தது. அதுவும் வேகம் குறைந்து அழுகையென ஒப்பாரியென மாறியது. இது எப்படி நிகழ்ந்தது என்பதை வள்ளியின் அகம் அப்போதே வியப்புடன் நோக்கியது. அந்த வியப்பு இப்போதும் குறையவில்லை. எப்படி அது நிலை மாறியது என்பதை உணர முடியாத தவிப்பு மனதில் கனன்று கொண்டிருந்தது.

ஒரு மணி நேரத்திற்கு மேல் புலம்பலும் ஒப்பாரியுமாய் வள்ளி வினவியவற்றை எந்த உணர்வுமில்லாமல் வெற்று நோக்கெனவே முகத்தை வைத்துக்கொண்டு கேட்டபடி அமர்ந்திருந்தான் சுந்தரம். குரல் கமற அவளே ஓய்ந்து வேர்த்த முகத்தையும் கழுத்தையும் தன் சேலை முந்தானையால் துடைத்தபடி தூணில் சாய்ந்த பின் எதுவுமே கூறாமல் எழுந்து அந்த அறைக்குள் சென்றான்.

யாருமே நுழையாமல் இருந்த அந்த அறைக்குள் சுந்தரம் முதல்முறை நுழைந்த பின் அச்சமின்றிப் பிறரும் நுழைந்தார்கள். அதனை எதற்கும் பயன்படுத்தவில்லை. சுந்தரம் வந்தால் உள்ளே செல்வானே என்பதற்காக அவ்வறையினுள் மின் விளக்கும் மின் விசிறியும் இயங்குமாறு பொருத்தப்பட்டது.

சுந்தரம் அந்த அறைக்குள் சென்றதும் எழுந்த வள்ளி அவிழ்ந்து தொங்கிய தன் நரை கலந்த கூந்தலை ஒருமுறை பலமாக ஓசையெழும் வண்ணம் சொடுக்குவதென உதறி கொண்டையிட்ட பின் வீட்டை விட்டு வெளியே வந்தாள். பெத்தாயியை கேள்வி கேட்க வேண்டுமென்ற வேட்கை கடுந்தாகமெனத் தோன்றியது. திருமணத்திற்குப் பின் கோவில் விழாக்கள், திருமணம், காதுகுத்து என எத்தனையோ தடவை அவளைச் சந்தித்திருக்கிறாள். ஆனால் அவளிடம் வேண்டிக் கொள்வதோடு நிறுத்திக் கொள்வாள். என்னை இங்கே இப்படி சிக்க வைத்தாயே என ஒருபோதும் கேட்டதில்லை. கேட்க வேண்டுமெனத் தோன்றவில்லை என்றும் கொள்ளலாம். பூரண அலங்காரத்துடன் அவள் திகழ்ந்தாலும் இவள் பார்வைக்கும் மனசுக்கும் அன்று கனவில் கண்டதைப் போல பாவாடையணிந்த சிறுமியாகவே தோன்றுவாள். அவளிடம் கோபப்பட முடியுமாயென்ன?

ஆனால் இப்போது வள்ளியின் மனம் பெரும் கொந்தளிப்பில் வெந்து கொண்டிருந்தது. நீ கூறிய ஒரு வார்த்தைக்காகத்தானே இந்த வாழ்க்கையைத் தேர்ந்தெடுத்தேன். மகிழ்ச்சி என்ற ஒன்றை எப்போதாவது காட்டியிருக்கிறாயா? சஞ்சலம், துயர், பரிதவிப்பு, வேதனை என மாறி மாறி என் வாழ்க்கையில் அனுபவிப்பதை வெறுமனே பார்த்துக் கொண்டிருக்கிறாயே, நீ தெய்வந்தானா... என் மேல் சிறிதும் பரிதாபமோ கருணையோ கொள்ள மாட்டாயா என அவளிடம் கேட்க மனம் துடித்தது.

நெடுங்குடியில் யாரையோ இறக்கிவிட்டு திரும்ப கீழாநிலைக்கோட்டைக்குச் சென்று கொண்டிருந்த ஆட்டோவை கைகாட்டி நிறுத்தி ஏறிக்கொண்டார். முன்பெல்லாம் மாட்டுவண்டியும் சைக்கிளும் மட்டும் சென்ற வண்டிப் பாதைதான் இருந்தது. இப்போது பளபளவென தார்சாலை அமைந்துவிட்டது. வண்டிப்பாதையாக இருந்தபோது இருபக்கம் வளர்ந்திருந்த மரங்களின் நிழல்கள் பாதையில் விழுந்திருக்கும். நடக்கும்போது வெயில் தெரியாது. தார்சாலை போடும்போது முதலில் மரங்களைத்தான் வெட்டுகிறார்கள். அவை எதிர்ப்பதில்லை என்பதால் நூறாண்டுகளுக்கு மேல் காற்றும் நிழலும் பழமும் தந்த அவற்றை எவ்வித இரக்கமும் இன்றி நவீன கருவிகள் கொண்டு சட்சட்டென வெட்டித் தள்ளுகிறார்கள். நடந்தே செல்லும்

தொலைவுகளுக்குக் கூட வெம்மை பொறுக்க முடியாமல் இப்போது ஏதேனும் வண்டியைத் தேட வேண்டியுள்ளது. வீட்டிற்குள்ளேயும் யாரையும் அமரவிடாமல் வெம்மைதான் அலைகிறது. கண்மாய்க் கரையின் மீது இருந்த ஒற்றயடிப் பாதை இப்போது வாகனங்கள் செல்வதற்கான பாதையாக அகலமாகிவிட்டது. இரு பக்கமும் நிழலைத் தந்து கரையைப் பாதுகாத்த மரங்கள்தான் காணமலாகி வெம்புழுதி பறந்து கொண்டிருந்தது. ஒரு மணி நேரமாகும் பயணம் இப்போது பத்து நிமிடத்தில் முடிந்துவிட்டது என்பது வசதியாகத்தான் உள்ளது என்றாலும் மனதில் நிறைவில்லாமல் உள்ளதாக உணர்ந்தாள்.

ஆட்டோவில் இருந்து இறங்கியபோதே கோவிலினுள் மணியோசை தொடர்ந்து ஒலித்தது. இடுப்பில் சொருகியிருந்த சிறிய பையிலிருந்த பணத்தை எடுத்து ஆட்டோக்காரரிடம் கொடுத்துவிட்டு கோவிலுக்குள் நுழைந்தாள். கோவிலுக்குள் இருந்த மரங்களெல்லாம் நன்கு தழைத்து வளர்ந்திருந்தன. கையெட்டும் உயரத்தில் தொங்கிய மாங்காய்கள் சிறு பிள்ளைகள் போலக் குறுகுறுப்பாய் உற்று நோக்குவதாகத் தோன்றியது.

வெளிக்காட்சிகளைக் கண்டு மனதில் வேறு எண்ணங்கள் தோன்றியபோதும் உள்ளே கனன்ற ஆத்திரம் அப்படியேதான் இருந்தது. தூரத்தில் இருந்தே பெத்தாயியை நோக்கினாள். பூசாரி அவளுக்கு ஏதோ அணிவித்துக் கொண்டிருந்ததால் அவரது முதுகுதான் தெரிந்தது. நம்பியவர்களைக் கைவிடும் இவளுக்கு அணிகலன்தான் கொறைச்சல் என வாய்க்குள் முனகிக்கொண்டாள். இருபது பேருக்கு மேல் அமர்ந்து சன்னதியை நோக்கிக் கொண்டிருந்தார்கள். கடைசியாக அமர்ந்திருந்த பெரியவள் இவரையும் அமருமாறு சைகை காட்டியதும் அமர்ந்தார்.

வள்ளி எப்போதும் இதுபோல் அமர்ந்து அம்மனைப் பார்த்ததில்லை. எந்த விசேசமென்றாலும் கூறப்படும் நேரத்திற்கு வருவார். நிறையலங்காரத்துடன் இருப்பவளை தீபம் காட்டும்போது வணங்கிவிட்டு விசேசத்திற்கு அழைத்தவர்களிடம் முகம் காட்டிவிட்டுக் கிளம்பிவிடுவார். சீக்கிரமாக வருவதற்கோ சாவகாசமாக இருந்துவிட்டுச் செல்வதற்கோ நேரமிருக்கவில்லை. இன்றைக்கென்னவோ ஆத்திரத்துடன் கிளம்பிவந்து அமர வேண்டியதாகிவிட்டது

என்று எண்ணிக் கொண்டிருந்தபோதே மணி யொலித்தது.

பெத்தாயியைப் பார்த்த வள்ளிக்கு வியப்பாயிருந்தது. அவள் எந்த அணிகலனுமின்றி ஒற்றையாடையுடன் நின்றாள். பூசாரி அணிவிக்கவில்லை. அகற்றியிருக்கிறார் என உணர்ந்தார். நான்கு கரங்களுடன் அவள் நிற்பதை இப்போதுதான் கவனித்தார். அதுவும் இரண்டு கரங்களில் ஆயுதங்களுடன். இவர் இதுவரைக் கண்ட முழுதணிக் கோலத்தில் அருள் அளிக்கும் கரம் மட்டுமே கண்ணில் படும். எல்லோருக்கும் அருள்பாலிப்பவள் என்றே எண்ணியிருந்தவருக்கு இப்போது பலவித கேள்விகள் எழ ஆரம்பித்தன. வள்ளி அருகில் அமர்ந்திருந்த பெரியவளிடம் பூசாரி என்னம்மா பண்ணப் போறாரு எனக் கேட்டார். இத்தனை வயசானவளுக்கு இது கூடத் தெரியவில்லையா என்பதான பார்வையுடன், "அபிசேகம் பண்ணப் போறாரு" என்று சொல்லியவர் வள்ளியின் புரியாத முக பாவனையைக் கண்டு, "எண்ணெய், சீயக்காய், மஞ்சள், சந்தனம், எளநி, தயிர், பால், பன்னீர், பஞ்சாமிர்தம், விபூதி, குங்குமம் எல்லாத்தையும் அம்மன் மேல அபிசேகம் பண்ணுவாரு" என விவரித்தார். இத்தனை பொருட்களாலும் இவளைக் குளிப்பாட்டப் போகிறார்களா என வள்ளிக்கும் ஆர்வம் ஏற்பட்டது. மனதில் தேங்கியிருந்த கனல் சற்று நீறுபூக்க நடப்பதைக் கவனித்தார்.

பூசாரி முதலில், எண்ணெயை அம்மனின் தலையிலிருந்து கால் பாதம் வரை துளியிடம் விடாமல் ஊற்றினார். கால் விரல் நகங்களிலும் படுமாறு தடவிய பின் தீபம் காட்டினார். எண்ணெயின் மினுங்கலில் அவள் உடலும் முகமும் இதுவரை கற்பனையிலும் காணாத பேரழகு கொண்டிருந்ததைக் கண்டதும் வள்ளியின் உள்ளம் பொங்கியது. கையிலிருந்த சூலத்தின் கூர்மை மின்னியது. கருப்புதான் அழகு என்று சொல்வதன் மெய்ப்பொருளை இப்போது உணர்ந்தார். கரங்குவித்து வணங்கியபோது விழியில் நீர்துளிர்த்து கன்னத்தில் வழிந்தது. நீர் மொண்டு ஊற்றிய பின் சீயக்காய் தூள் கரைசலை மேனி முழுவதுமாய் தடவி தீபம் காட்டினார் பூசாரி. அடுத்து மஞ்சள் கரைசல். தீபத்தின் ஒளியில், மஞ்சள் பூசிய கருமேனி வெந்தழல் போல் ஒளிர்ந்தது. தொடர்ந்து சந்தனக் கரைசல், இளநீர்,

பால். பால் வழிந்த இதழ்களும் மேனியும் சிறு மகவின் பாவத்தைக் கொண்டிருந்தது. ஒரு கோணத்தில் மெல்லிய வெள்ளாடை உடுத்தியவளாகவும் தோன்றினாள். தயிர், விபூதி என அபிசேகம் செய்தபின் குங்குமத்தை அவள் மேல் தூவி பூசினார். தனலின் உக்கிரத்தில் தகித்த அவளைக் கண்டபோது வள்ளியின் மேனி நடுங்கியது. உலகத்தையே அழித்துவிடும் உக்கிரம் அவள் விழிகளில் தெறித்தது. அதனைக் கண்ட வள்ளியின் உள்ளம் பதைபதைத்து. இவளுக்குள் இப்படியான ரூபமும் உள்ளதா என்ற திகைப்பில் விழி விரித்து நோக்கினாள். மனதில் சிறு பிள்ளையெனவே எண்ணிப் பூசித்து வந்தவள் இத்தனை ஆண்டுகளுக்குப் பிறகு முதல் முறையாக வெவ்வேறு விதமான உணர்வு நிலைகளில் அவளைக் கண்டதும் உடல் நடுங்க உள்ளம் பொங்கித் தவித்தது. ஒரு தெய்வம் எத்தனை கோலங்கள் கொண்டவளாய் இருக்கிறாள். அப்படி இருந்தால்தானே தெய்வம். ஒரே கோலத்தை மட்டும் வரித்திருக்க அவள் வள்ளியாயென்ன. இவளிடம் என்னென்னவோ கேட்க வேண்டுமென வந்தேனே. அத்தனையும் கரைந்தும் தீய்ந்தும் போய் இப்போது மனம் வெறுமையாய் உள்ளதே. இவளிடம் எதையும் வேண்டவும் தோன்றவில்லை. மனம் முழுக்க ஏதோவொன்றால் நிறைந்து ததும்புகிறதே. உடலும் நிலை கொள்ளாமல் தவிக்கிறதே. ஏதேதோ எண்ணங்கள் பெருகியபடி இருக்க அமர முடியாமல் சரிந்தார்.

இரட்டைக் குயில்கள் மாறி மாறிக் கூவிய ஒலி கேட்டுக் கண் விழித்தார் வள்ளி. இவரது தலை பெரியவளின் மடியில் இருந்தது. அவர் கையில் ஏதோவொரு அட்டையைப் பிடித்து விசிறிக் கொண்டிருந்தார். தன் நிலையை உணர்ந்த வள்ளி வெட்கத்துடன் வேகமாக எழுந்தார். கொடுத்த சிரமத்திற்கு மன்னிக்கக் கோருவதான புன்னகையுடன் அந்தப் பெரியவளை நோக்கினார். அவர் இயல்பான புன்னகையுடன் ஏற்றுக்கொண்டார்.

"என்னாச்சு, காலையில சாப்பிடலையா?"

"அதெல்லாம் சாப்பிட்டேன். எப்பவுமே அம்மனை முழு அலங்காரத்தோடயே பாத்தது. இன்னைக்கிதான் இத்தன ரூபத்துல பாத்தேன். தாங்கவே முடியாத தவிப்புல சாஞ்சிட்டேன்" என்று கூறியவாறு சுற்றிலும் பார்த்தார். யாருமே தென்படவில்லை. இவரது நோக்கை அறிந்தது

போல, "எல்லோரும் போயிட்டாங்க. யாருக்குதான் நேரமிருக்கு. பூசாரியும் சன்னதியப் பூட்டிட்டுப் போயிட்டார். இங்கேயே இருக்கிறவர்தான் என்னைய இங்க இருந்து ஒன்னையப் பாத்துக்கிட சொல்லிட்டு கடைவீதி வரைக்கும் போறேன், போறப்ப வெளிக்கதவ தாழ்போட்டுட்டு போங்கன்னு சொல்லிட்டுப் போனார்" எனக் கூறினார். அவர்களுடன் செல்லாமல் தனக்காக இருக்கும் அவரது முகப் பொலிவையே வள்ளி நோக்கினார். பல ஆண்டுகள் பழகிய முகமாகத் தோன்றியது. உள்ளுக்குள் புதிதாகத் தோன்றி உறுத்திக் கொண்டிருக்கும் கேள்விக்கான பதில் இவருக்கு நிச்சயமாகத் தெரிந்திருக்கும் எனத் தோன்றியது. அவர் ஏளனமாகப் பார்த்தாலும் பரவாயில்லை என்ற தைரியத்துடன், "ஏங்கம்மா... எல்லோருக்கும் அருள் தர்ற அம்மனோட கையில எதுக்குமா ஆயுதம் வச்சிருக்கு?" எனக் கேட்டார்.

பரிகாசமான புன்னகையை எதிர்பார்த்த அவர் முகத்தில், இவரை சிறு பிள்ளையென நோக்குவதான பாவனை தோன்றியது. "ஆயுதம் இல்லாம நல்லதெப்படி செய்ய முடியும்?" என்று கூறியவர், "இந்தப் பெத்தாயி எப்படி தெய்வமானான்னு ஒனக்கு யாரும் சொன்னதில்ல போலயே. சரி... நாஞ்சொல்றேன்..." எனக் கூறத் தொடங்கினார்.

22

2010

அந்த அறையினுள், ஜன்னலின் வழியே நுழைந்த மென்காற்றை உணர்ந்தபடி சுந்தரம் நாற்காலியில் சாய்ந்து அமர்ந்திருந்தான். ஜன்னலின் சட்டத்தின் மேல் இறந்த பாச்சையை இழுத்துச் செல்லும் தீயெறும்புகளை அவன் விழிகள் நோக்கியிருந்தன. பள்ளி செல்லும்போது உடன் வந்த குப்பு இந்த எறும்புகளுக்குப் பேரு தீயெறும்புடா என ஒழுங்கையோரமாகக் கிடந்த கருவாட்டின் மண்டையில் மொய்த்துக் கொண்டிருந்த எறும்புகளைக் காட்டினான். அந்தக் கருவாடு ஏதாவது காக்கை தூக்கிச் சென்றபோது கீழே விழுந்திருக்கக் கூடும்.

இவன், "அதென்னடா தீஈஈ எறும்பு..." என அவன் கூற்றை ஏற்காத தொனியில் கேலியுடன் கேட்டான்.

"அப்ப அந்தக் கருவாட்டு மேல ஒங்கால வையேன்..." என சவடாலாகக் கூறினான் குப்பு.

இவன் எதையும் யோசிக்காமல் காலணி அணியாத காலை சட்டென அந்தக் கருவாட்டின் மேல் வைத்து சவட்டியபடி குப்புவை எகத்தாளமாகப் பார்த்தான். அந்தப் பார்வை சில கணங்கள் கூட நீடிக்கவில்லை. இவன் வாயியிருந்து, 'ஆ...ஆ ஐயோ...' என்ற அலறல் தன்னிச்சையாக எழ காலை வேகமாக உதறினான். குப்புவின் உதவியுடன் காலில் கடித்துத் தொங்கிய எறும்புகளை நசுக்கிய பின்தான் சற்று ஆசுவாசமடைந்தான். எறும்பு கடித்த இடங்கள்

சிவந்திருந்தன. அவ்விடங்களில் உணர்ந்த ஒருவித கடுப்பும் எரிச்சலும் இப்போதும் நினைவிலிருந்தது.

தீயால் சுட்டதைப் போன்று வலியையும் எரிச்சலையும் தன் கடியினால் உண்டாக்கும் எறும்புகளுக்கு தீயெறும்பென காரணப்பெயரை இட்டுள்ளார்கள் என்பதை அனுபவப்பூர்வமாக உணர்ந்த தருணமது. குப்பு மேல் கோபம் வந்தாலும் அவனால் வேறென்ன செய்து தான் கூறியது சரிதான் என நிரூபிக்க முடியும் எனத் தோன்றியதாலும் தன் காலில் கடித்த எறும்புகளை உண்மையான பதற்றத்துடனேயே அவன் நசுக்கி நீக்கியதையும் கண்டதால் அவனுடனான நட்பு பிரியாமல் தொடர்ந்தது.

எத்தனை சிறிய உயிரினம்! அதன் பாகத்தில் மிகச் சிறிய வாய்ப்பகுதி. அதிலிருக்கும் மீச்சிறு பல் போன்ற அமைப்பால் கடித்து, தீ சுடுவது போன்ற தாக்கத்தை மனிதரிடத்தில் ஏற்படுத்த முடிவதை வியப்புடன் எண்ணியபடி அந்த எறும்புகளை நோக்கினான். சின்னம்மா எளிய சொற்களாகத்தான் பேசினார். ஆனால் அதன் வெம்மை மனதைச் சுடுகிறதே என்று தோன்றிய எண்ணத்தை வேறு திசைக்கு மாற்றினான்.

லெட்சுமணனை தான் எறும்பென சிற்றுயிரியாகவே கருதியதை மனம் சட்டென உணர்ந்தது. சற்று திடுக்கிடல் எழுந்தாலும் சில கணங்களில் அதை உண்மையென உணர்ந்தான். தான் சொல்வதை எந்த எதிர்ப்பும் இல்லாமல் கேட்டு அதனை எந்தச் சிணுங்கலும் இல்லாமல் கடைபிடித்தவனை ஒரு சிற்றுயிராகவே கருதி வந்ததை அப்பட்டமாக உணர்ந்தான். அவனை மட்டுமல்ல தான் சொல்வதை அப்படியே கேட்டு நடக்கும் அத்தனை பேரையுமே அப்படித்தான் எண்ணியதாகத் தோன்றியது.

தான் கூறுவதை கடைபிடிப்பதன் உச்சமாக லெட்சுமணனை வீட்டை விட்டு வெளியேற்றுவதான முடிவைத் தெரிவித்தபோது அவனிடம் மிக மிகக் குறைவாகவேனும் ஒரு துளியின் துளி அளவாவது சிணுங்கல் ஏற்படும் என எதிர்பார்த்தான். ஆனால் அவன் முகத்தில் எந்த மாற்றமும் இல்லை. 'அப்படியே செய்கிறேன் மன்னா' என அடிபணிவதைப் போன்றே இருந்தது. பள்ளி பாட நூலில் இடம்பெற்ற கம்பராமயணப் பாடலை சரஸ்வதி டீச்சர் நடத்தியது நினைவுக்கு வந்தது.

கைகேயி இராமனிடம், "இந்த நாட்டை பரதன் ஆள்வான் நீ கடுமையான காட்டிற்குச் சென்று எல்லாப் புண்ணிய நதிகளிலும் நீராடி பதினான்கு ஆண்டுகள் கழித்து வா" என்று கூறியபோது ராமனின் முகம் அப்போது மலர்ந்த தாமரைபோல விளங்கியது எனக் கூறியபோது நெகிழ்வில் அவர் விழிகளிலிருந்து நீர் சொட்டியதை பிள்ளைகள் அறியக்கூடாதென எண்ணியவராக கரும்பலகையை நோக்கி திரும்பிக் கொண்டார். அப்போது அழுமளவிற்கு இதிலென்ன இருக்கிறது என்றே தோன்றியது. ஆனால் இப்போது வேறுவிதமாகத் தோன்றியது. எத்தனையோ தடவை அந்தப் பாடலை வாசித்திருப்பார். சிறு வயதிலிருந்தே கதையையும் கேட்டிருப்பார். அப்படியும் கண்ணீர் வருகிறதென்றால் அக்கணத்தில் ராமனைப் பற்றி இதுவரை அவருள் எழாத ஏதோவொன்றை உணர்ந்திருக்க வேண்டும். அது ராமனின் கருணையோ அழகோ அமைதியோ பொறுமையோ வேறெதுவோ.

அதேபோல்தான் சில நாட்களுக்கு முன் லெட்சுமணனின் முகத்தைப் பார்த்தபோது தனக்குள் ஏதோவொன்று சட்டென உடைந்ததை உணர்ந்தான். அது என்னவென்று இப்போது வரை புரியவில்லை. அதை அறியும் பொருட்டே கிளம்பி இங்கு வந்தான். இங்கு, இதுவரை தன்னிடம் கோபமாகவோ வலியுறுத்துவதாகவோ எதையும் கூறாத சின்னம்மாவின் சினம் திகைக்க வைத்தது. அவரது பேச்சு அவர் மேல் கோபத்தை ஏற்படுத்தாமல் வியப்பையே ஏற்படுத்தியது. எத்தனை ஆண்டுகள் மனதிற்குள்ளேயே வைத்து மருகியிருக்கிறார் என்று எண்ணும்போது பரிதாபமும் துயரும் ஏற்படுகிறது. இப்படி இவர்கள் துயருவார்கள் என தனக்கு தோன்றாதது ஏன் என்று தனக்குள்ளேயே துழாவினான். உள்ளே எதுவும் இல்லாமல் வெறுமையாகவே இருந்தது. இதை எப்படி அறிவது என மீண்டும் மீண்டும் எண்ணத்தை ஓட்டியபோது இந்த அறைக்குள் முதலில் நுழையத் தோன்றிய நாளை நோக்கி நினைவு சென்றது.

பள்ளியில் ஆறாவது படித்தபோது என்றுதான் நினைவில் உள்ளது. கண்ணன் சார் அறிவியல் வகுப்பில் உயிரியலில் ஏதோ பாடம் எடுத்துக் கொண்டிருந்தார். அப்போதெல்லாம் இரு ஆசிரியர்கள்தான் எல்லாப் பாடங்களையும் நடத்துவார்கள். கொஞ்சம் பாடத்திலிருந்தும் மிகையாக தாங்கள் கண்டதையும்

அறிந்ததையும் பிள்ளைகளுக்குச் சொல்வார்கள். அப்படியே புத்தகத்தில் உள்ளதையே நடத்தினாலும் பிள்ளைகள் எல்லாவற்றையும் புரிந்துகொள்ள மாட்டார்கள் என்பதையும் அப்படியே புரிந்தாலும் அவர்களின் லௌகீக வாழ்க்கைக்குப் பெரிதாகப் பயன்பட்டுவிடாது என்ற தெளிவும் இருந்திருக்கிறது என சுந்தரத்திற்கு இப்போது தோன்றியது. பையன்களும் பெண்களும் இரு பகுதிகளாகப் பிரிந்து தரையில் அமர்ந்திருந்தார்கள். பாடத்தின் நடுவே மரங்களைப் பற்றிக் கூறத் தொடங்கியவர் கொடிகளைப் பற்றித் தொற்றி அப்படியே ஒட்டுண்ணியினக் கொடிகள் நோக்கிப் பறந்தது அவரது பேச்சு.

“ஒட்டுண்ணிகள்னா என்ன தெரியுமா? வேறு உயிரினங்களோட சத்தை உறிஞ்சி தான் வாழ்றது. பெருசா பாடுபட வேண்டாம் அங்கெயிங்கே அலைய வேணாம். நல்ல சத்தான உயிரனமா பாத்து அதன் மேல தொத்திக்கிட வேண்டியதுதான். அந்த உயிரனங்க பாடுபட்டு தன்னோட சக்திய அதிகமாக்கும். இந்த ஒட்டுண்ணிக அலுங்காம இருந்த இடத்துல இருந்தபடியே தனக்குத் தேவையான அளவுக்கு சக்திய உறிஞ்சி இழுத்துக்க வேண்டியதுதான். பேனு, உண்ணி, தண்ணியில கெடக்குற அட்டைகள்லாம் இதுக்கு உதாரணம்“

எந்த வாத்தியார் என்ன பாடம் எடுத்தாலும் கவனிக்காமல் தன் நோட்டில் எதையாவது கிறுக்கிக் கொண்டிருப்பான் குப்பு. சுந்தரமும் அதைப் பார்ப்பான். இவன் பார்க்கும் கோணத்தில் ஏதோவொரு கணத்தில் ஏதாவது ஒரு உருவம் தென்படும். தவளை, பல்லி, பாம்பு, மலை, மைனா என ஏதாவதொன்றை இவன் தன் கற்பனையையும் ஓடவிட்டுக் கண்டறிவான். அது குப்பு உத்தேசித்ததாய் ஒருபோதும் இருந்ததில்லை. அன்றும் குப்பு எதையோ கிறுக்குவதை இவனால் உணர முடிந்தது. ஆனால் இவன் தன் கவனத்தை முழுமையாக வாத்தியாரின் வார்த்தைகளுக்கு ஒப்புக் கொடுத்திருந்தான்.

“இதே மாதிரி கொடிகள்லேயும் ஒட்டுண்ணிகள் உண்டு. அதை சாருண்ணிகள்னு கூட சொல்றாங்க. அதுல முக்கியமானது புல்லுருவி. பேனு உண்ணிகள்லாம் ரத்தத்த உறிஞ்சுமே தவிர அது சார்ந்திருக்கிற உயிரினத்திற்கு பெருசா ஆபத்த ஏற்படுத்தாதுங்க. ஆனா புல்லுருவிங்க தான்

சார்ந்திருக்குற மரத்துக்குப் பெரிய பாதிப்ப உண்டாக்கிடும். வேம்பு, மா, வேங்கை, அரசு, எலுமிச்சைன்னு எல்லா மரத்துலேயும் ஒட்டிக்கிடும். லேசா அந்தந்த மரத்தோட தன்மையோடயும் இருக்கும். ஒருதரம் வேர அந்த மரத்தோட கிளையத் தொளைச்சு நொழைஞ்சிடுச்சின்னா போதும். அதுக்கப்புறம் அதோட வாழ்க்கையில எந்தப் பிரச்சனையும் வராது. அது பாட்டுக்கு தளிர் விட்டு தளிர்விட்டு எப்பவும் படர்ந்துக்கிட்டே இருக்கும். ரெண்டு மூனு வருசத்துக்கு மழை வர்றலைன்னா மனுசங்களோட சேர்த்து எல்லா உயினங்களுக்கும் பரிதவிக்கும். ஆனா இந்த ஒட்டுண்ணிகளுக்கு பாதிப்பு வராது. இத தாங்குற மரத்தோட பாடுதான் திண்டாட்டம். தண்ணிக்காக பூமிக்கு கீழ வேரால துழாவனும். மேல இந்த புல்லுருவியோட துளைப்புக்கும் ஆளாகனும். வேருக்கு தண்ணி கெடைக்கலைனாலும் புல்லுருவிகளோட துளைப்பு நிற்காது. மரத்துல இருக்குற சத்தையெல்லாம் உறிஞ்சி எப்போதும் போல தளிரோட மினுக்கும். பூமியில தண்ணியில்லையினா மரம் தளிர்விடாம வளராம அப்படியே நிக்கும். இந்த சமயத்துலதான் புல்லுருவி தன்னோட இலைகளாலயும் கொடிகளாலயும் முழு மரத்தையும் மூடிடும். கொஞ்சம் தள்ளி நின்னு பாத்தா என்ன மரம்னே புரியாது. மரத்தோட இலை கண்ணுக்கே தெரியாது. கண்ணுக்கு தெரியிற இலையுள்ள மரமே கிடையாதேன்னு குழப்பம் வந்திடும்..."

சுந்தரம் ஒருகணம் தன்னைச் சுற்றி அமர்ந்திருந்த வர்களைப் பார்த்தான். எவருமே வாத்தியார் கூறியதை கவனிக்கவில்லை. ஒருவன் தரையின் பெயர்ந்த இடத்தை அகழ்ந்து கொண்டிருந்தான். இருவர் வெளியே நின்றிருந்த மரத்தில் விளையாடிய அணிலைப் பார்த்துக் கொண்டிருந்தார்கள். ஒரு சிலர் புத்தகங்களிலிருந்த படங்களை பார்த்துக் கொண்டிருந்தார்கள். மற்றவர்கள் அருகிலிருந்தவர்களோடு மெல்லிய குரலிலும் சைகையிலும் பேசிக் கொண்டிருந்தார்கள். பெண் பிள்ளைகளும் ஒருவருக்கொருவர் கண் ஜாடை காட்டி புன்னகைத்துக் கொண்டிருந்தார்கள்.

அவர்கள் யாரையும் கண்ணன் சார் கவனித்தாகவே தெரியவில்லை. கவனித்திருந்தால் உடைந்த சாக்பீசைத் தலையில் வீசியிருப்பாரே. அவர் இவனுக்காக மட்டும்

பாடம் எடுத்துக் கொண்டிருந்தார். அதனாலேயே இவன் இன்னும் தீவிரமாக கவனிக்க ஆரம்பித்தான்.

“புல்லுருவிய அடுத்த மரத்தோட சத்த உறிஞ்சி வாழுதேன்னு இழிவா பேசுவாங்க. அடுத்தவன் சொத்த ஏமாத்துறவனுக்கு புல்லுருவிய உதாரணமா சொல்வாங்க. ஆனா அதுவும் ஒரு படைப்புதானே. மத்த மரஞ்செடி கொடிய படைச்ச மாதிரிதானே கடவுள் இதையும் படைச்சிருக்கார். இந்த குணம் ஒரு வரம்போல அந்தச் செடிக்கு கெடைச்சிருக்கு. அது நல்ல விசயம்தானே. அதால முடியிது அது வாழுது. அதப் பாத்து நாம ஏன் மாஞ்சு போகனும். அதாச்சும் நல்லா இருக்கட்டும். என்ன சொல்ற சுந்தரம்...” என இவனை நோக்கி கேட்டதும் இவன் உற்சாகமாக, “சரிதான் சார்..” எனக் குரல் கொடுத்தான். இவன் குரல் கேட்டவுடன்தான் மற்றவர்கள் திரும்பி இவனையும் கண்ணன் சாரையும் பார்த்தார்கள். கைக்கடிகாரத்தில் மணியைப் பார்த்துவிட்டு கண்ணன் சார் கிளம்பினார்.

அன்று பெரிய வகுப்புகளுக்குப் பாடம் எடுக்கும் அழகாபுரி சாரின் அப்பா இறந்துபோனதால் பள்ளிக்கு அப்போதே பெருமணியடித்து விட்டார்கள். குப்புவும் கருப்பனும் இவனுடன் சேர்ந்து நடந்தார்கள். “டேய் குப்பு, இன்னைக்கி என்னடா வரைஞ்சே?” எனக் கேட்டான். இவர்கள் நடந்த ஒழுங்கையின் இருபுறமும் கள்ளிச் செடிகள் உயர்ந்து வளர்ந்திருந்தன. அவற்றின் முனைகளிலிருந்த சிறுசிறு முள்கள் இவர்களை கூர்ந்து பார்ப்பது போலிருந்தது.

“நெறைய வரைஞ்சேன். ஒன்கிட்ட காட்ட மாட்டேன். நீதான் ஒன்னக் கூட சரியா கண்டுபுடிக்க மாட்டேங்கிறியே...”

“நான் கண்டுபுடிக்கல. வேற யாரு சரியா சொல்றாங்க? ஏன் இந்தக் கருப்பன் சொல்வானா..?”

“என்னோட நாளு முழுக்க கூடவே இருக்குற, என்னப் பத்தி நல்லாத் தெரிஞ்ச ஒன்னாலேயே முடியாதப்ப மத்தவங்ககிட்ட எப்படி எதிர்பாக்க முடியும்?”

பேச்சை மாற்றும் விதமாக, “புல்லுருவியப் பாத்திருக்கியா குப்பு..?” எனக் கேட்டான்.

“ம்ம் பாத்திருக்கேனே... அந்த ரெட்டைப் பனமரத்துக்குப் பக்கத்துல நிக்கிற வேப்ப மரத்துலதான் படந்திருக்கே...”

“அதெப்படி ஒனக்குத் தெரியும்?”

“போன வாரம் எங்கப்பா அதோட தண்டப் பறிக்க வந்தப்ப கூட நானும் வந்தேன்”

“அத எதுக்குடா உங்கப்பா பறிச்சாங்க?” என கருப்பன் கேட்டான்.

“வேப்ப மரத்துல படந்திருக்கிறத பூசை பண்ணி வீட்ல வச்சுக் கும்பிட்டா வேறெதுலேயும் புத்திய நொழைக்காம நான் நல்லாப் படிப்பேனாம்...” என்று கூறியவன் ஒருகணம் யோசித்து, “சரி, இதெல்லாம் நீயேன் கேக்குற..?” என இவனைப் பார்த்து கேட்டான். கண்ணன் சார் நடத்தியதை இருவரும் சுத்தமாக கவனிக்கவில்லை என்பதை உணர்ந்திருந்ததால், “சும்மாதான் கேட்டேன். நேத்து சின்னம்மா அப்பாகிட்ட பேசிட்டு இருந்தப்ப இந்த வார்த்த காதுல விழுந்துச்சு. அது என்னன்னு தெரியல. பெரியவங்ககிட்ட கேக்க முடியுமா? அதான் எல்லாந் தெரிஞ்ச குப்புக்கிட்ட கேட்டுத் தெரிஞ்சுகிட்டேன்...” எனக் கூறியபோது குப்புவின் முகம் மலர்ந்தது.

பேசிக்கொண்டே அந்த ரெட்டைப் பனை மரங்களுக்கருகில் வந்து விட்டார்கள். தடிமனாய் உயர வளர்ந்திருந்த இரு மரங்களில் ஒன்று ஆண்மரம். ஒன்று பெண்மரம். இவற்றில் ஒன்று மட்டும் நொங்கு காய்க்கிறதே மற்றொன்று வெறுமே குச்சிகளாக நீட்டிக் கொண்டிருக்கிறதே எனப் பல நாட்களாக இவர்களுக்குள்ளேயே விவாதம் செய்து கடைசியில் ஒருநாள் பனையேறி தங்கையாவிடம் கேட்டு இதை அறிந்துகொண்டார்கள். எல்லா பெண்மரங்களும் காய்ப்பதற்கு ஊருக்கு ஐந்தாறு ஆண்மரங்கள் இருந்தாலே போதும் என்று அவர் கூடுதலாகக் கூறியது இவர்களுக்குச் சரியாகப் புரியவில்லை.

பனை மரங்களுக்கு சற்று பின்னால் அந்த வேப்ப மரம் நின்றது. இவன் சாலையிலிருந்து இறங்கி அதன் அருகில் சென்றான். அவர்களும் பின்னால் வந்தார்கள். புல்லுருவி இந்த வருடம்தான் வளரத் தொடங்கியிருக்கும் போல. ஒரு பக்கம் மட்டுமே பரவியிருந்தது. நல்ல அடர் பச்சை நிறத்தில் உச்சி வெயிலில் மினுங்கியது. சிறு சிறு மொட்டுகள் ஆங்காங்கே தென்பட்டன. வேப்பமரம் அந்தப் புல்லுருவிக்கு வாழ்வு கொடுத்துள்ளதற்கு பெருமிதம் கொள்வதாக இவனுக்குத் தோன்றியது. இவன் கண்கள் அந்த

புல்லுருவியின் மினுமினுப்பையே இமைக்காமல் பார்த்துக் கொண்டிருப்பதைக் கண்ட குப்பு இவன் தோளில் தட்டிக் கலைத்து வீட்டை நோக்கி அழைத்து வந்தான்.

இவர்கள் வீட்டு ஒழுங்கை வரை வந்த இருவரும் அவரவர் வீடுகளுக்குச் சென்ற பின் இவன் மட்டும் தனியாக இந்த வீட்டிற்கு வந்தான். தாழ் போடாதிருந்த கதவைத் திறந்து கொண்டு உள்ளே வந்தான். பள்ளியிலிருந்து முன்னமேயே வந்துவிட்ட அக்கா பெரியநாயகி பின்வாசலைத் திறந்து வைத்து அதன் வழியே வரும் தோட்டத்துக் காற்றின் குளுமையில் லயித்து உறங்கிக் கொண்டிருந்தாள். உச்சி வெயிலில் வந்ததால் கண் மங்கலாகவே தெரிந்தது. பின்வாசல் கதவினருகே மட்டுமே வெளிச்சம் கிடந்தது. மற்ற இடமெல்லாம் இருள் சூழ்ந்திருந்தது. ஏதோவொன்று தன்னை நெருங்குவதாக உணர்ந்தான். அந்தக் குரல் மனதிற்குள்ளிருந்து ஒலித்ததா அல்லது வெளியிலிருந்தா என்பதைப் பகுத்தறியக் கூடவில்லை. ஆனால் அதன் கட்டளை மிகத் தெளிவாகப் புரிந்தது. தாழிடப்பட்டிருந்த அறைக்குள் நுழைய வேண்டும் என்பதுதான் அது. இவனுக்கு எந்தத் தயக்கமும் தோன்றவில்லை. அந்த அறையினுள் குளுமை நிறைந்திருக்கும் என உள்ளுக்குள் உணர்ந்தான். அப்போது இவன் மனதில் என்ன தோன்றியதென்பதை இப்போதும் சுந்தரத்தால் சரியாக உணர முடியவில்லை. அந்த அறைக்குள் நுழையக் கூடாதென யாரும் கூறியதில்லை. எவரும் நுழைவதில்லை என்பதாலேயே பிள்ளைகள் மூவருக்கும் அதன் மீது ஒரு விலக்கமும் அச்சமும் ஏற்பட்டிருந்தது. ஆனால் அன்று அதற்குள் நுழை நுழை எனத் தவிர்க்க முடியாதவொரு உந்துதல் இவனுள் ஏற்பட்டது. அல்லது, மீறலாக ஏதாவது இயற்ற வேண்டும் என்ற நோக்கத்தினால் அப்படிச் செய்தேனா எனத் தனக்குள்ளேயே பலமுறை சுந்தரம் கேட்டுக்கொண்டான். ஆனால் தெளிவாக வரையறுக்க முடியவில்லை.

அந்தக் கதவை நோக்கி நடந்து இயல்பாகவே பித்தளைத் தாழை நிமிர்த்தி நகர்த்தி கதவைத் திறந்தான். திறந்தவுடன் வயலில் தெளிப்பதற்காக குப்பைக் குழியிலிருந்து மட்கிய குப்பையை அள்ளும்போது பரவுவது போன்ற மணம் உள்ளிருந்து வெளிவந்து முகத்தில் மோதியது. அந்த மணத்தில் இனிமை இல்லையாயினும் அதன் கார்வையும்

திண்மையும் இவனுக்கு மிகவும் பிடிக்கும். அந்த வாசனையை நுகர்ந்து அனுபவித்தபடியே உள்சென்றவன் சில கணங்களில் இருட்டில் கண் பழகிய பின் ஜன்னல் கதவைத் திறந்தான். கொண்டி இடாமல் இருந்தாலும் சற்று சிரமப்பட்டே திறக்க முடிந்தது. வெளியில் இருந்த அனல் அறைக்குள் இல்லை. அதுவும் ஜன்னலைத் திறந்த பின் குளுமையான காற்று அறைக்குள் பரவி இதமானதாக மாற்றியது. வெளிச்சம் பரவிய அறையைப் பார்த்தான். சுவரிலேயே இரண்டடுக்கு அலமாரி அமைக்கப்பட்டிருந்தது. அதன் மேல் தட்டில் இரும்புப் பெட்டியொன்று துருப்பிடித்து அடர்கருமை நிறத்தில் இருந்தது. அதன் மீது கை வைத்தால் களிம்பு போல ஒட்டிக்கொள்ளும் எனத் தோன்றியது. தலைக்கு மேலே கருநிற வலை போல ஒட்டடைகள் தொங்கிக் கொண்டிருந்தன. தரையில் தூசி பறக்க முடியாதவாறு அடரந்து ஒட்டியிருந்தது. அதைப் பற்றிய போதமின்றி அறையின் கதவை சாத்தியபின் அப்படியே தரையில் படுத்துக் கொண்டான். வெயில் வந்ததால் உடலில் வழிந்திருந்த வியர்வையின் மீது காற்று பட்டவுடன் மிகக் குளுமையாக இருந்தது. அறையில் இன்னொருவர் இருப்பதை உணர்த்தான். ஆனால் அச்சமெழாமல் மனம் ஓர் ஆதுரத்தை உணர்ந்ததை வியப்புடன் நோக்கினான். மனதில் எண்ணங்கள் அலையடித்தன. பள்ளியில் கண்ணன் சார் கூறிய புல்லுருவி பற்றித் தீவிரமாக யோசனை ஓடியது. ஒவ்வொரு பைசாவாக உழைத்து உண்பதென்பது எத்தனை சிரமமானது! அடுத்தவரின் உழைப்பைச் சுரண்டி வாழ்வதென்பது இழிவானதல்ல. அந்தக் குணமும் திறனும் கொண்டிருப்பது வரம். ஆம், கஷ்டமே இல்லாம வாழனும்னா மத்தவங்க நமக்காக ஒழைக்கனும். அதுல வர்ற இடைஞ்சலெல்லாம் அவங்களுக்குதானே தவிர வர்ற நன்மையெல்லாம் நமக்கே என்று ஒரு குரல் இடைவிடாது செவியினுள் ஒலித்தது. அந்தக் குரலின் கார்வையும் உறுதியும் இவனை, ’ஆம்... ஆம்’ என்றே ஏற்க வைத்தது. அக்குரல் யாருடையது என இப்போதும் உணரமுடியவில்லை. ஆனால் மீறவே முடியாத ஆணை என்பது மட்டும் புரிந்தது.

வெளியே மரத்திலிருந்த பறவைகளின் ஓசை கேட்டே கண் விழித்தான். உடல் பெரும் பாரமாக இருந்தது. அதைச் சுமந்தபடி எழ முடியுமா என ஐயம் எழுந்தது.

தான் எங்கிருக்கிறோம் என்ற திகைப்பு தோன்றினாலும் அடுத்த கணமே அனைத்தும் நினைவுக்கு வந்துவிட்டது. அக்குரல் யாருடையது என எழுந்த வினாவை அழித்து அக்குரல் கூறியதை நினைவுக்குக் கொண்டு வர முயன்றான். எண்ணிய கணமே அக்குரல் முன்பு கூறியவற்றைத் திரும்பவும் கூறத் தொடங்கியது. சிறிது நேரத்தில் அவன் மனதின் உறுதியாகவே அவை மாறியதை வியப்புடன் நோக்கினான். இப்போது தான் வேறொருவனாக மாறிவிட்டதையும் தன் முகம் பொலிவு கொண்டுவிட்டதையும் அறிந்தான். கதவைத் திறந்து வெளியே வந்தான். பெரும் பதற்றமாக இருந்த சின்னம்மாவின் முகம் ஒருகணம் ஆசுவாசமாகி மறுபடி கலவரமடைவதைக் கண்டான். அவரைக் காணாதது போலவே நடந்து பின்பக்கம் சென்று துவைப்புக் கல்லில் அமர்ந்தான். எடுத்துக் கொண்ட உறுதியை எப்படி செயலுக்குக் கொண்டு வருவது என யோசிக்க ஆரம்பித்தான்.

நெருங்கியவர்களிடமே இதனை இயற்ற வேண்டும். தாங்கள் உதவி செய்ய வேண்டிய நிலையில் இவன் இருக்கிறான் என்ற எண்ணம் அவர்களுக்குத் தோன்றவேண்டும். எனக்கு உதவுகிறார்கள் என்ற பெருமிதம் அவர்களுக்கு ஆணவ நிறைவை ஏற்படுத்தும். இன்னும் பலவாறாக எண்ணங்கள் தாவித் தாவி பறந்து கொண்டிருந்தன. தான் செய்த அனைத்திற்கும் அக்குரலின் ஆணைதான் காரணமா, வாத்தியார் நடத்திய பாடத்தினால் இல்லையா என சுந்தரத்திற்கு குழப்பம் உண்டானது. அந்தக் குரலின் நிர்பந்தம் இல்லாதிருந்தால் ஏழாம் வகுப்பு படிக்கும் ஒருவனுக்கு இம்மாதிரியான சிந்தனைகள் எப்படி வந்திருக்கும் என சுந்தரம் இப்போது யோசித்தான். ஆனால் அதற்கான பதிலை அவனால் கண்டறிய இயலவில்லை.

லெட்சுமணனின் அந்தப் பார்வைக்கான அர்த்தத்தை இன்னும் அறியவில்லை என்பது உறைத்தது. அல்லது அறிந்துவிட்டேனா? வார்த்தைகளாகத் திரளாமல் உள்ளத்தினுள் உறைந்துள்ளதா? அவனது ஆணவ நிறைவா அல்லது முழுதர்ப்பணிப்பா? என் சுயநலச் செயல்கள் புரிந்த பின்னரும் அதனை ஏற்பதற்கான மனவுறுதியையும் கனிவையும் எப்படி அடைந்தான்? வினாக்கள் மழைவிட்ட பொழுதில் மண்ணிலிருந்து எழும் ஈசல்களென வெளிவந்து கொண்டேயிருந்தன.

23

2010

“காதல்ங்கிறது ஒரு மனுசன் பூமியில இருக்கிறதுக்கு அளிக்கப்பட்ட பல கோடி கணங்கள்ல வாழ்றதுக்குன்னு ஆசிர்வதிக்கப்பட்ட ஒரு கணத்துல ஏற்படறதுதானே... அதுக்குப் பிறகு அந்தக் கணத்தோட இனிமையையும் உச்சத்தையும் மீண்டும் மீண்டும் மனசுக்குள்ள மீட்டியபடியே கழிக்கிறது பெரும் பாக்கியம். இதைப் பரிஞ் சுக்கிட்டவங்க சொற்பந்தான். மத்தவங்க அது திரும்பவும் நிகழனும்னு எதிர்பார்த்தபடியே இருக்காங்க. ஆனா அது சாத்தியமில்லையே. அது நடக்காததால உண்டாகுற ஏமாற்றத்தோடயும் சலிப்போடயும் மீதி வாழ்நாளைக் கழிக்கிறாங்க. மெய்யாகவே காதலை ஒரேவொரு கணமாவது உணர்ந்தவங்களுக்கு நிறைவோட வாழ்றதுக்கு வேறெதுவுமே தேவைப்படாது. அந்தக் காதல உண்டாக்கின பொண்ணு கூட...”

செந்தமிழன் பேசிக் கொண்டிருந்ததை அவர் முகத்தைப் பார்த்தவாறு கேட்டுக் கொண்டிருந்தான் சுந்தரம். பெத்தாயி கோவிலில் மாமரத்தின் கீழ் நிழலில் அமர்ந்திருந்தார்கள். நன்கு படர்ந்த செந்தமிழனின் கரிய முகத்தில் எப்போதும் நிலைத்தவொன்றாக ஒரு நிறைவு துலங்கியது.

சுந்தரம், நேற்று மதியம் வீட்டின் அந்த அறைக்குள் லெட்சுமணனின் விழிகளில் தெரிந்ததென்ன என்று யோசித்தபடியும் சின்னம்மாவின் அழுகையின் மூலம் தன் குடும்பம் எவ்வளவு துயரடைந்துள்ளது என மனம்

குமைந்தபடியும் உறங்கிவிட்டான். எவ்வளவு நேரம் உறங்கினான் என உணரவில்லை. படர்ந்த வியர்வையில் குளிர் காற்றுப் பட்டு மேனி சிலிர்த்தவுடன் விழிப்பு வந்தது. விழித்தவுடனேயே ஏதோவொரு இழப்புணர்வு தோன்றியது. பின்மதியத்தில், சிற்றுறக்கத்திற்குப் பின் ஏற்படும் மென்சோகமாக இல்லாமல் இது சற்று அதீதமானதாக இருந்தது. நீண்டகாலமாக தன்னுடன் இருந்த ஏதொவொரு ஒளி தன்னை விட்டு நீங்கியதான உணர்வு. கவசம் போன்று உடனிருந்த ஒன்று விலகியதான வெறுமை. உடலின் பாகமொன்று மறைந்தது போலத் தோன்ற பொருளறியா ஏக்கத்தில் கண்ணீர் துளிர்த்து சில துளிகள் சொட்டின.

அறையை விட்டு வெளியே வந்தவன் சின்னம்மாவைத் தேடினான். அவர் தென்படாததால் வெளிக்கதவைத் தாழிட்டுவிட்டு ஒழுங்கைக்கு வந்தான். முன்பு மணலாகக் கிடந்த ஒழுங்கை தார்ச்சாலையாக உயர்ந்திருந்தது. குப்புவின் வீட்டிற்குச் சென்றான். குப்பு புதுக்கோட்டைக்குச் சென்றிருக்கிறான் எனக் கூறியபோது அவன் மனைவியின் முகத்தில் சிறு வியப்பு ஒரு கணம் தோன்றி மறைந்தது. அவளிடம் கூறிவிட்டு குப்புவின் டிவிஎஸ் வண்டியை எடுத்து இயக்கினான். ஏறி அமர்ந்த பின்தான் தன் மனம் எங்கே செல்ல விழைந்தது என்பதை உணர்ந்தான். காணடுகாத்தானை நோக்கி வண்டியை ஓட்டினான்.

செல்வியின் அப்பா மாணிக்கத்தைக் காண வேண்டும் என ஏன் தோன்றியது? சில பெயர்கள் மட்டுமே ஆளுக்கும் குணத்துக்கும் பொருத்தமாக அமைகின்றன. பெரும்பாலான பெயர்கள் அவர்களின் உடலுக்கும் குணத்துக்கும் தொடர்பேயில்லாமலும் எதிர்குணத்தைக் குறிப்பதாகவுமே இடப்படுகின்றன. அதிலும் சில பெயர்கள் வஞ்சப் புகழ்ச்சி போலவே இடப்பட்டிருக்கும். ஆனால் மாணிக்கம் என்ற பெயருக்கேற்ப இவர் நல்ல உடல் வலுவுடனும் குணமான மனிதராகவும் விளங்கினார். நூலகராகப் பணியாற்றியதால் தன் மனதை உயர்ந்த எண்ணங்களால் நிரப்பியிருக்கக் கூடும் என்றும் சுந்தரத்திற்குத் தோன்றியது. அப்படியானால் எல்லா நூலகர்களுமே உத்தமசீலர்களாக விளங்க வேண்டுமே என்ற எதிர் வினாவும் எழுந்தது. நீருக்கு தண்மையும் அனலுக்கு வெம்மையும் போல குணங்களெல்லாம்

இயல்பிலேயே அமைவது என்று ஒரு முடிவுக்கு வந்தான்.

வீட்டிற்குதான் சென்றான். நான்கடி உயர சுற்றுச் சுவருடன் இரண்டாயிரம் சதுரடி இடத்தில் கட்டப்பட்ட சிமெண்ட் தளம் போட்ட வீடு. கட்டி சில வருடங்கள்தான் ஆகிறது. முன்பு இருந்த வீடு நாட்டு ஓடு வேய்ந்து திண்ணையுடன் இருந்தது. முன்பெல்லாம் எல்லா வீடுகளுமே திண்ணையுடனே கட்டப்பட்டன. காலையிலும் மாலையிலும் பெரியவர்கள் திண்ணையில் அமர்ந்து பேசிக் கொண்டிருப்பார்கள். பிள்ளைகள் விளையாடிக் கொண்டிருப்பார்கள். தனிக் குடும்பங்கள் அதிகமானதால் வீட்டில் பெரியவர்கள் குறைந்தது, தொலைக்காட்சி தொடர்கள் மீதான ஈர்ப்பு, பிள்ளைகளைத் தீவிரமாகப் படிக்க வைக்கும் முனைப்பு போன்றவற்றால் சில வீடுகளில் திண்ணைகள் இல்லாமல் கட்ட ஆரம்பித்து இப்போது எந்த வீட்டிலுமே இல்லாமலாகிவிட்டது. வழிப்போக்கர்கள் அமர்வதற்கு இடமே இல்லை. இரும்புக் கதவை சுந்தரம் தட்டினான். சத்தம் கேட்டு உள்ளேயிருந்து அத்தை வெளியே வந்தார். சுந்தரத்தைப் பார்த்தவுடன் முகம் மலர வேக நடையாக வந்தவர் அருகில் வந்தவுடன் இவன் முகத்தைப் பார்த்து வியப்போடு விரிந்த விழிகளை ஒரு கணத்தில் மாற்றிக் கொண்டு வரவேற்றார்.

வயலுக்குச் சென்றிருக்கும் மாமாவும் மணியும் வரும் நேரம்தான் எனக் கூறி அமர வைத்து தண்ணீர் தந்துவிட்டு வேகமாக அடுப்படிக்குள் நுழைந்தார். சுவரில் புகைப்படங்கள் வரிசையாக மாட்டப்பட்டிருந்தன. கருப்பு வெள்ளைப் படங்களில் தொடங்கி நவீன வண்ணப் படங்களில் முடிந்த வரிசை வழியாகச் சென்றால் அக்குடும்பத்தின் வரிசைக்கிரமமான முன்னோர்களை அறிந்து கொள்ளலாம். சுந்தரம் வெறுமனே படங்களை நோக்கிப் பார்வையை ஓட்டினான். அதில் ஒரு படத்தில் இவன் செல்வியுடன் புன்னகைத்துக் கொண்டிருந்தான். அந்தப் புன்னகை ஒருவித அசூசையை ஏற்படுத்தியது. என்ன சிரிப்பு இது? இளிப்பை விட அசிங்கமாக. இப்படிச் சிரித்துக் கொண்டிருக்கிறேன். அருவருப்பால் உடல் முழுக்க ஒரு மெல்லிய உதறல் எழுந்து அடங்கியது.

“என்னப்பா தம்பி, ஒங்கம்மா அதிசயமா எண்ணெப் பலகாரம் ஏதோ பண்ற மாதிரியிருக்கு...” என்று மணியிடம் கேட்டபடியே கதவைத் திறந்து உள்ளே வந்தார் மாணிக்கம். வேட்டியும் பனியனும் அணிந்திருந்தவரின் கழுத்தைச் சுற்றி ஒரு துண்டு கிடந்தது. அவருக்குப் பின்னால் லுங்கியும் சட்டையும் அணிந்த மணி வந்தான். மாலை வெயிலின் பிரகாச வெளிச்சத்தில் வந்தவர்கள் கண்களைச் சுருக்கி வீட்டின் இதமான வெளிச்சத்திற்குப் பார்வையை சீராக்கியபோது அமர்ந்திருந்த சுந்தரத்தைக் கண்டார்கள். இருவர் முகமும் வியப்பும் மகிழ்வுமாய் மலர்ந்ததோடு கூடுதலாக ஒரு திகைப்பையும் அடைந்தன. ”வாங்க மாப்ளே” என மாணிக்கமும், ”வாங்க அத்தான்” என மணியும் கூறியபோது புன்னகையுடன் சுந்தரம் தலையசைத்தான். இந்தப் புன்னகை மணிக்கு மிகவும் பிடித்திருந்தது.

“சரியான நேரத்துக்கு வந்துட்டீங்க” என்றபடி வெளியே வந்த அத்தையின் இடக்கையில் சிறிய நிலைவெள்ளித் தட்டில் இரண்டு பஜ்ஜிகளும் வலக்கையில் நீர் நிரம்பிய குவளையும் இருந்தன. அந்த வரவேற்பறையின் மூலையில் இருந்த சாமியறைக்குள் நுழைந்து பலகாரத் தட்டை வைத்த பின் குவளை நீரைச் சிறிதளவு கையில் ஊற்றி பலகாரத் தட்டைச் சுற்றி நீர் விளாவி விட்டு வந்தார். “கைகால் கழுவிட்டு வாங்க...” என்று கணவரையும் பிள்ளையையும் பார்த்துக் கூறிவிட்டு அடுப்படிக்குள் சென்றார்.

சுந்தரமும் மாணிக்கமும் மொட்டைமாடியில் அமைக்கப்பட்டிருந்த திண்ணையில் அமர்ந்திருந்தார்கள். மணி, குப்புவின் வண்டியைக் கொண்டு போய் விட்டுவிட்டு வருவதாக அவன் நண்பனுடன் சென்றிருக்கிறான். சூரியன் மறைந்துவிட்ட மேற்கு வானம் வெண்மையாக இருந்தது. ஆங்காங்கே சிறு சிறு திரளாக இருந்த மேகங்கள் தனல் போலச் சிவந்திருந்தன. முன்பெல்லாம் மாலை நேரங்களில் மேய்ச்சல் முடிந்து மணியோசை எழ மாடுகள் வீடு திரும்பும் ஒலி கேட்கும். அதோடு சைக்கிள்களின் மணியோசையும் கேட்கும். இப்போது நேராக மூளையைத் தீண்டி திடுக்கிட வைக்கும் ஒலிப்பான்களின் சத்தம்தான் கேட்கிறது. மணியோசையைக் கோவிலில் கூட கேட்க முடிவதில்லை. அங்கும் யாராவது உபயதாரர் தன் பெயர் பொரித்த தானியங்கி மேளத்தை வாங்கிப் பொருத்தி விடுகிறார்.

சாமியை வணங்கும்போது அதை இயக்கினால் அதன் ஓசையில் மனம் பதறுகிறது. "மாப்ளே" என்ற மாணிக்கத்தின் குரல் கேட்டதும்தான் எங்கோ ஓடிக் கொண்டிருந்த மனதை அடக்கி அவரை நோக்கினான்.

"மாப்ளே... ஒங்ககிட்ட ஏதோ மாறியிருக்கு. அது என்னன்னு சரியா சொல்லத் தெரியலை. ஆனா நல்லாயிருக்கு..." என்றார்.

மாணிக்கத்தின் பேச்சில் இதுவரை இல்லாதவொரு இணக்கம் தெரிந்தது. இது எப்படி என சுந்தரத்திற்கு யோசனை ஓடியது. "முன்னெல்லாம் ஒங்ககிட்ட நெருங்கிப் பேச விடாம திரை மாதிரி ஏதோவொன்னு தடுக்கும். இப்போ அந்தத் திரையை காணோம் மாப்ளே..." என்றபோது அவரது வார்த்தைகளிலேயே அவரின் பிரியத்தை சுந்தரத்தால் உணரமுடிந்தது.

"எனக்கும் அப்படித்தான் மாமா இருக்கு. என் ஒடம்போடயே ஒட்டிட்டு இருந்த தேவையில்லாத ஏதோவொன்னு உரிஞ்சிட்ட மாதிரி ஒரு ஆசுவாசமா இருக்கு..."

"சரி மாப்ள. திடீர்னு இவ்ளோ தூரம் வந்திருக்கீங்க. ஏதாவது முக்கியமான விசயமா..?"

"என் சின்னம்மா என் மேல எவ்ளோ பாசமா மரியாதையா இருப்பாங்கன்னு ஒங்களுக்குத் தெரியும்ல மாமா... நேத்து ரொம்ப திட்டீட்டாங்க மாமா. கோழி தன் குஞ்சுகளுக்காக பருந்துக்கு முன்னாடி ரெக்கையெல்லாம் சிலிர்த்துக்குட்டு நிக்குமே அதுமாதிரி இருந்தாங்க. நான் எதிர்பாக்கவேயில்ல. அப்படியே திகைச்சுப் போய் ஒக்காந்திருந்தேன். திட்டித் திட்டி வார்த்தையெல்லாம் தீந்தப்ப அழ ஆரம்பிச்சாங்க. எதுவும் புரியாம எதுவும் சொல்லாம எந்திரிச்சு அந்த அறைக்குள்ள போயிட்டேன்..." சொல்லிவிட்டு மாணிக்கத்தின் முகத்தைப் பார்த்தான். அவர் எவ்வுணர்ச்சியையும் முகத்தில் காட்டாமல் இவன் தொடர்ந்து சொல்லப்போவதை எதிர்பார்த்துக் கொண்டிருந்தார்.

"நான் ஊருக்கு வந்ததே மனசுல இருந்த ஒரு குழப்பத்துக்கு விடை தேடித்தான். ஆனா இன்னும் கொழப்பம் அதிகமாத்தான் ஆகுதேவொழிய விளக்கம் கெடைக்கல... அதான் ஒங்ககிட்ட கேக்கலாம்னு வந்தேன்..." சுந்தரத்தின்

குரலில் தயக்கமேதும் இல்லை. கூறிவிட்டு மாணிக்கத்தை நோக்கினான். அவர் யோசனையில் இருந்தார். இவனுக்கு தான் சொன்னது அவருக்கு முழுதாக புரிந்ததா என்ற ஐயம் தோன்றியது.

சுந்தரம் தன் முகத்தையே பார்த்துக் கொண்டிருப்பதை உணர்ந்தவர், "ஒங்க கொழப்பம் என்னன்னு சரியா சொல்லுங்க மாப்ளே..." என்றார்.

வானம் முழுதாக இருளடைந்தது. தெருவிளக்காக பொருத்தப்பட்டிருந்த குழல் விளக்கின் ஒளி மாடியெங்கும் பரவியது. "ஒங்களையும் வச்சுத்தானே லெச்சுமணனுக்கு சம்பாதிச்சதுல எந்த உரிமையோ பங்கோ இல்லைன்னு சொன்னேன். ஒங்களுக்கு ஆச்சிக்கெல்லாம் கோவம் வந்துச்சில்ல. லச்சுமணன் முகத்த நீங்க கவனிச்சிருக்க மாட்டீங்க..."

"ஆமா அவனப் பாக்கலையே. ஒங்க மொகத்தையும் செல்வி மொகத்தையும் விட்டு பார்வைய வெலக்கமுடியலையே..." என்ள குரலில் எள்ளல் இருந்ததை சுந்தரம் உணர்ந்தான்.

"இப்பக் கூட ஒங்களோட கோபம் தீரலைன்னு தெரியிது. ஆனா லெச்சுமணனோட முகத்துல துளி கோபங்கூட இல்லை. ஒங்களால இப்பக் கூட நம்ப முடியாது. ஆனா என் கண்ணால பாத்தேன். கோபம் இல்லையினாக் கூட பரவாயில்லை. அண்ணன் மேல மரியாதைனு எடுத்துக்கலாம். ஆனா எள்ளளவு வருத்தங்கூட அந்த மொகத்துல இல்லைனா பாருங்களேன். எனக்கு ஒன்னுமே புரியல. இது எப்படி சாத்தியம்னு யோசிச்சு யோசிச்சு ஒன்னும் பிடி கெடைக்காததாலதான் ஊருக்கு வந்தேன். இங்க, இத்தனை வருசத்துல ஒரு வார்த்தை சொல்லாத சின்னம்மா அந்த வையி வையுது. நான் செய்யிறது புடிக்கலைன்னா முன்னாடியே சொல்ல வேண்டியதுதானே? இவ்ளோ நாள் சும்மாயிருந்துட்டு திடீர்னு ஏன் பொங்குறாங்கன்னு புரியல..?" என்று விவரித்தான்.

"நீங்க கேட்டதுக்கான பதிலா இல்லாம வேறொன்ன மொதல்ல சொல்றேன்... நான் அன்னிக்கு கோபப்பட்டேன்னா அதுக்கு ஒரு காரணம் இருக்கு. தன் குடும்பம் வாழ்றதுக்காக இன்னொருத்தங்களோட பொருள அபகரிக்கிறதும் இல்லேன்னா இன்னொரு

மனுசனக் கொல்றதோ மனுசன் உருவான காலத்திலேர்ந்து இருக்கிறதுதான். ஒங்க குடும்பத்துக்கு ரொம்ப இடைஞ்சல் கொடுத்த ஒருத்தன நீங்க கொன்றுந்தாக் கூட நீங்க ஏன் அப்படிப் பண்ணுனீங்கன்னு உங்க பக்கம் நின்னு யோசிச்சிருப்பேனே தவிர ஒடனே கோபப்பட மாட்டேன். ஆனா இருபது வருசமா கூடவேயிருந்த தம்பிய நடுத்தெருவுக்கு தொரத்துறேன்னு நீங்க சொன்னப்ப என் மனசு துடிச்சிச்சு. என் மொகத்துல தெரிஞ்சது ரொம்பக் கம்மிதான். எங்ககிட்ட நீங்க யோசன கேக்கலை. ஒங்க முடிவச் சொல்றதுக்காக எங்களக் கூப்டீங்க அப்படித்தானே... எம்பொண்ணு ஒங்க கூட இருக்குதுங்கிறதாலதான் சத்தம்போடாம வந்தேன்...” என்றபோது சுந்தரத்தின் முகத்திலும் வேதனை படர்ந்தது.

“ஒங்க சின்னம்மா ஏன் இத்தனை நாளா சும்மாயிருந்துட்டு இப்ப பொங்குறாங்கன்னு கேட்டீங்கள்ல... அதுக்கு முன்னாடி நான் ஏன் இத்தன நாளா ஒங்ககிட்ட இதப் பத்தியெல்லாம் பேசலைன்னு சொல்றேன்...”

படியில் புடவை சரசரக்க நடந்து வரும் ஓசை கேட்டதும் மாணிக்கம் பேச்சை நிறுத்திவிட்டுப் பார்த்தார். அவர் மனைவி, இரண்டு தம்ளர்களில் வரக்காப்பி கொண்டு வந்தார். “பஜ்ஜி சாப்பிட்டது வயித்துல திம்னு இருக்கும். வரத்தண்ணிய சூடாக் குடிச்சா கொஞ்சம் இளகுவாகும்...” என்றபடி இருவரிடமும் கொடுத்து விட்டு திரும்பிச் சென்றார்.

பனை வெல்லமிட்ட வரக்காப்பி மணத்துடன் இருந்தது. இருவரும் பேசாமல் அதைக் குடித்தார்கள். ஒருவித வேகத்துடன் பேசிக்கொண்டிருந்த மாணிக்கம் சற்று நிதானமடைந்தார்.

“ஒங்கக்கிட்ட எந்தவித யோசனையையோ அறிவுரையையோ சொல்லாததுக்கு ஒங்கிட்ட நெருங்கவிடாமத் தடுத்த அந்த திரை மட்டும் காரணமில்ல. மகாபாரதத்துல அர்ஜுனன் சின்ன வயசிலேர்ந்தே கிருஷ்ணன் கூடத்தான் சுத்திட்டு திரிஞ்சான். அப்பல்லாம் கீதையை அவனுக்குச் சொல்லாத கிருஷ்ணன் போர் ஆரம்பிக்கப் போறப்ப ஏன் சொன்னான்... ஏன்னா அப்பத்தான் அர்ஜுனன் அவனுக்கிட்ட கேட்டான். அவனாக் கேக்குற வரைக்கும் எவனுக்குமே அறிவுரை சொல்லக் கூடாதுங்கிறது என்னோட வைராக்கியம்...” இதைக் கூறிவிட்டு சுந்தரத்தை நோக்கினார். அவன் இவர் மேற்கொண்டு சொல்லப்போவதை கேட்பதற்கான

எதிர்பார்ப்புடனேயே இருந்தான். இவர் முகத்தில் சிறு நிறைவு தோன்ற, "அறிவுரை ஒலகத்திலேயே இலவசமா கெடைக்குதுன்னு ஒரு எளக்காரம் எல்லார்கிட்டேயும் உண்டு. அதை இலவசமாக் கொடுக்குறாங்கங்குறது உண்மைதான். ஆனா அந்த அறிவுரைய அனுவத்துல அறியிறதுக்கு அவங்க நெறைய இழந்திருப்பாங்க என்கிறத யாரும் உணர்றதில்லை..."

"சரி, ஒங்க கேள்விக்கு வர்றேன். ஒங்க தம்பி ஏன் கோபமோ கவலையோ படல? ஏன்னா அவன் மத்தவங்க மாதிரியில்லை. ராமனுக்கு ஒரு லெட்சுமணன் மாதிரி ஒங்களுக்கும் அமைஞ்சிருக்கான். நீங்க என்ன சொன்னாலும் கேட்டுக்கிட்டு, தனக்குன்னு எதுவும் வேணுமின்னு யோசிக்காம ஒங்க காலுக்குள்ளேயே கெடந்தான். அதுதான் அவன ஒதைக்கிறதுக்கு ஒங்களுக்கு நல்ல வாய்ப்பா அமைஞ்சிடுச்சு. நீங்க சந்தோசத்தக் கொடுத்தப்ப எப்படி ஏத்துக்கிட்டானோ கஷ்டத்தக் கொடுக்கிறப்பவும் அப்படியே ஏத்துக்கிறான்..." கூறியதை நிறுத்தி சுந்தரத்தின் முகத்தைப் பார்த்தார். அதில் குழப்பம் அதிகமானதாகத் தோன்றியது.

"ஏன் அவன் அப்படி இருக்காங்கிறதுதான் ஒங்க கேள்வின்னா அதுக்கான பதில அவன வளத்தவதான் சொல்லனும். ஒங்க சின்னம்மா அவனுகிட்ட அப்படி சொல்லி வளத்திருக்கா... இன்னொரு கேள்வியும் ஒங்க சின்னம்மா பத்திதானே... அப்ப ஒங்க சின்னம்மாவப் பத்தி தெரிஞ்சுக்கனும். வள்ளியப் பத்தி யாருக்குமே தெரியாத விசயம் அதாவது அவ பிறந்தவீட்டுக்கே தெரியாத விசயம் ஒருத்தருக்குத் தெரியும். அவர் யார்கிட்டையும் அதிகமா பேச மாட்டாரு. ஒரு தடவ பெத்தாயி கோவிலுக்குப் பூசை நேரத்த தவறா உள்வாங்கிட்டு சீக்கிரமாவே போயிட்டேன். எப்பவுமே சரியான நேரத்துக்குப் போயிட்டு பூசை முடிஞ் சதுமே கௌம்புறததுதானே எல்லோருக்குமே வழக்கம்? போனது போயாச்சு, திரும்பி வந்துட்டுப் போக முடியாதுன்னு அங்கேயே ஒக்காந்தப்பதான் அவரப் பாத்தேன். அவர்கிட்ட பேச்சுக் கொடுத்தப்ப ஒரு விசயம் சொன்னாரு. பேரெல்லாம் சொல்லலை. அவரு சொன்னத வச்சு நானே யூகிச்சதுதான். அந்த விசயத்த நீங்களே நேராப் போயி கேட்டுத் தெரிஞ்சுக்கிறதுதான் சரியாயிருக்கும்...நேரடியாக எதையும் கேட்காம அவரைப் பத்திக் கேளுங்க. அவரே சொன்னா ஒங்க நல்லநேரம்தான்..." என்று முடித்தார்.

சுந்தரம், காலையிலேயே கோவிலுக்கு வந்துவிட்டான். அம்மையை வணங்கிவிட்டு நிழல் பார்த்து சுவரோரமாக அமர்ந்து வெறுமனே வேடிக்கை பார்ப்பதுபோல அங்கிருந்தவர்களை கவனித்தான். பூசாரி ஒருவர். அவருக்கு கையாள் ஒருவர். கோவிலை சுத்தம் செய்யும் இருவர். இவர்களைத் தவிர தனியாக ஒருவர் எந்த வேலையும் செய்யாமல் நாற்காலியொன்றில் அமர்ந்திருந்தார். நெற்றி கொள்ளாமல் விபூதியிட்டிருந்தவர் மற்ற நால்வர் செய்வதை தன் விழிகளால் நோக்கிக் கொண்டிருந்தார். சிறிது நேரம் அமைதியாக இருந்த சுந்தரம் அவரை நெருங்கிச் சென்று, "நான் சுந்தரம், சென்னையிலேர்ந்து வர்றேன். ஊரு கீழக்குடி..." என்று சொன்னான். ஒரு கணம் திகைத்தபின் இயல்புக்கு வந்தவர், "நான் செந்தமிழன். கோயில்லேயேதான் இருக்கேன்" என்றபடி எழுந்தவர் சுற்றிப் பார்த்தார். சுவரோரமாக இன்னொரு நாற்காலி கால் உடைந்து கிடந்தது. அதுதான் நேத்து ஒடஞ்சிடுச்சே... என மெதுவான குரலில் தனக்கே கூறிக் கொண்டு வாங்க அந்த மாமரத்துக்கிட்ட ஒக்காந்து பேசுவோம் என கைகாட்டினார். "பரவாயில்ல. நீங்க ஒக்காருங்க நான் நிக்கிறேன். இவ்ளோ நேரம் ஒக்காந்துதான் இருந்தேன்..." சற்று குறுகலுடன் சுந்தரம் கூறியபோதும் தலையசைப்பில் அவன் கூறியதை மறுத்து மாமரத்தை நோக்கி அழைத்துச் சென்றார். மரத்தினடியில் அமர்ந்து, "சென்னையில என்ன பண்றீங்க..?" எனப் பேச்சைத் தொடர்ந்தார். இவரையா அதிகமா பேசமாட்டாருன்னு மாமா சொன்னார் என வியந்தபடியே, "காய்கறிக் கடை வச்சிருக்கோம் " என்றபின் தொடர்ந்து, "நாள் முழுக்க மனம் பதட்டமாவேயிருக்கும். கடையில இருக்கிறதாலதான் அப்படியிருக்குன்னு நெனச்சு வீட்டுக்குப் போனா இன்னும் அதிகமாத்தான் ஆகுது. அந்த இந்திக்காரன் என்ன பண்றானோ... ஆளுங்களை ஒழுங்கா கவனிக்கிறாங்களா? பணத்த கணக்குப் பண்ணி வாங்கறாங்களான்னு கோழிக்குஞ்ச கையில வச்சிருக்கப்ப அதோட ஒடம்பு விடாம துடிக்கிற மாதிரி மனம் பதறிக்கிட்டே இருக்கும்..." என்றான்.

"அதுக்காகத்தான் இங்க வந்தீங்களோ..."

"ஆமா... ஆனா எந்தப் பிரயோசனமும் இல்ல. அதனாலதான் ஒங்களப் பாத்தா ஆச்சர்யமா

இருக்கு. ரொம்ப நிதானமா இருக்கீங்களே... பெருசா வேலையில்லாததனாலயா..” கூறியபிறகு தன் வார்த்தைகள் அவரைப் பாதிக்குமோ என சிறு அச்சம் சுந்தரத்திற்கு ஏற்பட்டது. அவர் தன் விழிகளைத் சற்று தூக்கி அவனை நோக்கியபோது அதிலிருந்த புன்னகையை உணர்ந்ததும் இலகுவானான்.

“நீங்க சொல்றது உண்மைதான். ஒடனே பாத்தாகனும்னு எந்த வேலையும் எனக்கில்லை. அதாவது நான் வச்சுக்கிறதில்லை. அந்தமாதிரி வேலைகளை அடுத்தவங்ககிட்ட கொடுத்திடுவேன். அதுக்கப்புறம் அவங்க பாடு. அத என் தலையில தூக்கிக்கிறதில்லை...” என்று கூறிவிட்டு சில கணங்கள் தனக்குள் மூழ்கிவிட்டு வெளியே வந்தார். “ஒருவேளை ஒங்கள மாதிரி குடும்பமா அமைஞ் சிருந்துச்சின்னா அப்படி இருந்திருப்பேனோ என்னவோ...” அவர் மனதிற்குள் ஏதோ குடும்பத்தை கற்பனை செய்வதாகத் தோன்றியது. சிறிது நேரம் இடைவெளிவிட்டு, “அப்ப ஒங்களுக்கு குடும்பம் இல்லீங்களாய்யா? இங்க எப்படி வந்தீங்க..?” என சுந்தரம் கேட்டதற்குதான் காதலைப் பற்றிய தனது அனுமானத்தைக் கூறினார் செந்தமிழன்.

24

செந்தமிழன் கூறியது

வள்ளி தன் ஊரான மேல்நிலைப்பட்டிக்கு வந்து சென்றதிலிருந்து செந்தமிழனின் நடை மாறியது. தரையில் கால் பாவாமல் நடப்பதைப் போன்றே திரிந்தான். அம்மாவும் தங்கையும் அவனிடம் இணக்கமாக பேசுவதில்லை. வீட்டுக்காக உழைப்பதை விட ஊருக்காக அதிகம் அலைவதாகவும் அதற்கான பொழுதை வீட்டிற்காக செலவிட்டால் தங்கள் குடும்பம் வேகமாக முன்னேறும் என்பதும் அவர்கள் எண்ணம். பல தடவை வேண்டியும் அவன் இசையவில்லை. அப்பா வீட்டுக்காக மட்டுந்தானே உழைத்தார், என்னத்த வச்சிட்டுப் போனார் என இறந்து போனவரை இழுத்து வைத்து ஒருநாள் இவன் பேசியதிலிருந்து அவர்கள் இருவரும் அவசியமான விசயத்தை மட்டுமே இவனிடம் பேசுபவர்களானார்கள். ஊர் ஊரென இவன் சுற்றினாலும் தன் தங்கை மோகனாவுக்கு மாப்பிள்ளை பார்த்து பேசி முடித்துவிட்டதால் இவன் மேலான அவர்களின் புகார்கள் குறைந்திருந்தாலும் அணுக்கமான உரையாடல் இன்னும் சாத்தியமாகவில்லை. எனவே இந்த நடை பற்றி அவர்கள் எதுவும் கேட்கவில்லை. கேட்டு இவன் ஏதாவது இடக்காக பதிலுரைத்தால் வீட்டில் விசேசம் நடக்கவிருக்கும் சூழலில் தேவையில்லாத மனக்கசப்பு ஏற்படுமே என்று தயங்கினார்கள்.

நண்பர்கள் வட்டத்தில் அவர்களுக்குள் பேசிக் கொண்டார்களே தவிர இவனிடம் யாரும் கேட்கவில்லை.

நண்பர்கள்தான் என்றாலும் அவர்களை ஒரு எல்லைக்கு மேல் தன் தனிப்பட்ட விசயங்களில் நுழைவதற்கு இவன் அனுமதித்ததில்லை. அந்த எல்லையை அவனாக எப்போதும் கூறியதில்லை என்றாலும் உணர்த்தியிருந்தான். செந்தமிழன் அவர்களிடம் உரையாடும்போது பொதுவான விசயங்கள் மட்டுமே இடம்பெறும்.. அதற்குமேல் தனிப்பட்ட சீண்டல்களிலோ கேலிகளிலோ ஈடுபடமாட்டான். தன் குடும்பத்தின் உள் விவகாரங்களைப் பற்றி யாரிடமும் பகிராதது போலவே மற்றவர்களின் குடும்ப விசயங்களிலும் ஆர்வம் காட்டமாட்டான். நண்பர்கள் தங்களுக்குள் கேலியாகப் பேசிக் களித்திருக்கும்போதும் இவன் ஒரு வார்த்தையும் பேசமாட்டான். அது இவன் மீது அவர்களுக்கு ஒருவித மரியாதையை ஏற்படுத்தியது. போரில் ஒருவன் எந்த ஆயுதத்தை எடுக்கிறானோ அப்போது எதிரியும் அதை எடுப்பதற்கான உரிமையை அடைகிறான் என்று ஓர் கூற்றுண்டு. நண்பர்களிடத்தில் ஒருவன் எந்த அளவு நெருங்குகிறானோ அதே அளவுதான் மற்றவர்கள் அவனிடம் நெருங்குவதற்கான உரிமை உண்டென்பதை செந்தமிழன் நடத்தையிலிருந்து அவர்கள் உணர்ந்து கொண்டார்கள். அவர்கள் இவனைப் பற்றி தனிப்பட்ட முறையில் எதுவும் பேசாமல் தவிர்த்தார்கள். பின் இவன் இருக்கும்போது யாருடைய தனிப்பட்ட விசயங்களையும் பேசாமலானார்கள். அவர்கள் பேசிக் கொண்டிருந்தாலும் இவன் வந்தவுடன் அந்தப் பேச்சை துண்டித்துவிட்டு ஆற்றவேண்டிய செயல்களை மட்டும் பேசுவார்கள்.

இதனால் செந்தமிழன் தன் காதலைப் பற்றி யாரிடமும் பகிரும் அவசியம் ஏற்படவில்லை. சொற்களாக மாற்றப்படாததால் அந்தப் பரவச உணர்வு கலையாது நிலைத்த வானவில்லென அப்படியே நீடித்தது. முழுநிலா நாளின் கடலென இவன் உடல் பூரித்து பொங்கிக் கொண்டிருந்தது. பெருங்காட்டின் ஒற்றைப் பூமரமென உள்ளே முழுதாய் பூத்து மனமெங்கும் வாசம் வீசியது. யாருமறியாத என்றும் அழியா அருமணி தன்னிடம் உள்ளது என்பதே உடலை பறக்கவைத்தது. இந்த உணர்வுகளை எல்லாம் யாரிடமாவது கூறிட உள்ளம் தவித்தது. அதை ஒரு கடிதமாக எழுதினான். அதில் வார்த்தைகளெல்லாம் ஒன்றையொன்று பற்றிக் கொண்டு பரவசக் கூத்தாடின. கடிதத்திற்கான

இலக்கணம் என்ற ஒன்றைப் பற்றி கவலையின்றி மனதில் அப்போது தோன்றியவற்றை வார்த்தைகளாய் வடிக்க முயன்றான். பெருங்கடலில் ஒரு சிறு துளியை மட்டுமே அதில் வைக்க முடிந்தது. ஒரு துளியைக் கொண்டு வள்ளி கடலை உணர்வாளா என்ற ஐயம் ஏற்பட்டபோது கடலை துளியாக வைக்க தன்னால் முடிந்தால், துளியை கடலாக மாற்றும் வல்லமை அவளுக்கும் இருக்கும் என்றே நம்பினான். இத்தனை உருகும் அளவிற்கு அவளிடம் உள்ளதென்ன என ஒருமுறை யோசித்தான்.

அவள் விழிகளை முதலில் சந்தித்தபோது நிகழ்ந்ததென்ன என்பதை எத்தனை முறை முயன்றபோதும் அதை ஒரு கூற்றாக ஆக்க முடியவில்லை. எல்லா உணர்வுகளையும் வார்த்தைகளாக மாற்ற முடியாமல்தானே இரண்டாயிரம் ஆண்டுகளாக கவிதைகளும் காப்பியங்களும் எழுதிய பின்னும் இன்னும் இயற்றப்பட்டுக் கொண்டிருக்கின்றன. அவள் பார்வையில் மிளிர்ந்ததென்ன? உலகின் முதல் மனிதனிடம் தன் எதிர் பாலினத்தைக் கண்டபோது உண்டான களிப்பும் விழைவும் ஈர்ப்புமா? அப்படித்தான் இருக்கவேண்டும். இன்றிருக்கும் செந்தமிழனுக்கும் வள்ளிக்குமான தொடர்பல்ல இது. ஆம், தொன்று தொட்டு தொடர்ந்து வரும் அறுபடாத பந்தத்தின் ஒரு கண்ணிதான் நாங்கள். அப்படி எண்ணத் தொடங்கிய பிறகுதான் அதுவரை இருந்த பதற்றம் குறைந்து ஒருவித நிறைவு உண்டாகியது. எத்தனையோ பெண்களை சந்தித்தபோது ஏற்படாத உணர்வு இவளைக் கண்டவுடன் ஏற்படுவதென்றால் அதுதானே மெய்யாக இருக்கவேண்டும். எழுதிய கடிதத்தை பழுப்பு நிற உறையிலிட்டு வசந்தாவிடம் கொடுத்து வள்ளியிடம் சேர்ப்பிக்கச் சொன்னான். அக்கடிதம் எப்படியும் அவளிடம் சென்றுவிடும் என்ற நம்பிக்கையால் அதைப் பற்றி பின் யோசிக்கவேயில்லை. தன் மனம் படும்பாடுகளை வள்ளிக்கு தெரிவித்தாயிற்று என்ற எண்ணமே அதிலிருந்து வெளியேறி திருமண வேலைகளில் இவனை ஈடுபட வைத்தது.

தங்கை மோகனாவின் திருமண வேலைகளில் மூழ்கியபோதும் தன்னோடு ஒன்றாய் இணைந்துவிட்ட வள்ளியிடம் எப்போதாவது பேசிக் கொள்வான். அவள் வேறெங்கோ இருக்கிறாள் என்ற எண்ணமே இல்லை. மாப்பிள்ளை வீட்டுத் திருமணம் என்பதால் ஊருக்குள்ளும்

இவர்கள் இனத்திற்குள் மட்டும் சொன்னால் போதுமென அம்மா கூறிவிட்டார். எனவே, வசந்தா வீட்டிற்கு சொல்லவில்லை. அவளை சந்திக்கவேண்டிய அவசியமும் எழவில்லை.

திருமண வேலை ஒரு சுழல் போல இவனை இழுத்துச் சென்றது. இவன் வீட்டுப் பணிக்கு நண்பர்களையோ கட்சியினரையோ உதவிக்கு அழைப்பதில்லை என உறுதியாக இருந்ததால் தனியனாய் அத்தனைக்கும் அலைய வேண்டியதாயிருந்தது. திருமண வேலைகளில் ஈடுபடாத எவருக்கும் அதன் பிரமாண்டமும் நுட்பமும் பிடிபடாமல் என்ன பெரிய வேலை என்றே எண்ணுவார்கள். இவனின் அப்பாவையிழந்த அம்மா பெரும்பாலும் தனியறையிலும் எப்போதாவது தங்கையுடனும் இருந்தார். பட்டுப்படவை வாங்கச் செல்லும் இவன்தான் வெற்றிலை பாக்கும் வாங்கவேண்டும். கோவிலில் பூசைக்கு தேவையானதை எடுத்துக் கொடுக்கும் இவன்தான் சமையலுக்கான தாளிப்பு பொருட்களையும் எடுத்துதர வேண்டும். வாழைக்காயைக் காணோமே என சமையல்காரர் வந்து நிற்பார். அதை எடுத்துக் கொடுக்கும்போதே நிச்சயப் பத்திரிக்கை படிக்க தேங்காய் பழம் வேண்டும் என பங்காளி வந்து நிற்பார். எடுத்துக்கொண்டு இவனும் உடன் செல்வான். ஒவ்வொன்றையும் இவனே பார்க்கவேண்டியிருந்தது. அத்தனைக்கும் இவனையே அணுகினார்கள். வெள்ளத்தில் மிதக்கும் தெப்பம்போல தன்னை உணர்ந்தான். அப்போதும் வள்ளியின் முகம்தான் இவனை சோர்ந்து போகாமல் புத்துணர்ச்சியுடன் இயங்க வைத்தது.

திருமணம் முடிந்த மூன்றாம் நாள் மாப்பிள்ளை வீட்டாரின் மறுவீடு பார்க்கும் நிகழ்வும் ஐந்தாம்நாள் பெண் வீட்டாரான இவர்கள் மாப்பிள்ளை வீட்டிற்கு சென்று தாலி பெருக்கி போடுவதுமான நிகழ்வோடு திருமண நிகழ்வு முடிவுக்கு வந்தது. அன்று மாலை வீட்டில் இருந்தபோதுதான் தங்கையின் வெற்றிடத்தை உணர்ந்தான். பெண் அழைப்பின்போது அம்மாவும் தங்கையின் தோழிகளும் நீர்கசிய நின்றார்கள். இவனுக்கு, நேரமாகிறதே இவர்கள் தாமதப்படுத்துகிறார்களே... நல்ல நேரத்திற்குள் சென்று சேரவேண்டுமே என்ற பதைப்புதான் மிகுந்தது. தங்கை நிரந்தமாக வேறு இல்லத்திற்குச்

செல்கிறாள் என்பது அப்போது உறைக்கவில்லை. அதிகமாக பேசி மகிழ்ந்திராவிட்டாலும் ஒரு இளம்பெண் வீட்டில் இருந்ததே நிறைவாயிருந்தது. வீடு இப்போது வெறுமை கொண்டுவிட்டதை உணர்ந்தபோது விழிகளில் நீர் வழிந்தது. இவன் திண்ணையில் அமர்ந்து நீர் சிந்துவதைக் கண்ட அம்மா அருகில் அமர்ந்து இவன் கைகளைப் பிடித்துக் கொண்டார். அவரின் விழிநீர் இவன் கைகளில் சிந்தியது. “ஊரே மெச்சுற மாரி தங்கச்சி கல்யாணத்த பண்ணீட்டயா. அவ இங்க இல்லையேன்னு வருத்தப்படக்கூடாது. அவ, அங்கே நல்லா இருக்குற பாக்குறதுதான் இனி நமக்கு சந்தோசம்...” எனக் கூறியவாறு அவன் தோளில் சாய்ந்து கொண்டார்.

இரண்டு நாட்களுக்குப் பிறகு இவன் வீட்டினுள் அமர்ந்து எதையோ படித்துக் கொண்டிருந்தபோது வீட்டின் பின்பக்கம் பெரும் அலறல் கேட்டது. அம்மா பசுவிடம் பால் கறக்க சென்றாரே என்று எண்ணியபடியே விரைந்து ஓடினான். அம்மா கல்லுக்காலின் மேல் தலையில் அடிபட்டு விழுந்து கிடந்தார். அவரின் இரண்டு கால்களையும் இறுக்கி கன்றுக்குட்டியின் கயிறு சுற்றியிருந்தது. பால் கறந்துவிட்டு கன்றுக்குட்டியை அவிழ்த்திருப்பார். கன்றுக்குட்டி செல்லும் துடிப்பில் இவரையே இரண்டு சுற்று சுற்றிய பின் ஓடியிருக்கும். அம்மாவின் கால்களைக் கயிறு இறுக்கியதால் நிலை தடுமாறிக் கீழே விழுந்திருக்கிறார். நடந்ததை சில கணங்களில் உணர்ந்து கயிறை நெகிழ்த்தி கன்றை பசுவிடம் அனுப்பிவிட்டு அம்மாவைத் தூக்கினான். தலையில் ரத்தம் கசிந்தது. கையில் ரத்தத்தை உணர்ந்தவுடனேயே உள்ளமும் உடலும் பதறியது. வீட்டிற்கு வெளியே திண்ணையில் அம்மாவை சாய்த்து அமர்த்திவிட்டு பெரிய வீட்டு வைத்தியண்ணனிடம் கேட்டு அவர்களின் மாட்டு வண்டியை ஓட்டி வந்தான். அம்மாவின் அலறல் கேட்டே சுற்றியிருந்தவர்களெல்லாம் கூடிவிட்டார்கள். வண்டியைப் பார்த்து ஒதுங்கினார்கள். அம்மாவின் அருகில் அமர்ந்திருந்த ராசம் பெரியம்மா கைகளை உதறியபடி கதறி அழ ஆரம்பித்தார்.

திருமணத்திற்குதான் அழைப்பு வந்தவர்கள் மட்டும் வருவார்கள். இறப்பிற்கு விசயம் அறிந்த அனைவரும் வருவார்கள். இத்தனை ஆண்டுகள் ஊரின் நல்ல கெட்ட விசயங்களில் பங்கு கொண்டவரின் இறப்பு

என்பதால் பல ஊர்களிலிருந்தும் அன்பர்கள் வந்தார்கள். இப்போது செந்தமிழன் எந்த வேலையும் செய்யவில்லை. இவன் எத்தனையோ துக்க இல்லங்களுக்குச் சென்று உதவியிருக்கிறான். இவன் வீட்டு வேலைகளை யார் யாரோ பகிர்ந்து கொள்கிறார்கள். வேலைகளை யாரோவொருவர் கூற பிறிதொருவர் செய்ய காலம்காலமாய் நடப்பது போல இயல்பாக எல்லாம் நடந்தது. இவன் வருபவர்களுக்கு கை கொடுப்பதும் துக்கம் அதிகமாகும்போது எதிர் வருபவரை கட்டிக் கொண்டு கதறுவதுமாக இருந்தான். தங்கையும் அவள் கணவன் வீட்டாரும் வந்தபோது இவனின் கதறலை கேட்ட அனைவரின் விழிகளிலுமே நீர் சொட்டியது. அத்தனை திட்டமிட்டு செய்யும் திருமண நிகழ்வில் பல பொருட்கள் வாங்காமல் விடுபட்டிருக்கும், சில விசயங்கள் செய்யாததால் குறையாகக் கூறப்படும். ஆனால், எதிர்பாரா நிகழ்வான துக்க வீட்டில் எல்லாம் சீராக நிகழும். எந்தக் குறையையும் பெரிதுபடுத்தாமல் கடந்து போவார்கள். காத்திருந்து வேண்டுமென்றே வம்பிழுப்பவர்கள் இல்லாத இடங்களிலெல்லாம் சுமுகமாகவே நிகழும். இவன் வீட்டிலும் அப்படியே நிகழ்ந்தது.

மூன்றாம் நாள் பாலூற்றிய பின் வந்திருந்த அனைவரும் காரியத்திற்கு வருவதாகப் பேசிக்கொண்டு, வழக்கப்படி செந்தமிழனிடம் சொல்லிக் கொள்ளாமல் சென்றார்கள். மகிழ்வோடு பழகாதவன் துக்கத்தையும் தனிமையின் துணை கொண்டே தீர்த்துக் கொள்வான் எனக் கருதிய நண்பர்கள் உணவு கொண்டுவந்து தந்துவிட்டு உடன் அமர்ந்திருப்பதை அவன் விரும்பமாட்டான் என்ற எண்ணத்துடன் விலகிப் போனார்கள். இவன் திண்ணையில் அமர்ந்திருந்தான். வீட்டிற்குள் நுழையவே முடியவில்லை. வெறுமை எத்தனை அடர்த்தியானது என்பதை உணர்ந்தான். தனிமையை போக்கிக்கொள்ள சில உபாயங்கள் உண்டு. ஆனால் வெறுமையை போக்குவதற்கான எந்த வழியும் இவனுக்குத் தட்டுப்படவில்லை. நினைவுகள் பெருகிப் பெருகி வெறுமையை மேலும் மேலும் விரிவும் அடர்த்தியுமாய் மாற்றிக் கொண்டிருந்தன. சிறு பிராயத்திலிருந்து அம்மாவையும் தங்கையையும் சேர்ந்து கண்ட அத்தனை நினைவுகளும் எழுந்து வந்து கொண்டேயிருந்தன. அவர்களிடம் மனம் விட்டுத் தான் பேசாமலிருந்தாலும் இத்தனை நினைவுகளையும்

தன்னுள்ளே பாதுகாத்து வைத்துள்ளதை வியப்புடனும் துயருடனும் நோக்கிக் கொண்டிருந்தான். முன்பே இதை உணர்ந்திருந்தால் எத்தனை மகிழ்வாக இருந்திருக்கும். இனி மீளவே வாய்ப்பில்லாதபோது இந்நினைவுகள் இருப்பது பெரும் கொடுமையானதுதான். எண்ணங்கள் எங்கெங்கோ சென்றபோதுதான் ஒரு மின்னற்கணத்தில் வள்ளியின் முகம் நினைவில் தோன்றி மறைந்தது. எப்படி வள்ளியின் நினைவு எழாமல் இத்தனை நாட்கள் கடந்தன. துயர் ஏற்படும் நேரத்தில் துயரைப் பெருக்கும் நினைவுகளே வந்து மனதை கொந்தளிக்க செய்கின்றன. மகிழ்வின் சிறு துளி நினைவுக்கு வந்தாலும் மனம் அதனைப் புறந்தள்ளி துயருடன் இருக்கவே விரும்புகிறது. மனதின் இயல்பே துயரைப் பெருக்கிப் பெருக்கி அதற்குள்ளேயே அமிழ்வதுதான் போலும். இல்லையாயின் ஏன் வள்ளியின் முகத்தை நினைவுக்கு வராமல் மறைக்கிறது?

வசந்தாவைக் கடைசியாகப் பார்த்தது எப்போது? இருண்மையில் அழுந்திக் கிடந்த நினைவை மேலிழுத்து தேடினான். மிக மெதுவாக தெளிந்து வந்தது. ஆம், கடிதம் கொடுத்தபோது கண்டதுதான் கடைசி. அப்ப அம்மாவின் இறப்புக்கு வரவில்லையா? வள்ளி வேற்றூர்க்காரி. அவர்கள் வீட்டில் அனுமதி கேட்பதெல்லாம் ஆகாது. வசந்தா வந்திருக்க வேண்டுமே. உள்ளூர் துக்க காரியத்தை தவிர்க்க மாட்டார்களே. வந்திருப்பாள். துயரிலும் அழுகையிலும் நனைந்திருந்தவன் கவனித்திருக்க மாட்டேன். ஆம்... ஆம் அப்படித்தான் இருக்க வேண்டும். இத்தனை துயருடன் இருப்பவனை வந்து சந்தித்து வள்ளியைப் பற்றி ஏதேனும் கூறி தேற்ற முற்பட்டிருக்கலாம். இதென்ன யோசனை. இப்படி நடக்க முடியுமா. திருமணம் ஆகாத சிறு பெண், இளம் ஆண் மகனிடம் பேசி அவன் துயரை மாற்றுவதெல்லாம் நடக்கும் காரியமா. துயரிலிருந்து வெளிவர தன் மனம் விரும்புவதை உணர்ந்து கொண்டான். காலையில் வசந்தாவைப் பார்த்து பேசலாம் என்று முடிவு செய்துகொண்டு திண்ணையிலேயே படுத்து உறங்க முயற்சித்தான்.

காலையில் விழித்தவுடன் வசந்தாவைக் காண வேண்டும் என்ற எண்ணம் தோன்றியது. அவளை தனிமையில் சந்திப்பதற்கான இடங்களை யோசித்தபடியே ஊர் சாவடிக்கு அருகிலிருந்த கடைக்குச் சென்று டீ குடித்தான். இப்போது வயலில் வேலையில்லாத காலமென்பதால் பலரும்

சாவகாசமாக வெற்று உரையாடல்களில் ஈடுபட்டிருந்தனர். வசந்தா செத்தை கூட்டச் செல்லும் இடங்களைப் பற்றி யாரிடமும் வினவாமல் இவனே யோசித்தான். மற்ற எதற்கும் இல்லையென்றாலும் காதலுக்கு நண்பர்களின் தேவை அவசியம் என்பதை உணர்ந்தபடி இரு இடங்களைக் கணித்து அவற்றுள் அருகில் இருந்த இடத்திற்கு முதலில் சென்றான். சாவடியிலிருந்து நான்கு கொல்லைகளுக்கு அடுத்து வேப்பமரம் படர்ந்து நின்ற கொல்லை வசந்தா குடும்பத்திற்கு சொந்தமானது. கொல்லைகளில் மரம் உதிர்த்து தரையில் கிடக்கும் செத்தைகளை கூட்டி அள்ளிச் சென்று வீட்டிற்கு அருகிலிருக்கும் குப்பைக்குழியில் கொட்டுவார்கள். மாட்டுச் சாணிகளையும் அள்ளி அதிலேயே போடுவார்கள். விதைப்பதற்காக வயலை உழுவதற்கு முன்பு நன்றாக மட்கியிருக்கும் இந்தக் குப்பையை அள்ளிச் சென்று வயலில் தெளிப்பார்கள். யாருடைய குப்பைக்குழி அதிகமாக நிரம்பியுள்ளது என்கிற போட்டி பிள்ளைகளிடம் வெளிப்படையாகவும் பெரியவர்களிடம் உள்ளுக்குள்ளும் நிகழும். தனது கொல்லைக்குள் கிடந்த செத்தையையும் சேர்த்து பக்கத்து கொல்லைக்காரி கூட்டியள்ளிவிட்டாள் என அவ்வப்போது வாய்ச்சண்டையும் நடக்கும்.

செந்தமிழன் சென்றபோது பிரம்புக் கூடையில் கூட்டிச் சேர்த்த செத்தைகளை அள்ளி அமுக்கிக் கொண்டிருந்தாள் வசந்தா. இவனின் காலடியோசை கேட்டுத் திரும்பியவள் இவன் முகத்தைக் கண்டவுடன் ஒரு கணம் அவளின் உடல் முழுக்க அதிர்ச்சி பரவியது. வள்ளிக்கு திருமணமாகிவிட்ட செய்தியை எப்படி இவனிடம் கூறுவது என தவித்திருந்தவள், அவன் தங்கையின் திருமணம் முடிந்தவுடன் கூறலாம் என சற்று ஒத்திப்போட்டாள். திருமணம் முடிந்த சில நாட்களில் அவன் அம்மா இறந்ததைக் கேட்டபோது பெரிதும் துடித்தாள். இறந்துபோன அவன் அம்மாவுக்காக மட்டுமல்லாமல் தான் எப்படி அந்த விசயத்தைக் கூறப் போகிறேன் என்றும் அதை அவன் எவ்வாறு தாங்கிக் கொள்வான் என்றும் யோசித்து யோசித்து மனம் கலங்கி மறுகிக் கொண்டிருந்தாள். இப்போது எதிர்பாராமல் இவனைக் கண்டவுடன் இந்த இக்கட்டை எப்படிக் கடப்பது என யோசனை ஓடியது. அவன் தன் பொலிவு மொத்தத்தையும் இழந்து உடலும் முகமும் சோர்ந்திருந்தான்.

வள்ளியின் திருமண விபரத்தைக் கூறி அவன் நிலையை இன்னும் மோசமாக்க வேண்டாம் என உள்ளுக்குள் ஒரு குரல் வேண்டியது. கூடையைத் தூக்கி தலையில் வைத்துக் கொண்டு கிளம்ப ஆயத்தமானாள். அவனின் முகத்தில் பதற்றம் ஏற்பட்டது. வள்ளியைப் பற்றி ஏதாவது சேதி தெரிந்துகொள்ள வந்தால் அவள்பாட்டுக்கு கிளம்புகிறாளே எனச் சிறிது சினம் ஏற்பட்டது.

சற்று தூரத்தில் மாட்டு வண்டி வரும் ஓசை கேட்டதும் வசந்தாவிற்கு சற்று ஆசுவாசம் தோன்றியது. ஆனால் அவனின் பதட்டம் கூடியது. தலையில் வைத்த கூடையுடன் அவனைக் கடக்கையில், "வள்ளிக்கு கல்யாணம் ஆயிடுச்சு. அவசரக் கல்யாணம். சுருக்கமா முடிச்சிட்டாங்க. நீங்க அவள மறந்துட்டு மத்த வேலைகளப் பாருங்க..." என அவசரமாகக் கிளம்பினாள். வண்டிச் சத்தம் அருகில் கேட்டதால் இவன் எதுவும் திருப்பி கேட்கும் முன் விரைவாகக் கடந்துவிட்டாள். எதிர்பாராமல் பெரும் அனல் தன்னைத் தாக்கியதாக உணர்ந்து உடல் துடிக்க அமர்ந்தான். ஒரு விசயம் இத்தனை துயரளக்குமா? "கொடும் வெஞ் சொல் செவிசுடத் தேம்பினாள்..." என சீதையின் துயரை கம்பன் கூறியுள்ளதாக கல்லூரி படித்தபோது சிரித்திருந்தான். அதென்னப்பா கொடுமையான வெம்மையான செவியைச் சுடுமளவிற்கான சொல். அப்படியொன்று இருக்க முடியுமா என்று கெக்களித்தான். அதைவிட பன்மடங்கு துயரைத் தரும் சொற்களும் உள்ளதை இப்போது உணர்ந்தான். எத்தனை எளிதாக இந்த வார்த்தைகளை உதிர்த்து விட்டுச்சென்றாள். கூர்மையான ஆயுதம்கொண்டு இலகுவாக கிழித்துவிட்டு சென்றுவிட்டாளே. அவளுக்குத் தெரியுமா ரத்தம் பீறிட விழுந்து கதறுபவனின் வேதனை. எப்படி நிகழ்ந்திருக்கும். வள்ளி எப்படி சம்மதித்திருப்பாள். அவள் அப்பாவும் முரட்டு பிடிவாதக்காரராக தெரியவில்லையே. மோகனாவின் திருமணம் முடியட்டும் என்றுதானே கூறினேன். இது அதிக தாமதம் இல்லையே. என்னை நிராகரித்து செல்லுமளவிற்கு என்பக்கம் வேறென்ன குறைபாடுள்ளது. சாதியைப் பார்த்திருப்பார்களா. அத்தனை மூர்க்கமான சாதிப் பெருமிதப் கொண்டவர்களாகவும் தெரியவில்லையே... காலம் காலமாக தொடரும் பந்தம் என்றல்லவா கருதினேன். இத்தனை விரைவாக கனவுகூட

கலையாதே. கடைசியாக விடை பெற்றபோது அவள் முகத்தில் அணுவளவும் மாறுபாடு தெரியவில்லையே. என்ன நிகழ்ந்திருக்கும்... ஏன் இத்தனை அவசரமாக நடத்தினார்கள். கேள்வியால் தன் மனதையே குடைந்து கொண்டிருந்தான். விடைகளுக்குப் பதிலாக இன்னும் பல கேள்விகளை மனம் உருவாக்கியது. உடலுழைப்பின்போது ஏற்படும் களைப்பு சிறு ஓய்வில் நீங்கிவிடும். ஆனால் மனதில் ஏற்படும் களைப்பு ஓய்வினால் பெருகிப் பெருகி பெரும் ஆழத்திற்குள் அமிழ்த்துகிறது. எந்தத் திசை நோக்கினாலும் அடர் இருண்மை. இன்னும் இன்னும் உள்ளே அமிழவே உள்ளம் விழைகிறது. துயர் கொள்வதை உள்ளம் எத்தனை உவகையோடு ஏற்கிறது என்பதை வியப்புடன் ஓர் உள்விழி நோக்கியது. தனக்குள்ளேயே தன்னை நுழைத்துக் கொள்வது போல அப்படியே உடல் குறுகி படுத்தான்.

"தமிழ்... தமிழ்..." எங்கோ தூரத்தில் குரல் ஒலித்தது. யார் குரலது. என்னையல்லவா அழைக்கிறது. நான் வெளியே வரமாட்டேன் துயரின் ஆழம் எத்தனை இன்பமாய் உள்ளது. இதை நீங்கமாட்டேன். தமிழ்... தமிழ்... மீண்டும் அழைக்கிறதே. இந்தக் குரல் வள்ளியுடையதா? ஆம் அப்படித்தான் தோன்றுகிறது. சட்டென துள்ளி விழித்தான். அவள் நின்று கொண்டிருந்தாள். அவளின் தோற்றம் கசங்கலாகத் தெரிந்தது. கனவாக இருக்குமோ. "தமிழ்... தமிழ்..." இப்போது விழியை அழுந்த மூடிவிட்டு நிதானமாகத் திறந்தான். உச்சி வெயில் கண்களை கூசச் செய்தது. வசந்தா நின்று கொண்டிருந்தாள். உள்ளம் மீண்டும் தொய்ந்து ஆழ்ந்தது. வெறுமனே அவளை நோக்கினான்.

"தமிழ், நான் சொன்ன விசயம் ஒங்களுக்கு எவ்ளோ கஷ்டமாயிருக்கும்னு எனக்குப் புரியிது. ஏற்கனவே அம்மாவ எழந்துட்டு வருத்தத்தோட இருக்கீங்க. இதத் தாங்கறது கஷ்டந்தான். பின்னாடி தெரியிறத விட இப்பவே தெரிஞ்சா எல்லாக் கஷ்டத்தையும் சேர்த்தே கடந்திடலாம்னுதான் சொன்னேன்..."

இவன் எதுவும் கூறாமல் விரல்களால் நிலத்து மணலை அலைந்து கொண்டிருந்தான். சாலையில் செல்பவர்களுக்கு தெரியாத வண்ணம் உயரமாக வளர்ந்திருந்த கள்ளிச் செடியினருகில் இவனை நோக்கி வசந்தா அமர்ந்து கொண்டாள்.

“வள்ளியோட கல்யாண விசயத்தை முன்னமே சொல்லனும்னுதான் நெனச்சேன். தங்கச்சி கல்யாண வேலையில இருக்குறப்ப சொல்லி ஒங்கள வருத்தப்பட வைக்க வேண்டாம்னுதான் சொல்லலை. கல்யாணம் முடிஞ்சு பத்து நாளைக்குள்ளேயே அம்மா வேற போயிட்டாங்களே எப்படி சொல்றதுன்னு பரிதவிச்சுக்கிட்டே இருந்தேன். கேத வீட்டுக்கு வந்தப்ப ஒங்கள கண் கொண்டு பாக்கமுடியல. யாரு வர்றாங்க யாரு போறாங்கங்குற சொரணைகூட இல்லாம இருந்தீங்க. கொஞ்ச நாள் போனதுக்கப்புறம் சொல்லிக்கிடலாம்னு மனச அடக்கிக்கிட்டேன். நீங்களா காலையில வந்தப்பக் கூட சொல்லவேண்டாம்னுதான் இருந்தேன். ஒரு வினாடி என்னவோ தோனி சட்டுன்னு சொல்லிட்டேன். ..”

செந்தமிழன் அவள் கூறுவதைக் கேட்கிறானா இல்லையா என்று ஐயத்தை ஏற்படுத்தும் வண்ணம் ஒரு சிறிய வேப்பங்குச்சியை வைத்து தரையில் கோடிழுத்துக் கொண்டிருந்தான். வசந்தா அதைப் பெரிதாகக் கருதாமல் தொடர்ந்து கூறினாள்.

“அதைக் கேட்டு நீங்க எந்தளவுக்கு ஒடைஞ்சு போவீங்கன்னு தெரியும். அதைப் பாக்கப் பொறுக்காமத்தான் வேகமாப் போனேன். வீட்டுக்குப் போனப்புறம்தான் ஒங்களுக்கு ஆறுதல் சொல்லக்கூட யாருமிலெலையே. பரிதவிச்சும் போவீங்களேன்னு ஒங்க வீட்டுப் பக்கம் சாவடிப் பக்கமெல்லாம் தேடுனேன். கடைசியா எதுக்கும் பாக்கலாம்னு வந்தா இங்கேயே கெடக்குறீங்க... இதுக்கு நானும் ஒரு காரணம்னு நெனைக்கிறப்ப வேதனையா இருக்கு” அவளது குரல் லேசாக கம்மியது.

ஊருக்குள் அலைந்திருக்கிறாள் என்பதை அறிந்ததும் இவனுக்கு அவள் மேல் பரிவு தோன்றியது. நான் கவலைப்படுவேன் எனத் தேற்றுவதற்காக தேடி வந்திருக்கிறாளே. நல்ல மனசுக்காரிதான் என்ற எண்ணத்துடன் நிமிர்ந்து அவளைப் பார்த்தான்.

“விசயத்த சொல்லீட்டங்கள்ல... அதுக்கப்புறம் எதுக்கு ஒங்களுக்கு சிரமம்... வள்ளி கல்யாணம் பண்ணிக்கிட்டதுக்கு நீங்க என்ன பண்ணுவீங்க...” என்று கூறி விரக்தியாய் சிரிக்க முயன்றான். அந்த முயற்சியில் தோற்று முகம் விகாரமாய் மாற தலையைக் குனிந்து கொண்டான்.

"கல்யாணம் முடிஞ்சிடுச்சுன்னு சொன்னவுடனே வள்ளி மேல கோபப்பட்டு அவளத் திட்டியிருப்பீங்க. அது தப்பில்ல. ஆனா எதுக்காக அந்தக் கல்யாணம் பண்ணிக்கிட்டான்னு ஒங்கக்கிட்ட சொல்லனும்னுதான் வந்தேன். இல்லையின்னா என் மனசு ஆறாது..."

வள்ளியைத் திட்டினோமா என இவன் யோசித்துப் பார்த்தான். ஏன் நடந்தது என மண்டையை உடைத்துக் கொண்டானே தவிர அவளை ஒரு வார்த்தையும் திட்டவில்லை என்பதை வியப்புடன் உணர்ந்தான். அப்ப ஏதோ காரணம் இருக்கிறது. அதானே இக்கட்டான நிலையில்லாவிட்டால் வள்ளி மாறியிருக்கமாட்டாள். சாதாரண உணர்வா இது, மிக எளிதாக தவிர்த்துச் செல்ல என்று எண்ணங்கள் நகர வசந்தா கூறப் போவதைக் கேட்பதற்காக செவி கூர்ந்தான். பார்வையைத் திருப்பி செந்தமிழனைப் பார்த்த பிறகு கூறினாள்.

"வள்ளி கல்யாணம் பண்ணிக்கிட்டது ரெண்டாம் தாரமா... அதுவும் மூனு புள்ளைங்களுக்கு அப்பாவை..." என்று நிறுத்தி இவனைப் பார்த்தாள். நிமிர்ந்தவனின் அதிர்ச்சியை பிரதிபலித்த விழிகளைக் கண்டவுடன் பார்வையை விலக்கி மீதத்தைக் கூறினாள்.

"அவளோட அப்பா அம்மாவெல்லாம் கட்டாயப்படுத்தலை. இவளாத்தான் கட்டிக்கிறேன்னு சொல்லியிருக்கா. எனக்கும் மொதல்ல அதிர்ச்சியாத்தான் இருந்துச்சு. ஏண்டின்னு கேட்டதுக்கு கனவுல சாமி வந்துச்சுங்குறா..."

"என்னது சாமியா?" இதுவரை பேசாமல் இருந்தவன் காதில் விழுந்த வார்த்தையை சரியாகத்தான் கேட்டோமா என்ற ஐயத்தை தீர்த்துக் கொள்ளும் முகமாகக் கேட்டான். சாமி இல்லையென்று ஊருக்குள் சொல்லிக் கொண்டு திரிகிறவனுக்கு சந்தேகம் வரத்தானே செய்யும்?

"ஆமா... சாமிதான். அதுவும் மூனு பிள்ளைகளோட வந்திச்சாம். ஒரு அக்கா ரெண்டு தம்பிகன்னு. அதுல கால் சரியில்லாத சின்னவன இடுப்புல வச்சிருந்திச்சாம்... இவகிட்ட அந்தப் புள்ளைகள இவதான் காப்பத்தனும்னு வாக்கு வாங்கிக்கிச்சாம். ஏதோ கனவுன்னுதான் இருந்திருக்கா. ஆனா அந்த மனுசன் பொண்டாட்டிய ஏதோ வியாதிக்கு பலி கொடுத்துட்டு இடிஞ்சி போயி இவங்க வீட்டுப் பக்கம்

வந்திருக்காரு. அவருக்கு இருக்குற அந்தப் புள்ளைகளப் பத்தி வள்ளியோட அப்பா சொன்னதும் சாமிக்கு கொடுத்த வாக்க நெறவேத்தறேன்னு சொல்லி அவரக் கட்டிக்கிறேன்னு வள்ளி சொல்லிடுச்சு... அவளா எடுத்த முடிவுல உறுதியாயிருந்தா. எல்லாரும் ஒத்துக்கிற மாதிரி ஆயிடுச்சு..." என்று சொல்லி முடித்தவுடனேயே பெரிய பாரத்தை இறக்கிவைத்ததென அவள் முகம் ஆசுவாசம் அடைந்தது.

"இத ஒங்ககிட்ட சொன்னதுக்கு முக்கியக் காரணமே ஒங்கள அவ நிராகரிச்சிட்டா, ஏமாத்திட்டா, துரோகம் பண்ணிட்டான்னு எதையாவது நெனச்சுக்கிட்டு மனம் கொமைஞ்சுக்கிட்டு திரியாம ஒங்க வாழ்க்கைய வாழனும்னுதான். அவ ஒங்கள பிடிக்காமயோ வெறுத்தோ போகல கனவுலயா இருந்தாலும் கொடுத்த வாக்க காப்பாத்தனும்னு போயிருக்கா. நீங்க மத்த ஆம்பளைங்க மாதிரியில்ல. புரிஞ்சுக்கிடுவீங்கன்னு நம்புறேன்..."

அவன் மனதில் ஏற்படும் கொந்தளிப்புகளை முக மாற்றத்தின் மூலம் உணர்ந்து கொண்டிருந்தாள். காலையில் கேட்ட விசயத்தை விட இப்போது கேட்ட விசயம் பெரும் அதிர்வை ஏற்படுத்தியிருப்பதை அவள் அறிந்து கொண்டாள்..

"நான் ஏதாவது தீங்கு செய்துட்டேன்னு நெனச்சீங்கன்னா அதுக்காக மன்னிப்பு கேட்டுக்கிறேன். இதுலேர்ந்து சீக்கிரம் மீண்டு வர்றதுக்கான வழியப் பாருங்க. அது நல்லவழியா இருக்கட்டும்.." என்று கூறியபடி கிளம்புவதற்கான எத்தனிப்புடன் எழுந்தாள். அதை உணர்ந்தவன் "அவ கனவுல வந்த சாமி எது..." எனக் கேட்டான்.

"கீழாநிக்கோட்டை பெத்தாயிதான்..." எனக் கூறிவிட்டு வேக நடையில் சென்றாள்.

மேப்பமரத்தின் உச்சியில் அமர்ந்திருந்த குயில் ஒன்று கூவியது. அதற்கு பதிலுரைக்கும் வணணம் கோவிலுக்கு அடுத்திருந்த கொல்லையில் ஏதோ மரத்திலிருந்து மற்றொரு கூவல் எழுந்தது. மரத்தில் ஓடிய அணில்களின் வேகத்தில் சில பழங்கள் கீழே விழுந்தன. செந்தமிழன் கூறியவற்றைத் தன் மனக்கண்ணில் காட்சிகளாக விரித்துப் பார்த்துக் கொண்டிருந்த சுந்தரம் அவர் அடுத்து சொல்வதற்காக காத்திருந்தான். யாருக்கிட்டேயும் அதிகமா பேசறதுக்கே

பிடிக்கிறதில்லை. ஆனா ஒங்ககிட்ட நெறையப் பேசனும்னு தோனுது என்று கூறியே முதலில் தொடங்கினார்.

"வள்ளிக்கு கல்யாணம் ஆயிடுச்சுங்குற செய்திய விட அவ எதுக்காக பண்ணிக்கிட்டாங்கிற செய்தி எனக்கு ரொம்ப அதிர்ச்சியா இருந்துச்சு. அது மனசுல ஓடிக்கிட்டே இருந்துச்சு. அப்படியே நாளும் ஓடி அம்மாவோட காரியம் முடிஞ்சதும் அவங்களோட போட்டோ ஒன்ன மாட்டி வெளக்கேத்துனேன். அப்ப ஒருவிசயம் தீச்சுட்ட மாதிரி சட்டுன்னு புரிஞ்சிச்சு..."

"இப்போ அம்மா எனக்கு சாமிதானே? இது மாதிரித்தானே பெத்தாயியும், வேம்புலி அம்மனும், வேணியம்மையும் அவங்கள கும்பிடற சனங்களுக்கு? இதப் புரியாம சாமியில்லையினு ஊருக்குள்ள சொல்லிக்கிட்டு திரியறமேன்னு எனக்கே வெக்கமாயிருந்துச்சு. மனுசன் உருவாகி எத்தனையோ ஆயிரம் வருசமாச்சு. அவங்க அவங்க வாழ்க்கையை தொடர்ந்து வாழ்றதுக்கு பற்றுக்கோடா ஒன்ன புடிச்சிக்கிறதுக்கு கடவுள் சாமின்னு பேர வச்சு வணங்கிட்டு இருக்காங்க. எத்தன தலைமுறையா இந்த முறை தொடர்ச்சியா வந்துக்கிட்டு இருக்கு. அதப் புரிஞ்சுக்காம நடுவுல வந்த ஒரு குலத்துங்காரங்கள எதுக்கிறதுக்காக சாமியே இல்லையின்னு கூப்பாடு போட்டு சிலைய ஒடைக்கிறது முட்டாளதனம்னு எனக்கு தோனுச்சு..."

"வெளியவே போகாம இதே யோசனையாவே இருந்தேன். எத்தனை நம்பிக்கையிருந்தா கனவுல கொடுத்த வாக்குக்காக விரும்புன ஒருத்தன விட்டுட்டு மூனு புள்ளைங்களுக்கு அப்பனா இருக்குறவருக்கு ரெண்டாம் தாரமா போவான்னு நெனச்சு நெனச்சே மாஞ்சு போயிட்டேன். கொடுத்த வாக்க காப்பத்துறதுக்காக வாழ்க்கையையே கொடுத்திருக்கான்னா இவ எப்படிப்பட்ட பெண்ணுன்னு மனசு அப்படியே கொதிச்சு உருகுச்சு. அப்புறம்தான் இந்தப் பெத்தாயி சாமியா ஆன கதையைக் கேட்டுத் தெரிஞ்சுக்கிட்டேன். வள்ளி வேற ஒருத்தர கல்யாணம் பண்ணிக்கிட்டாலும் என் மனசவிட்டு அவள விலக்கவே முடியல. முன்னாடியே சொன்ன மாதிரி அந்த உணர்வ ஒருமுறை அடைஞ்சிட்டா திரும்பமுடியாதுன்னு தோனிடுச்சு. என் தங்கச்சி சொன்ன மாதிரி, இன்னொரு பொண்ணோட வாழ்றதப்பத்தி என்னால நெனைச்சுப் பாக்கவே முடியல. வாழ்க்கையில

வேற எதுமேலயும் ஒரு விருப்பம் ஏற்படல. வள்ளி செஞ்ச காரியத்து மேலேயே நெனப்பு இருந்துச்சு. வள்ளிய மாதிரியே என் வாழ்க்கையையும் பெத்தாயிக்கே கொடுக்கலாம்னு ஒரு யோசனை சிறு துளியா எட்டிப் பாத்தப்பவே அத்தனை இனிமையா அப்படியே மனசு பறக்குற மாதிரி இருந்துச்சு. அப்பவே முடிவெடுத்திட்டேன் இங்கே வர்றதுன்னு...”

“நெலத்தையெல்லாம் ஒத்திக்கு வச்சிட்டேன். ஒரு நெலத்துல வர்றத மட்டும் தங்கச்சிக்காக தனியா வச்சுக்கிட்டு மத்ததெல்லாம் கோயிலுக்கு கொடுத்திடுறேன். தங்கிச்சிக்கு தாய் வீடுன்னு அவ பிள்ளைங்களுக்கு தாய்மாமன்னு இல்லாமப் போயிட்டா அம்மா நிம்மதியா இருக்கமாட்டாங்கன்னு தோனிச்சு. அவ வீட்டு விசேசங்களுக்குப் போவேன் மொற செஞ்சிட்டு ஒரு நேரம் மட்டும் சாப்பிட்டுட்டு வந்திருவேன். ஆனா எங்காலத்துக்கப்புறம் நெலம் கோயிலுக்குன்னு எழுதி வச்சிட்டேன்...”

“நீங்க இது எல்லாத்தையும் காதலுக்காகத்தான் செஞ்சீங்கன்னு எடுத்துக்கலாமா?”

“ஆமா... ஆனா வள்ளி மேல வச்சிருந்த காதல் இல்ல. காதல்ங்கிறது என்ன... எதிர்பார்ப்பில்லாம அன்பு செலுத்தி அதிலேயே திளைக்கிறது. வள்ளி மேல உண்டானத அப்படியே இந்தம்மா பெத்தாயியை நோக்கி திருப்பிட்டேன்... எந்தச் சுமையுமில்லாம அன்றாடத்துல மட்டும் வாழ்றது எத்தன சொகமாயிருக்கு தெரியுமா... அத வார்த்தையில சொல்லவும் முடியாது. உணர்ற வரைக்கும் மத்தவங்களால புரிஞ்சிக்கிடவும் முடியாது ...”

உள்ளம் நெகிழ அத்தனையையும் கேட்டுக் கொண்டிருந்தான் சுந்தரம். சின்னம்மா தன் விருப்ப வாழ்வை விட்டு தங்களுக்காக வந்துள்ளதை எண்ணியபோது நெக்குருகியது. கூடவே லெட்சுமணன் சின்னம்மாவின் இடுப்பிலேயே இரண்டு ஆண்டுகள் அமர்ந்து அவர் கூறியவற்றை கேட்டுக் கொண்டிருந்தான் என்பதும் நினைவுக்கு வந்து மனதிலொன்று தெளிந்து விழிகள் கலங்கின. ஆனால் அவருக்குத் தெரிந்துவிடக் கூடாது என்பதற்காக கட்டுப்படுத்தியபடி அமர்ந்து கொண்டிருந்தான்.

“இது, அவங்க சாமி இருக்குற கோயிலாச்சே. அவங்கள திரும்ப பாத்திருக்கீங்களா..”

“எத்தனையோ பேரோட அவங்களும் வந்து போகலாம் நான் குறிப்பா யாரையும் கவனிக்காம என் வேலைகள பாத்துட்டிருப்பேன். நீங்க கேக்குற உள்ளர்த்துக்கு சொல்லனும்னா கல்யாண முடிவ எடுத்ததே என் வள்ளியில்ல. அதே தோற்றத்துல இருந்த வேறு ஆள்...”

சிறிது நேரம் எதுவும் பேசாமல் இருவரும் தங்களுக்குள் ஆழ்ந்திருந்தார்கள். ஒலிப்பான் ஒலியால் கலைந்து எழுந்தார்கள். மாலை நேர பூசைக்கான பூமாலைகளை ஒருவர் இருசக்கர வாகனத்தில் கொண்டுவந்து செந்தமிழனிடம் கொடுத்து, “சாமி, ரெண்டு மாலையும் உதிரிப் பூவும் இருக்கு. நாளைக்கி காலையில சிறப்பு பூசை எதுவும் இருக்கா இல்ல எப்பவும் போலயா...” என்று கேட்டார்.

“வழக்கமா கொடுக்குற மாதிரியே கொடுங்க” என்று செந்தமிழன் கூறியதும் அவர் கிளம்பினார். பின்னால், பூசாரி வருவது தெரிந்தது. சுந்தரம் செந்தமிழனைப் பார்த்து நான் கௌம்புறேங்கய்யா என்று கைகூப்பினான்.

“நல்லபடியா போயிட்டு வாங்க. சின்னம்மாவ அனுசரனையா பாத்துக்கிடுங்க...” எனக் கூறியபடி திரும்பிச் சென்றார்.

25

2011

வள்ளியின் வீடு விழாவிற்கான மிடுக்குடன் திகழ்ந்தது. வாசலின் இருபுறமும் குலை தொங்கிய வாழைமரம் கட்டப்பட்டிருந்தது. வீட்டின் உள்ளேயும் வெளியேயும் சணல் கயிறுகளில் பனையோலைக் கூந்தல்களும் மாவிலைகளும் தோரணமாகக் கட்டப்பட்டு தொங்கின. புதிதாக வண்ணம் பூசப்பட்ட வீடு விளக்கொளியில் மிளிர்ந்தது. இந்த மிளிர்வு வீட்டிற்கு வந்தவர்கள் முகங்களிலும் பிரதிபலித்துப் பூரிக்கவைத்தது.

சுந்தரமும் செல்வியும் மகனுடன் வந்திருந்தார்கள். லெட்சுமணன் மனைவி கல்யாணி இளைய மகள் ரஞ்சனி மூத்தமகள் காவ்யா அவள் கணவன் ராசுவையும் அழைத்து வந்திருந்தான். பெரியநாயகியும் தன் குடும்பத்திலுள்ள எல்லோருடன் வந்திருந்தார். செந்தில் மனைவி அகல்யா மற்றும் பையனுடன் வந்திருந்தான். செல்வியின் அப்பா அம்மா அண்ணன் அண்ணனின் மனைவி எல்லோரும் காலையில் வருவதாகக் கூறியிருக்கிறார்கள். அகல்யாவின் அப்பா அம்மாவும் காலையில் வருவார்கள். இவர்களின் முக்கிய உறவினர்கள் எல்லோரையும் வள்ளி அழைத்திருக்கிறார். உள்ளூருக்கும் சொல்லியிருக்கிறார். அவர்கள்தான் தங்கள் குடும்பத்து விழாவாகக் கருதி அனைத்து வேலைகளையும் பார்த்தும் கேட்டும் செய்கிறார்கள். வள்ளியின் கடின வாழ்வை உடனிருந்து தினமும் கண்டவர்கள் என்பதால் அவளின் பாடு ஒரு முடிவுக்கு வந்ததில் நிறைவு கொண்டார்கள். அவரை வெறுப்பவர்கள் என ஊரில் யாருமில்லை. அந்த

வீட்டில் நிகழவுள்ள புதுத் தொடக்கம் நல்லவிதமாக தொடங்கி காலகாலத்திற்கு தொடரவேண்டும் என்பதில் எல்லோருக்குமே பெரும் ஆவல் இருந்தது.

அன்று பெத்தாயிக்கு நடைபெற்ற அபிசேகத்தைக் கண்டு அவளது கதையையும் கேட்ட வள்ளிக்குச் சின்னதாக ஒரு யோசனை தோன்றியது. சிறிது நேரத்திலேயே பெருவிழைவாக மாறி அவரை ஆட்கொண்டது. இத்தனை ஆண்டுகள் அவளை வணங்கிக் கொண்டிருந்தாலும் அபிசேகம் பார்ப்பதற்கும் அவள் கதையைக் கேட்பதற்கும் இன்றைக்குத்தான் வாய்த்திருக்கிறது. இப்போதே இந்த எண்ணமும் தோன்றியுள்ளது. இதை செயல்படுத்துவதற்கு என்ன செய்வது என்பது பற்றி யோசிக்க ஆரம்பித்தாள். செய்வதா வேண்டாமா என்ற யோசனையின்றி செயல்படுத்துவதை நோக்கி யோசனையோடியதை வியப்புடன் கவனித்தார்.

முதலில் குறிசொல்லியிடம் சென்று செண்பகத்தின் இப்போதைய இருப்பை அறிவதென்று முடிவு செய்தாள். முன்பு அரிவாள்மேல் நின்று குறிசொல்லிய அம்புராணி குறிமுனி இப்போது இல்லை. அவ்வப்போது காணாமல் சென்று திரும்பி வந்து கொண்டிருந்தவர் ஐந்தாண்டுகளுக்கு முன் திரும்பாமலேயே மறைந்துவிட்டார். திருப்பத்தூரில் இருக்கிறார் ஏம்பலில் இருக்கிறார் என யார் மூலமாவது தகவல் வரும். அது உண்மையில்லையென சில நாட்களில் தெரியவரும். இப்போது அவர் இருந்த இடம் பெரிய பங்களாவாக மாறி நிற்கிறது. மலேசியா சென்று வந்த ஒரு கல்லூர்காரன் கட்டியிருப்பதாக பேச்சு.

ஜெயங்கொண்டான் பூசாரி நன்றாக குறி சொல்வதாக புதுப்பட்டிக்கு சென்றுவரும்போது இரண்டு பெண்கள் பேசிக்கொண்டு வந்தது நினைவுக்கு வந்தது. கீழாநிலைக் கோட்டையிலிருந்து பேருந்தேறி புதுவயல் சென்று இறங்கி அங்கிருந்து ஏம்பல் செல்லும் பேருந்தேறி ஜெயங்கொண்டான் சென்றார். யாரிடமும் விசாரிக்காமல் செல்கிறோமே, சூரியன் வேறு மறையப் போகிறதே இந்நேரத்தில் பூசாரி இருப்பாரா என்ற கேள்வி உள்ளுக்குள் எழுந்தபோதும் ஏதோவொரு திடமான நம்பிக்கை அவரை இயக்கியது. பூசாரி இருப்பார் நல்லகுறி சொல்வார் என்றே தோன்றியது. காலையில் சுந்தரத்தை திட்டி கண்ணீர் சிந்தி அழுதுவிட்டு வீட்டிலிருந்து

கிளம்பும்போதே மனம் லேசாக இருந்ததை உள்மனம் இப்போது சுட்டியது. இன்று நடப்பதெல்லாம் வியப்பாகவே உள்ளதை காணும்போது மகிழ்வாக இருந்தாலும் சிறு அச்சமும் தொடர்ந்துகொண்டுதான் இருந்தது.

பேருந்திலிருந்து இறங்கி அருகிலிருந்த கடையில் பூசாரி பற்றி வினவினார். கடையிலிருந்தவர் அங்கிருந்தே பார்க்கும் தூரத்திலிருந்த சிறு கோவிலை சுட்டிக் காட்டினார். இவர் செல்லும்போது சூரியன் முழுதாக மறைந்துவிட்டது. சாலைவிளக்குகள் ஒளிரத் தொடங்கின. பத்துப்பேர் சம்மணமிட்டு அமருமளவிற்கு இடமுள்ள சிறிய அம்மன் கோவில். குளக்காளியம்மன் என சிவப்பு வண்ணத்தில் எழுதப்பட்டிருந்தது. இதைப் பார்த்ததும்தான், அருகில் கிடந்த சிறிய பள்ளம் முன்பு குளமாகப் பயன்பட்டிருக்கிறது என்று வள்ளிக்குப் புரிந்தது. உள்ளே இரண்டு ஆண்களும் மூன்று பெண்களுமாக ஐந்து பேர் அமர்ந்திருந்தார்கள். அவர்களுள் முதன்மையானவராக தெரிந்த வெள்ளை வேட்டியும் முழுப்பனியனும் அணிந்திருந்தவர்தான் குறி சொல்லிக் கொண்டிருந்தார். அடர்த்தியான மீசை வைத்து சுத்தமாக மழித்திருந்த அவரின் தோற்றம் இவருக்கு ஆச்சர்யமளித்தது. வெளியே திண்டில் அமர்ந்தார்.

உள்ளேயிருந்தவர்கள் வெளியே வந்ததும் பூசாரி வள்ளியை நோக்கி, “அம்மா, சாமி கும்பிட வந்தீங்களா இல்ல குறி பாக்கனுமாம்மா?” என்று கேட்டார். அக்குரல் மென்மையான கரிசனத்துடன் ஒலித்தது. இவர் எழுந்து உள்நுழைந்து மஞ்சள் உடை உடுத்தி நின்ற அம்மனை கைகூப்பி வணங்கிவிட்டு, “குறி பாக்குறதுக்காக வந்திருக்கேன்” என்றார். ஒக்காருங்கம்மா என அவர் சுட்டிய இடத்தில் அமர்ந்தார்.

‘என்ன விசயம்மா? ஒங்களுக்கு என்ன தெரியனும்..?”

“நான் கீழக்குடியிலேர்ந்து வர்றேன். எங்க வீட்டு ஆளுங்க மேல அம்பது வருசத்துக்கு முன்னாடி ஒரு பொண்ணோட சாபம் விழுந்திருக்கு. இப்ப அதோட வீரியம் எப்படியிருக்குன்னு தெரியனுங்க...” என்றார்.

பூசாரி கையருகில் இருந்த சிறிய பித்தளைப் பெட்டியைத் திறந்து உள்ளே மஞ்சள் பட்டுத்துணி மேல் கிடந்த வெண் சோழிகளை வலது கையால் அள்ளினார். அவற்றைக் குவித்த

கைகளுக்கிடையே வைத்துக் கொண்டு விழிகளை மூடி உதடுகள் அசைய வேண்டிக்கொண்டார். கைகளை மேலும் கீழுமாகக் குலுக்கியபோது சோழிகள் உரசிக்கொள்ளும் சத்தம் பலமாகக் கேட்டது. நிமிர்ந்து பார்த்த வள்ளிக்கு ஒருகணம் பூசாரியின் மேனி சுடர்வதுபோலத் தோன்றியது. வந்தபோது இருந்த மனிதரில்லை இப்போதிருப்பவர் என்று தோன்றியதும் உடலில் மெய்ப்பு ஏற்பட்டது. பூசாரிக்குப் பின்னால் தெரிந்த அம்மனின் இதழ்களில் புன்னகை படர்ந்திருந்தது. விரித்திருந்த சிவப்புத் துணியின்மேல் சோழிகளை தெளித்தார். ஆறு சோழிகளும் பற்கள் காட்டி நகைத்தன. சில கணங்கள் நோக்கியவுடன் சோழிகளை எடுத்து மறுபடி குலுக்கி தெளித்தார். மூன்று சோழிகள் தலையைத் திரும்பிக் கொள்ள மூன்று மட்டும் புன்னகைத்தன. மூன்றாவது முறையாகப் போட்டபோது ஆறுமே தலை திருப்பிக் கொண்டன. வள்ளி உள்ளம் பதைக்க பார்த்துக் கொண்டிருந்தார். சோழிகளை அள்ளி அவை இருந்த பெட்டியிலேயே இட்டு மூடிவிட்டு வள்ளியை நோக்கினார்.

"நீங்க சொன்ன மாதிரி அம்பது வருசத்துக்கு முன்னால பெருஞ்சாபம் விழுந்திருக்கு. கொஞ்ச நாள்ல அதோட வீரியம் கொறஞ்சாலும் அதோட பாதிப்பு இருந்துச்சு. ஆனா இப்ப அதோட வீரியம் ஒன்னுமில்ல. உங்க குடும்பத்தில இருந்த பிரச்சனையெல்லாம் தீந்திடும்மா..." என்று அவர் கூறிக் கொண்டிருக்கும்போதே வள்ளியின் உள்ளம் நெகிழ்ந்துருக விழிகளில் இருந்து நீர் வழியத் தொடங்கியது.

பூசாரி, வள்ளி மீள்வதற்காகக் காத்திருந்தார். தன்னை சிறிது சமன்படுத்திக் கொண்ட வள்ளி, "சாமி... இன்னைக்கிதான் என் குலசாமி பெத்தாயி சாமியான கதையத் தெரிஞ்சுக்கிட்டேன். அதைக் கேட்டதுமே எனக்கு ஒரு யோசனை வந்துச்சு. இப்ப அதை எப்படியாவது நடத்தனும்னு தோனுது. யாருக்கிட்ட கேக்குறது எப்படி செய்யிறதுன்னு எதுவும் புரியல. நீங்கதான் எனக்கு ஒதவனும்..."

"என்ன விசயம்னு சொல்லுங்கம்மா. என்னால செய்யக் கூடியதுன்னா கண்டிப்பா செய்றேன்" என்றார்.

வள்ளி தான் செய்ய விரும்பிய காரியத்தை அவரிடம் விவரித்தார். பூசாரி சிறிது தயங்கிபடி வள்ளியின் முகத்தை நோக்கினார். வள்ளியின் முகத்தில் பரவியிருந்த விழைவையும்

இறைஞ்சுதலையும் கண்டவுடன், "சரிம்மா செஞ்சிடலாம். எனக்குத் தெரிஞ்ச ரெண்டு பேர் இருக்காங்க. அவங்களையும் சேர்த்துக்கிட்டு நல்லபடியா நடத்திடலாம். ஒரு வாரத்துக்கு அப்புறம் வாங்க அவங்கக்கிட்ட கலந்துகிட்டு எப்படிப் பண்றது எவ்வளவு செலவாகுங்கிறது சொல்றேன். அது ஒங்களால முடியும்னா தேதியையும் நேரத்தையும் பார்ப்போம்..." என்று கூறினார். வள்ளி அங்கிருந்த தாம்பாளத் தட்டில் ஐநூறு ரூபாய் தாள் ஒன்றை வைத்து அதன் மேல் ஒரு ரூபாய் நாணயத்தையும் வைத்து பூசாரியிடம் நீட்டினார். "என்னம்மா, அதிகமா வச்சிருக்கீங்களே..."

"பரவாயில்ல சாமி.. நல்ல விசயம் சொல்லியிருக்கீங்க. மனசு நெறைஞ்சு கொடுக்கிறேன். எடுத்துக்கங்க சாமி" எனக் கூறியதும் எடுத்துக் கொண்டார்.

கீழாநிலைக் கோட்டையிலிருந்து ஆட்டோவில் சென்று வீட்டிற்கு முன் இறங்கியபோதுதான் சுந்தரத்தின் நினைவு வந்து மனம் திடுக்கிட்டது. வரும் வழியெல்லாம் தான் எண்ணும் காரியம் நடந்தால் எத்தனை சிறப்பாக இருக்கும் என்பதைப் பற்றியே எண்ணங்கள் ஓடிக் கொண்டிருந்தன. கதவு வெளியே தாழிட்டிருந்ததைக் கண்டதும் தன்மேல் கோபம் கொண்டு கிளம்பிவிட்டிருப்பானோ என்ற குறுகுறுப்புடன் கதவைத் திறந்து விளக்கைப் போட்டாள். இப்போது சாப்பிட என்ன செய்வது. சுந்தரம் எங்கே சென்றான் என்பதை எப்படி அறிவது எனக் கேள்விகள் எழுந்த வண்ணம் இருந்தது.

"அம்மா வந்துட்டீங்களா? நீங்க எப்ப வருவீகன்னுதான் ரொம்ப நேரமா வழியையே பாத்துக்கிட்டிருந்தேன்..." என்று கூறியபடி குப்புவின் மனைவி வந்தாள்.

"என்னத்தா விசயம்... எனக்காகக் காத்திருக்க?" ஆச்சர்யத்துடன் கேட்டார்.

"மதியத்துக்கு மேல உங்க மூத்தபுள்ள என் வீட்டுக்காரரோட வண்டிய எடுத்துக்கிட்டு போனாக. சாயங்காலமா அவரோட மச்சான் மணி வந்து எங்க வண்டிய விட்டுட்டு ஒங்க பிள்ள அங்கதான் இருக்காக எங்கேன்னு தவிக்கவேண்டாம்னு ஒங்ககிட்ட சொல்லச் சொன்னாக" என்று கூறியதும் வள்ளி மனதில் நிம்மதி பரவியது. சட்டியில் கிடக்கும் கஞ்சியை

ஊறுகாயை தொட்டுக் கொண்டு குடித்துவிட்டு படுத்துக் கொள்ளலாம் என எண்ணுகையிலேயே மனம் இனிமையை உணர்ந்தது. வள்ளியின் முகத்தில் மலர்ச்சியைக் கண்டதும், "சரி வரேன்மா" எனக் கூறிக் கிளம்பியவளின் இரண்டு கைகளையும் தன் கைகளால் சில கணங்கள் அழுத்திப் பிடித்துக் கொண்டிருந்துவிட்டு விடை கொடுப்பதெனத் தலையாட்டினார்.

*****

அந்த அறைக்குள் அமர்ந்து மூன்று பூசாரிகளும் மந்திரம் உச்சாடனம் செய்தார்கள். மூவரும் ஒன்றாகக் கூறும்போது ஒலி கார்வை கொண்டு ஒரு திடப் பொருளையெனவே செவிகள் உணர்ந்தன.

கடந்த ஒன்பது நாட்களாக அவர்கள் வந்து மந்திரம் படிப்பதாக சுந்தரத்திடம் குப்பு கூறினான். தினமும் சின்னம்மாவும் குப்புவின் மனைவியும் சேர்ந்து வீட்டைக் கழுவித் தூய்மை செய்வதாகவும் மாவிலையும் வேப்பிலையும் கொத்துகளாகப் பறித்துக் கொண்டுவந்து பூசைக்குத் தருவதாகவும் கூறினான்.

அன்று செந்தமிழனைச் சந்தித்த பிறகு வீட்டிற்கு வந்தான் சுந்தரம். சின்னம்மா வேர்க்கடலையை உடைத்து பருப்பெடுத்துக் கொண்டிருந்தார். 'டப் டப்' என்ற சத்தம் மட்டும் ஒலித்தது. இவன் உள்ளே நுழைந்ததும் சின்னம்மாவின் முகம் என்ன உணர்வுகளைக் காட்டுகிறது எனக் கவனித்தான். குற்றவுணர்ச்சியுடன் பரிதாபமான பாவத்திற்கு முகம் மாறியது. இவன் செய்த காரியத்திற்காக கோபம் வராமல், நேற்று இவனைத் திட்டியதற்காக அவர் மனம் வருந்துவதை உணர்ந்தபோது தன் மேலேயே சுந்தரத்திற்கு கோபம் வந்தது. ஆனாலும் எல்லாவற்றையும் சரி செய்ய உறுதிகொண்டதை எண்ணித் தணிந்தபடி சின்னம்மாவின் அருகில் சென்று வேர்க்கடலைகளை தள்ளி வைத்துவிட்டு அவரருகில் அமர்ந்தான். அவர் இவனின் செய்கையை புரியாத வியப்புடன் பார்த்தார். பெரும் வாஞ்சையுடன் சின்னம்மாவின் கைகளைப் பிடித்துக் கண்களில் ஒற்றிக் கொண்ட பின் மிதமாக அழுத்தியபடி பிடித்திருந்தான். இருவரின் கண்களிலும் நீர் துளிர்த்து சில துளிகள் சொட்டின.

“என்னாச்சுப்பா.. இப்படிக் கலங்குற?” குரல் கம்மியிருந்தது.

“பெத்தாயி கோயிலுக்குப் போயிட்டு வந்தேன்மா..” என்று அவன் கூறியதும் அவர் கைகளில் ஏற்பட்ட மென்நடுக்கத்தை இவன் உணர்ந்தான். சில கணங்களில் நடுக்கம் நின்று தீர்க்கமாக ஒன்றை உணர்ந்து கொண்டதென நிலையாக இருந்தது. சின்னம்மா இவன் அறிந்ததை உணர்ந்துவிட்டதாக சுந்தரத்திற்கு தோன்றியது. அவர் முகம் தெளிவடைந்திருந்தது. எதையும் அவரிடம் விவரிக்க வேண்டிய அவசியமில்லை எனப் புரிந்ததும் அமைதியாக அதே நிலையில் அமர்ந்திருந்தான்.

சிறிது நேரத்திற்குப் பிறகு சின்னம்மாவே அமைதியைக் கலைத்தார். “இத்தனை வருசமா ஒங்க யாருக்கும் தெரியாத ஒரு விசயம் இருக்கு. யாரும் சொல்லியிருக்க மாட்டாங்கன்னுதான் நெனைக்கிறேன். ஏன்னா தெரிஞ் சிருந்தா என்கிட்ட கேட்டுருப்பீங்களே...” என்று தொடங்கியதும் சுந்தரத்திற்கு ஆர்வம் வந்தது. இவன் விழிகள் விரிந்ததைக் கண்டதும் செண்பகத்தின் கதையை முழுதாகச் சொன்னார். செண்பகத்திற்கு இக்குடும்பத்தினர் இழைத்த கொடுமை, அதனால் அவள் பட்ட ஆற்றவொண்ணாத் துயர், அவளாக எதுவும் செய்ய இயலாத நிலையில் வேறொரு சக்தியை நாடியது, அந்தச் சக்தி இக்குடும்பத்தை கருமேகமென மூடி இத்தனை ஆண்டுகள் ஏற்படுத்திய இன்னல்கள்... அனைத்தையும் முன்னும்பின்னுமாக நினைவில் கோர்த்து வைத்திருக்கும் வரிசையில், இடையிடையே வறண்ட தொண்டையை நீரால் ஈரமாக்கியபடி கூறி முடித்தார்.

செந்தமிழன் கூறியவற்றைக் கேட்ட திகைப்பே மறையாதிருக்கும்போது சின்னம்மா கூறிய விசயத்தைக் கேட்டதும் சுந்தரத்திற்கு மயக்கம் வருவதாகத் தோன்றியது. சின்னம்மா கூறியதில் பாதிதான் நிகழ்ந்தது. மீதி நிகழ்ந்ததாக யூகித்தது என்பது சுந்தரத்திற்கு புரிந்தது. ஆயினும் அதனை மறுப்பதற்கு இவனிடம் எந்தத் தர்க்கமும் கைவசமில்லை. அப்படியே இருந்தாலும் சின்னம்மா பல்வேறு உணர்வுநிலைகளுக்கு மாறி கூறும் விசயத்தை மறுத்து வாதிட இவனால் முடியாது என்பதையும் உணர்ந்தான்.

முத்தாய்ப்பாக சின்னம்மா தான் ஒரு முடிவெடுத்திருப்ப தாகச் சொல்லி, கூறிய விசயம் இவனை வியப்பின் உச்சிக்கு கொண்டு சென்றது. இந்தக் காலத்திலும் இப்படி நடக்குமா.

நடத்துவதற்கு ஆள் இருப்பதாகக் கூறுகிறாரே அவர்கள் பணத்தை வாங்கிக் கொண்டு ஏமாற்றிவிட்டால் அதை அறிவதெப்படி? ஞானக்கண் உள்ளவர்களுக்குதான் கடவுள் காட்சி தருவார் என ஒரு திரைப்படத்தில் ஊரையே ஒருவன் ஏமாற்றியதுபோல இவர்களும் ஏதாவது ஏமாற்று வேலை செய்தால். இதற்கு தம்பிகள் ஒப்புக்கொள்வார்களா... அவர்கள் இருவரும் சின்னம்மா சொல்லுக்கு மறுசொல் யோசிக்காதவர்களாயிற்றே... சின்னம்மாவும் என்னிடம் சம்மதம் கேட்கவில்லை, தகவல் கூறுகிறார்கள் அவ்வளவுதான். அவர்கள் செய்யும் பூசை தவறுதலாகி எதிர் விளைவுகளை ஏற்படுத்திவிட்டால்... எதிர் விளைவுதான் ஏற்கனவே நிகழ்ந்துவிட்டதே, இதற்குமேலும் நிகழ என்ன இருக்கிறது... என்று எண்ணங்கள் ஊஞ்சல் போல இரு பக்கமும் போய்வந்து கொண்டிருந்தன. கடைசியாக இதுவரை தான் குடும்பத்திற்காக நல்லது எதையும் செய்யவில்லை. சின்னம்மா எண்ணுகின்ற காரியத்தை இயற்றட்டும் என்ற தீர்க்கமான முடிவை எட்டியபோது பெரும்பாரம் இறங்கியதென இவன் மனம் இலகுவானது.

சின்னம்மாவிடம் விடைபெற்றுக் கொண்டு காணடுகாத்தான் சென்று வண்டியை விட்டுவிட்டு சென்னைக்கு கிளம்பினான். இவன் முகம் குழப்பம் நீங்கி தெளிவாக இருந்ததை கண்டே மாணிக்கம் மாமா நடந்தவற்றை ஓரளவு யூகித்திருப்பார் என்பதால் அவரிடம் விரிவாக பிறகு கூறிக்கொள்ளலாம் என்ற எண்ணத்துடன் உடனே கிளம்பினான்.

காலை உணவு உண்டவுடனேயே செல்வியிடம், “லெட்சுமணன் வீட்டிற்குச் செல்கிறோம். நான் மட்டும் பேசறேன். நீ எதுவும் சொல்லாமல் நடப்பதை மட்டும் கவனித்தால் போதும்“ எனக் கூறி அழைத்துச் சென்றான். செல்விக்கு இவன் நடத்தை வியப்பளித்தது. அவர்கள் வீட்டிற்கு செல்வதென்றால் அவர்களை அரவணைத்துக் கொள்ளப் போகிறானோ என்ற ஐயம் தோன்றியது. இத்தனை ஆண்டுகள் இருந்த குணம் இரண்டு நாளில் எப்படி மாறிவிடும் என இவளுக்குப் புரியவில்லை. ஆனாலும் இவளால் ஆவதொன்றுமில்லை. அவன் என்ன நினைக்கிறானோ அதை நோக்கி அவனுடன் செல்வதையே தனது வழக்கமாக கொண்டுள்ளாள். தனக்கென எந்த முடிவையும் மேற்கொள்ளாதவள். ஊற்றப்படும் பாத்திரத்திற்குள் நிரம்பும்

நீர்போலவே கணவன் எண்ணப்படி செயலாற்றுபவள். என்ன நடந்தாலென்ன. அவனோடு உடனிருப்பதைத்தானே இத்தனை ஆண்டுகள் செய்து வருகிறோம், இப்போதும் அதையே கடைபிடிப்போம் என்ற முடிவுடன் செல்வி கிளம்பினாள்.

இருசக்கர வாகனத்தில் இருவரும் கிளம்பினார்கள். சுந்தரம் முதல்முறையாகச் செல்கிறான் என்பதால் செல்விதான் வழி சொன்னாள். இவர்கள் வீட்டிலிருந்து நான்கு தெருக்கள் தள்ளியிருந்த தெருவினுள் நுழைந்து அதன் கடைசியில் மேற்கே உள்நுழைந்த குறுக்குத் தெருவிற்குள் வீடு. குறுகிய தெரு என்பதால் வண்டி செல்லுமளவிற்கு வழியில்லை. வண்டியை தெருவிலேயே நிறுத்திவிட்டு சந்துக்குள் நுழைந்தார்கள். சந்தின் நடுப்பகுதியில் முதல் மாடிக்கு அழைத்துச் சென்றாள். லேசாக திறந்திருந்த கதவை இரண்டு தடவை ஆள்காட்டி விரலின் நுனியால் தட்டினாள் செல்வி. கதவைத் திறந்த கல்யாணி முதலில் திகைத்து பின் சிறு பதட்டத்துடன் வாங்க என்று கூறியபின் கதவை முழுதாகத் திறந்துவிட்டு உள்ளே சென்றாள். லெட்சுமணன் தரையில் அமர்ந்திருந்தான். அவர்களின் இளைய மகள் ரஞ்சனி ஒரு நாற்காலியில் அமர்ந்து படித்துக் கொண்டிருந்தாள். ஒரு வரவேற்பறை இடப்பக்கம் சமையலுக்கான தடுப்பு வலப்பக்கம் கழிவறை. மொத்தப் புழக்கமும் இந்த அறையில்தான் என்பதை உணர்ந்த சுந்தரத்தின் மனம் துயரடைந்தது. இவர்களைக் கண்டவுடன் லெட்சுமணன் முகம் மலர எழுந்தான். வாங்கண்ணா வாங்கண்ணி என்று கூறி, 'உட்காருங்க' என நாற்காலியை சுட்டினான். ரஞ்சனி திகைப்புடன் எழுந்து நின்றாள்.

சுந்தரம் நாற்காலியில் அமர்ந்தார். செல்வி, டீ போடுவதற்காக அடுப்பறைக்குள் சென்ற கல்யாணியை இப்போதுதான் குடித்துவிட்டு வந்தோம் என்று கூறி வற்புறுத்திக் கூட்டி வந்தாள். சுந்தரம் நேரடியாகவே விசயத்திற்கு வந்தான். "லெட்சுமணா, அந்த மாதிரி பேசுனத நெனச்சுப் பாத்தா எனக்கே வெக்கமா இருக்குது. இப்ப ஊருக்குப் போயிட்டு வந்ததுல பல விசயங்கள தெரிஞ் சுகிட்டேன். அதெல்லாத்தையும் அப்புறம் சாவகாசமா சொல்றேன். இப்ப வந்தது ஒங்கள நம்ம வீட்டுக்கு கூட்டிட்டுப் போறதுக்குதான். நான் அன்னைக்கி பேசுனதயெல்லாம்

மனசுலேர்ந்து அழிச்சிடுங்க. ஏம்மா கல்யாணி ஒனக்கும்தாம்மா சொல்றேன்...” என்று கூறியவுடன் குரல் எழவில்லை. தொடர்ந்து என்ன சொல்வது என தெரியாமல் லெட்சுமணனையே நோக்கினார். அவன் முகத்தில் அதே புன்னகை நிலைத்திருந்தது. பெயருக்கேற்றவாறு அதே குணத்துடன் அண்ணன் சொல்லைக்கேட்டே வாழ்ந்து கொண்டிருக்கிறான். நான்தான் அவனுக்கு அண்ணன்போல் இல்லாமல் ஒரு பங்காளியைப் போல் நடந்துகொண்டேன். அதற்கு வேறொரு புறக்காரணியும் உண்டென சின்னம்மா கூறினாலும் என் ஆழுள்ளத்திலும் அப்படியொரு விழைவு இல்லாமல் அது சாத்தியமாகியிருக்காது. இப்போது கூட மன்னிப்புக் கேட்க மனசு வரவில்லையே என தனக்குள் ஓடும் எண்ணங்களை வேடிக்கை பார்த்தபடியே கல்யாணியின் முகத்தை நோக்கினான். அவள் முகத்தில் பதட்டம் மறைந்து மகிழ்ச்சி வழிந்தது. செல்வி கல்யாணியின் கைகளை ஆதுரத்துடன் பற்றியிருந்தாள். “சரி செல்வி... வீட்டிற்கு வருவதற்கான வேலைகளை அவர்களோடு சேர்ந்து பார். நான் கடைப் பக்கம் போறேன்” என எழுந்தான் சுந்தரம்.

“அண்ணே, ஒரு நிமிசம் இருங்க..” என்ற லெட்சுமணனின் வார்த்தைகளைக் கேட்டு அமர்ந்தான்.

“ஒங்க மேல எனக்கு எந்தக் கோபமும் இல்லண்ணே. ஒங்கள மாதிரி நான் புத்திசாலி கெடையாது. வெளி எடங்களுக்குப் போறது நாலு மனுசங்க கூட பழகுறது இதெல்லாம் எனக்குத் தெரியாது. நெறைய படிச்சவரு எல்லாம் தெரிஞ்சவரு நீங்க. நீங்க ஒரு முடிவ எடுத்தீங்க... அத நாங்களும் ஏத்துக்கிட்டோம். இப்ப அந்த முடிவ மாத்தறேன்னு நீங்க சொல்றீங்க. ஆனா அத என்னால ஏத்துக்க முடியாதுண்ணே...”

சுத்தரமும் செல்வியும் மட்டுமல்ல கல்யாணியும் ரஞ்சனியும் கூட லெட்சுமணன் கூறியதைக் கேட்டு அதிர்ந்துபோய் நின்றார்கள். கல்யாணியின் முகம் மகிழ்வெல்லாம் வடிந்து இறுக்கமானதாக மாறியது. அவன் குரலில் யாருமே இதுவரை காணாத உறுதியும் தீர்க்கமும் இருந்தன. சுந்தரம் தன் நிலையை விளக்கலாம் என எழுந்த எண்ணத்தை அவன் கூறி முடிக்கட்டும் என அடக்கினான்.

“நான் ஒங்க தம்பி. நீங்க என்ன சொன்னாலும் எந்தக் கேள்வியும் கேக்காம அப்படியே நடந்துக்குவேன். வான்னா

வருவேன், போன்னா போவேன். இப்ப மட்டுமில்ல... நான் இருக்கிற வரைக்குமே அப்படித்தான். ஆனா என்னை நம்பியிருக்குற பொண்டாட்டி புள்ளைங்கள அப்படியிருக்க சொல்றது நியாயமில்லேண்ணா. நேத்து வரைக்கும் அப்படித்தான் இருந்தாங்க. ஆனா பாறை மாதிரி உறுதியாயிருந்த அந்த நம்பிக்கை, விசுவாசம் எல்லாம் கண்ணாடி மாதிரி ஒடைஞ்சிடுச்சு. இனிமே ஒட்டாதுண்ணே...” சற்று நிறுத்தி நால்வரின் முகங்களையும் பார்த்தான். எப்போதும் ஒருவித தயக்கத்துடனேயே பேசுபவன் எப்படி யாராலும் குறுக்கிட முடியாதவாறு தொடர்ச்சியாக பேசுகிறான் என்ற வியப்பு அவற்றில் அப்பட்டமாக தெரிந்தது.

“கல்யாணிக்கும் ரஞ்சனிக்கும் இங்கே இப்படி கஷ்டப்படறதுக்குப் பதிலா இப்ப அங்கே வர்றது நல்லதுன்னு தோனலாம். ஆனா முன்ன இருந்த ஆளுங்க இல்ல இப்ப இருக்குறவங்க. அங்க சமையக்கட்ல பாத்திரச் சத்தம் கொஞ்சம் ஒரக்கக் கேட்டாலே அண்ணி தங்கள்மேல கோபமா இருக்காங்கன்னும், ஒங்க கொரலு லேசா ஒசந்தாலே தங்கள் மேல வெறுப்பா இருக்கீங்கன்னும் புலிக்காட்ல திரியிற மான் மாதிரி ஒருவித விதிர்ப்போடவே இருப்பாங்க. அத என்னால தாங்க முடியாதுண்ணே...”

“சரி இப்ப நீ என்னதான் சொல்ற. அங்க வரமுடியாதா... நம்ம அண்ணன் தம்பி உறவு அவ்வளவுதானா?”

“அண்ணே இவ்ளோ நேரம் நான் பேசுனது ஒங்கள கொற சொல்லவோ அண்ணன் தம்பி ஒறவு அத்துப் போச்சுன்னோ சொல்றதுக்கில்லேண்ணே. ஊர்ல எல்லா அண்ணன் தம்பிகளும் ஒரே வீட்ல இருக்கிறதில்லையே. தனித்தனி வீடுகள்ல இருப்போம்... மனசால சேர்ந்திருப்போம்னுதான்...”

அவனை சமாதானப்படுத்த எதையாவது கூறலாம் எனத் தோன்றினாலும் அவனது நிதானமான பேச்சும் அவன் முகத்தில் நிலைத்திருந்த மென்னகையும் அதைத் தடுத்துவிட்டது. எதையோ சொல்லவந்த கல்யாணியும் லெட்சுமணனின் விழிகளைப் பார்த்து உள்ளொடுங்கினாள்.

மெல்லிய புன்னகை அழகானது இனிமையானது, அதே நேரம் திடமானதும் தகர்க்கவியலாத உறுதியானதும் கூட என்பதை சுந்தரம் நேரடியாக உணர்ந்தான்.

26

2011

அதிகாலையிலேயே எழுந்து செல்வியும் கல்யாணியும் வாசலில் ஐம்பத்தோரு இதழ்கள் கொண்ட தாமரை மலர்க் கோலமிட்டார்கள். அகல்யாவும் காவ்யாவும் வண்ணம் தீட்டுவதில் கலந்து கொண்டார்கள். முதலில் கோடுகளாக இழுக்க ஆரம்பித்தவர்கள் பிறகு வண்ணப்பொடிகளைக் கொண்டு ஓவியமெனத் தீற்ற ஆரம்பித்தார்கள். இன்னும் இன்னுமென மெருகேற்றினார்கள். சென்னையில் அவசரமாக நான்கு கோடுகளை இழுத்துவிட்டு செல்பவர்கள் இப்போது முடிக்க மனமில்லாமல் அதிலேயே திளைக்க விரும்பியதாகவும் நான்கு பெண்களும் ஒரே மனமாக இணைந்துவிட்டதாகவும் சுந்தரத்திற்குத் தோன்றியது. நால்வருமே அந்த ஓவியத்தினுள்ளேயே தாங்களும் ஓர் அங்கமாகிவிட முனைவதாகவே தெரிந்தது. அவர்களின் விழிகள் கனவில் ஆழ்ந்திருந்தன. சுந்தரத்தின் உள்ளம் நெகிழ்ந்தது. கூடியிருப்பதன் இன்பம் என்ன என்பதை உணர்வதற்காகத்தான் இத்தனை விழாக்களை ஏற்படுத்தியுள்ளார்கள் எனத் தோன்றியது. கோலம் போட்டது போதும் அடுத்த வேலையிருக்குது என்ற வள்ளியின் குரல் கேட்டதும்தான் மனசே இல்லாமல் விரிந்து படர்ந்திருந்த பிரமாண்ட மலரிலிருந்து இறங்கி ஏக்கத்துடன் பார்த்தபடியே வீட்டினுள் சென்றார்கள்.

நிகழ்விற்கு செல்வியின் அப்பா மாணிக்கம், அம்மா, அண்ணன் மணி, அண்ணி எல்லோருமே வந்துவிட்டார்கள்.

அகல்யாவின் அப்பா அம்மாவும் வந்தார்கள். ஒருவருக்கொருவர் முகமன் சொல்லி வணங்கிக் கொண்டு புன்னகை பூத்தபடி வலம் வந்தார்கள். நீண்ட நாட்களுக்குப் பிறகு ஒரு நல்லது நடக்கும் இல்லம் கூடியவர்களின் மகிழ்வால் ஒளி கொண்டு சுடர்ந்தது. லெட்சுமணன் மாப்பிள்ளை ராசுவை உறவினர்களுக்கு அறிமுகப்படுத்தினான். ராசுவும் மாமனாரின் குடும்பத்துடன் ஒரு இணக்கத்தை உணர்ந்தான்.

இந்த வீட்டில் பிறந்து அந்த மோசமான சம்பவத்திற்கு பிறகு வீட்டைவிட்டு வெளியேறிய தண்டபாணி மற்றும் ராமையா அய்யாக்களின் வாரிசுகள் வந்தார்கள். சின்னம்மா சுந்தரத்தையும் தம்பிகளையும் அவர்களுக்கு அறிமுகப்படுத்தினார். சாதி சங்கங்களில் அறிமுகமான முகங்கள்தான் என்றாலும் உறவுமுறை தெரிந்தபோது மனம் மலர கைகளைப் பற்றிக் கொண்டார்கள்.

வசந்தா தன் மகனையும் பேத்தியையும் அழைத்து வந்திருந்தார். சின்னம்மா அறிமுகப்படுத்தியதும் சுந்தரம் வசந்தாவின் கைகளை தன் கைகளால் பற்றிக் கொண்டான். பலரும் இருந்தபோதும் அவரவர் வேலைகளைக் கவனித்துக் கொண்டிருந்தனர். சுந்தரம் வசந்தாவை, "அத்தை, ஒங்ககிட்ட சில விசயங்க கேக்கனும்..." எனத் தனியாக அழைத்துச் சென்றான்.

"மாமா எப்ப எறந்தாங்க?" அவரின் திலகமிடாத வெள்ளை ரவிக்கை அணிந்த தோற்றத்தைக் கொண்டு அனுமானித்துக் கேட்டான். வள்ளிக்கு மகன் என்று அறிந்தபோதும் முன் எப்போதும் பேசியிராதவன் இப்படிக் கேட்டவுடன் தயங்கினார்.

"நீங்க என் கூடப் பேசாமயிருக்கலாம். ஆனா ஒருமாசமா ஒங்களப் பத்தி பல தடவ நெனச்சுப் பாத்திருக்கேன். செந்தமிழனுக்கும் வள்ளிக்கும் தூது போனவங்கதானே நீங்க?" என்று சுந்தரம் கூறியபோது அவள் முகம் வியப்புடன் விரிந்தது.

"எனக்கு எல்லாம் தெரியும். அவங்க ரெண்டு பேரும் எல்லாத்தையும் எங்கிட்ட சொல்லிட்டாங்க..." என்றவுடன் வசந்தாவின் உடலும் உள்ளமும் இயல்பாகின.

"வள்ளிக்கு கல்யாணமாகி ஆறு மாசத்திலேயே அறந்தாங்கில இருந்தவருக்கு என்னைக் கல்யாணம் பண்ணீட்டாங்க.

கடைத்தெருவில காய்கடை வச்சிட்டிருந்தோம். எங்களுக்கு ஒரு பையன் மட்டுந்தான். பையனுக்கு அஞ்சு வயசு இருக்கப்ப கருக்கல்ல காய் பறிக்கப் போனவர ஏதோ பூச்சிபட்ட கடிச்சிருச்சு. ஆளக் காணாமேன்னு தேடிப்போய் ஒடம்பத்தான் தூக்கிக்கிட்டு வந்தாங்க...”

“சின்னப் பையன வச்சுக்கிட்டு கஷ்டப்பட்டிருப்பீங்களே...”

“கஷ்டந்தான். யாருதான் கஷ்டப்படல. ஒங்க சின்னம்மாவா செந்தமிழனா. எல்லோருக்குமே ஒவ்வொரு விதமான கஷ்டம். ஆனா அத எப்படி எடுத்துக்கிறோங்கிறதுலதான் வித்தியாசம். அத கஷ்டம்னு நெனச்சா வாழ்க்கையே கசப்பா ஆகிடும். அதையே விரும்பி ஏத்துக்கிட்டா கொழந்தைய கொஞ்சுற மாதிரி கொஞ்சிக்கிட்டே வாழ்ந்திடலாம்...”

புரியாமல் நோக்கிய சுத்தரத்தைக் கவனித்த வசந்தா, “புரியலைல்ல? மொதல்ல இப்படி சின்னப் பிள்ளையோட விட்டுட்டுப் போன அவங்களையும் படைச்ச கடவுளையும் திட்டிக்கிட்டே இருந்தேன். ஒருநாள் ஒன் சின்னம்மா ஒந்தம்பியோட என் வீட்டுக்கு வந்தாங்க. ஏதோ வாங்குறதுக்கு வந்ததா சொன்னிச்சு. என் கல்யாணத்துக்கு, எம்மகன் பொறந்ததுக்கு அவுக எறந்ததுக்குன்னு மூனுதடவ அங்க வந்திருக்கா. ஆனா ஒரு தடவையும் ஆறஅமர பேச வாய்க்கல. இப்பதான் அவ மொகத்த நிதானமா பாத்தேன். அத்தன நிறைவா இருந்தா...”

“ஏன்டி, மூனு பிள்ளைகளோட கஷ்டப்படுவேன்னு நெனைச்சா இப்படி தெளிவாயிருக்கியேன்னு கேட்டேன். கஷ்டத்த விருப்பத்தோட ஏத்துக்கிட்டா அது கசக்காது புள்ள. அதவிட தித்திப்பா வேறொன்னும் கிடையாதுன்னா... அப்புறம்தான் யோசிச்சேன். கஷ்டம்னு ஒன்னுமே கெடையாது. நாம அத எடுத்துக்கிறதப் பொருத்துதான்னு...”

“அப்ப நீங்க சின்னப் பொண்ணுதானே... அவங்க ரெண்டு பேரோட முடிவப் பத்தி ஒங்களுக்கு என்ன தோனுச்சு?”

“அப்ப மட்டுமில்ல. இப்ப வரைக்குமே அவங்க ஏன் அந்த முடிவ எடுத்தாங்கன்னு என்னால புரிஞ்சுக்க முடியல. ஆனா அவங்க அவ்வளவு தீவிரமா இருக்கிறாங்கன்னா அவங்களுக்கு புடிச்சிருக்குன்னுதான் அர்த்தம். எனக்கு புரிலைங்கிறதால அது தப்புன்னு ஆயிடாதுல்ல. அத

மறுக்கவோ கேலி பண்ணவோ கூடாதுன்னு எனக்கே தான் உறுதியாயிருந்தேன்...”

அவரின் பதிலைக் கேட்டதும் சுந்தரத்தின் மனம் உவகை கொண்டது. புன்னகையுடனேயே,

“ஒரு விசயந்தான் பதில் தெரியாம இருக்கு. செந்தமிழன் கொடுத்த கடிதத்த சின்னம்மாக்கிட்ட சேத்துட்டீங்களா இல்லையா?” என்று கேட்டான். சிறிது நேரம் யோசித்து “அவ மொதல்ல வாங்கமாட்டேன்னுதான் சொன்னா. ஆனா அவ கையில நான் கொடுத்திட்டேன். அப்படித்தான் நெனைவிருக்கு... இத அவகிட்ட ஒன்னால கேக்கமுடியாதுல்ல?’ என்று புன்னகைத்தார்.

அப்போது சின்னம்மா இவனை அழைத்தார். ஒரு சாவிக்கொத்தைக் கையில் கொடுத்து அந்த கீழ ரூம்ல இருக்குற பெரிய பீரோவுல ட்ராவுல ரோஸ் கலர் பேப்பர்ல சுத்தி ரெண்டு கிராம் தங்கம் இருக்கு. அத எடுத்துக்கிட்டு வா...” எனக் கூறினார். அவன் அறைக்குள் சென்று பீரோவைத் திறந்து இழுப்பறையை இழுத்தான். அதில் பர்ஸும் இந்தியன் வங்கி கணக்கு புத்தகமும் இருந்தன. அருகில் அவர் எடுத்துவரச் சொன்ன தங்க வில்லை இருந்தது. அதை எடுத்துக்கொண்டு இழுப்பறையை மூடினான். அதை மூட முடியவில்லை. சற்று இழுத்து ஆட்டி மூட முயன்றான். அப்போது இழுப்பறை கொஞ்சம் வேகமாக வெளியே வந்தது. அதனுள்ளே பிரிக்கப்படாத பழுப்புநிற கடித உறை ஒன்று கிடந்தது. அதிலிருந்து மெல்லிய ஒளி கசிவதாக தோன்றியதால் அதை எடுக்க கை நீட்டினான். தொடும்முன் சின்னம்மாவின் குரல் அழைத்தது. அப்படியே மூடி பூட்டிவிட்டு விரைந்தான்.

காலைக்கும் மதியத்துக்குமான உணவுகள் அருகிலிருந்த காலி இடத்தில் தயாராகிக் கொண்டிருந்தன. சவுக்கு கொம்புகளை ஊன்றி தென்னங்கீற்றால் பின்னிய தட்டிகளால் சமையல் செய்வதற்கும் சாப்பிடுவதற்கும் தனித்தனியாக கொட்டகை அமைக்கப்பட்டிருந்தது. தமிழ்நாடெங்கும் சென்று சமையல் செய்யும் உள்ளூர் சமையல் மேஸ்திரி மணிகண்டன்தான் இந்தப் பொறுப்பை ஏற்றுக் கொண்டிருந்தார். இப்படியொரு நிகழ்ச்சி நடக்கவிருக்கிறது சமைக்க முடியுமா என்று வள்ளி கேட்டபோது முகம் மலர்ந்து

ஆச்சி என்னென்ன பண்ணனும்னு மட்டும் சொல்லுங்க, என் செலவுலேயே இதச் செஞ்சிடறேன் எனக் கூறினார். வள்ளி, ”பரவாயில்லப்பா ஒனக்கேன் சிரமம்?” என்றபோது, ”நீங்க செய்யிற பெரிய காரியத்திற்கு என்னாலான சிறிய காணிக்கையினு வச்சிக்கிடுங்க, இந்தப் பாக்கியத்த எனக்கு குடுங்க ஆச்சி” என்று தணிந்து கேட்டவுடன் வள்ளி நெகிழ்ந்து சம்மதித்தார். அவருடைய குழுவின் சிறப்பான பலகாரமான மென்மையான கந்தர்ப்பத்தை இரண்டு பெண்கள் எண்ணையில் ஊற்றி எடுத்துக் கொண்டிருந்தார்கள். மதியத்திற்கான இளநீர்ப் பாயாசத்திற்கு இளநீரை ஒருவர் வெட்டிக் கொண்டிருந்தார்.

வீட்டினுள்ளிருந்து பூசாரிகளின் மந்திர உச்சாடனம் கேட்க ஆரம்பித்தது. இன்று பத்தாவது நிறைவு நாள். நேற்று மாலை ஒன்பது சிறிய பித்தளைக் குடங்களில் வெண்நூலால் சுற்றி அதில் மஞ்சள்தூளை குழைத்துப் பூசி, உள்ளே நீரூற்றி, அதன் குறுகிய வாயில் தேங்காயை கும்பம்போல வைத்து மலர்ச்சூடி சில பூசைகள் செய்தார்கள். அப்படியே இருக்கட்டும்... காலையிலும் பூசை செய்ய வேண்டும் எனக் கூறிச் சென்றிருந்தார்கள். இப்போது, மந்திரத்தைக் கூற தொடங்கியிருக்கிறார்கள்.

பூசைக்கான நேரமாகிவிட்டது. அழைக்கப்பட்ட அனைவரும் வந்துவிட்டார்கள். முதன்மையானவரான ஜெயங்கொண்டான் பூசாரி கூடி நின்றவர்களைப் பார்த்து சில விசயங்கள் சொல்ல வேண்டும் எனக் கூறினார். எல்லோரும் அவரின் அருகில் நெருங்கி அவர் கூறுவதைக் கேட்க ஆயத்தமானார்கள்.

“உங்க எல்லோருக்கும் இங்க எதுக்கு வந்திருக்கீங்கன்னு தெரியும்னு நெனைக்கிறேன். இப்ப செய்யப் போற பூஜையும் உங்க வேண்டுதலும் சரியா நடந்திட்டா இன்னையிலேர்ந்து இந்த அறை ஒரு கோயிலாகுது. இங்கேயே பல வருசமா இருந்தவங்கள இப்போ சாமியா நிரந்தரமா தங்க வைக்கப்போறோம். அவங்க இங்க தங்கனும்னு கடந்த ஒன்பது நாளா நாங்க மூனு பேரும் சேர்ந்து லட்சம் தடவ வேண்டியிருக்குறோம். கோயில்ல கும்பாபிசேகம் பண்ற மாதிரி ஒன்பது கலசம் வச்சு பூசை பண்ணியிருக்கோம். இப்போ பண்ணப்போற பூசை மூலமா அவங்கள இங்கேயே

நிலைநிறுத்தப் போறோம். முதல் படையல் இன்னைக்கி பண்றோம்...”

அவர் பேசியபோது, பெண்கள் கைகளை அசைக்கும்போது எழும் வளையல் உரசும் ஒலி, புடவையின் சரசரப்பு, சில பெரியவர்களின் பெருமூச்சு மட்டுமே வீட்டினுள்ளே எழுந்தன. வெளியே, காகங்கள் கரையும் சத்தமும், சமையலின்போது பாத்திரங்களில் எழும் ஓசையும் எழுந்தன.

“இதுல முக்கியமா கவனிக்க வேண்டியது வருசத்துக்கு ஒருதரம் இந்த அம்மாவுக்கு படையல் போடனும். தினமும் இங்கே விளக்கேத்தறது ரொம்ப விசேசம். முடியலேன்னா வாரத்துக்கு ஒருமுறையாவது ஏத்தினா நல்லது. அதுவும் இல்லேன்னா அவங்கவங்க வீட்ல விளக்கேத்தி வணங்குறப்ப மத்த சாமிகளோட இந்த அம்மாவையும் நெனைச்சிகிட்டு வணங்குனாலே போதும்....” எல்லோரையும் திரும்பிப் பார்த்துவிட்டு தொடர்ந்தார். “நான் பொதுவா எங்கேயும் இது மாதிரி வெளக்கமெல்லாம் கொடுக்கிறதில்ல. வள்ளியம்மாதான் எல்லோருக்கும் புரியிற மாதிரி வெவரமா அவங்களுக்கு சொல்லத் தெரியாதுன்னு என்னைய சொல்லச் சொன்னாங்க. ஏற்கனவே எத்தனையோ சாமி இருக்கிறப்ப புதுசா ஒரு சாமி எதுக்குன்னு சிலபேரு நெனைக்கலாம். ஓங்க பரம்பரையில சிலர் அந்தம்மாவ துன்புறுத்திற மாதிரி பாவம் செஞ்சிருக்காங்க. அதனால அந்தம்மா இங்கேயிருந்து பல இடைஞ்சல்கள் உங்க குடும்பத்துக்கு பண்ணியிருக்காங்க. இப்ப அவங்களையே சாமியாக்குறது மூலமா அவங்க மனசு குளிரும். ஒங்களுக்கு நல்லது நடக்க துணையா இருப்பாங்க. அவங்க நல்லது செய்வாங்கங்கிறது ரெண்டாவது பட்சம்தான்... முதல் விசயம், ஓங்க முன்னோர்கள் பண்ணிய பாவத்துக்கு பிராயசித்தம் பண்றதுதான். இதன் மூலமா ஓங்க முன்னோர்களையும் அவங்க பண்ணுன பாவத்திலேர்ந்து விடுவிக்கிறீங்க. இதுதான் முக்கியம். இந்த பிராயசித்தம் பண்ணலேன்னா ஒங்க அடுத்தடுத்த பரம்பரைகளுக்கும் இந்த பாவத்த கடத்தறவங்களாயிடுவீங்க. இப்படி இதை செய்யிறப்போ இனிமே மத்தவங்க பாதிக்கப்படற மாதிரி பாவ காரியங்கள செய்யாம இருக்கனும்னு ஒவ்வொருத்தருக்கும் தோனனும். அதுக்காகத்தான் இந்த மாதிரி வழிமுறைகள்லாம் வச்சிருக்காங்க...” என்று கூறிவிட்டு, “சரி, நான் சொன்னதெல்லாம் புரிஞ்சிருக்கும்னு

நெனைக்கிறேன். அப்படி புரியாதவங்க மத்தவங்ககக்கிட்ட கேட்டுக்குங்க. இப்ப சாமிய நிலை நிறுத்தப் போறோம். அம்மாவோட பேரு செண்பகம்மா... அப்படித்தான் சொல்லி நிறுத்தறோம். எல்லோரும் அப்படியே சொல்லுங்க. செண்பகம்மா..."

"செண்பகம்மா... செண்பகம்மா..." எல்லோரும் சேர்ந்து கூறினார்கள்.

மூன்று பேர்களில் ஒருவர் மலையாள மாந்திரீகர். இன்னொருவர் உடுக்கையை கையில் வைத்திருந்தார். இவ்வளவு நேரம் மந்திரங்கள் சொல்லும் ஒலி மட்டுமே புரியாத சொற்களாக காதில் விழுந்து கொண்டிருந்தது. இப்போது சட்டென உடுக்கையொலி எழுந்து அனைவரின் உடலையும் ஒருகணம் விதிர்க்கச் செய்தது.

வேலொன்று சுவரில் சாய்த்து வைக்கப்பட்டிருந்தது. அதன் கீழ் பக்கத்தில் ஒரு தட்டில் கற்பூர வில்லைகள் இருந்தன. சாமி எழுந்தால் கற்பூரம் பற்றிக்கொள்ளும். அப்போது வேல் எடுத்து நாட்டப்படும் என்பதே முறைமை.

"நம்மால் செண்பகத்தை நிறுத்த முயற்சிதான் செய்ய முடியும். நிலை கொள்வதோ மறைவதோ அவள் முடிவுதான். இவ்வளவு செலவு செய்துவிட்டு நிறுத்த முடியவில்லை என்றால் அதற்காக யார் மீதும் வருத்தம் கொள்ளலாகாது" எனப் பூசாரி முதலிலேயே சொல்லிவிட்டார். அதை நினைத்தபோது வள்ளிக்கு பதைப்பு தோன்றியது. இவ்வளவு முயற்சி செய்கிறோம், பலனில்லாமல் போகாது என்று உள்ளேயொரு எண்ணம் நிலைகொண்டிருந்தது.

உடுக்கை சற்று உரத்து ஒலித்தது. சாம்பிராணியின் அடர்த்தியான புகை வாசணையுடன் ஒரு திரைபோலப் பரவியது. ஆவலும் பதற்றமுமாய் அனைவரும் அந்த அறையையே நோக்கினார்கள்.

"செண்பகம்மா... செண்பகம்மா...

வந்திடம்மா... வந்திடம்மா..."

உரக்க வேண்டியபடியே உடுக்கையை அடித்து நடனமிடும் பாவனையில் முன்னும் பின்னும் கால்களை எடுத்து வைத்தார். அவரின் வளர்ந்த முடி மேலெழுந்து இறங்கியது.

"எங்க குலம் காக்கவே

வந்திடம்மா... வந்திடம்மா
வேண்டியது தந்திடுவோம்
வந்திடம்மா... வந்திடம்மா
நித்தமுனை நினைச்சிடுவோம்
வந்திடம்மா... வந்திடம்மா
வேண்டியுனை வணங்குறோம்
வந்திடம்மா... வந்திடம்மா
படையலிட்டு அழைக்கிறோம்
வந்திடம்மா... வந்திடம்மா..."

வேண்டுதல் அனைவரின் வாயிலும் மெதுவாக எழுந்து சற்று ஓங்கி ஒலிக்க ஆரம்பித்தது.

"செண்பகம்மா செண்பகம்மா
வந்திடம்மா... வந்திடம்மா
நடந்தபிழை பொறுத்து
வந்திடம்மா... வந்திடம்மா
இரங்கியே வேண்டுறோம்
வந்திடம்மா... வந்திடம்மா
விரும்புவதைப் படைக்கிறோம்
வந்திடம்மா... வந்திடம்மா..."

உடுக்கையொலியும் மன்றாட்டும் ஓர் உச்சம் நோக்கிச் சென்று சில நிமிடங்கள் நிலைகொண்டது.

"விரும்பியுன்னை அழைக்கிறோம்
வந்திடம்மா... வந்திடம்மா
அருள்வேண்டி அழைக்கிறோம்
வந்திடம்மா... வந்திடம்மா
செண்பகம்மா செண்பகம்மா
வந்திடம்மா... வந்திடம்மா
ஒன்னாச்சேந்து வேண்டுறோம்
வந்திடம்மா... வந்திடம்மா..."

உச்சம் சென்ற எதுவும் கீழிறங்கும் என்பது நியதி. அத்தனை குரலில் ஒரு குரலில் மட்டும் சிறு சுணக்கம் ஏற்பட்டது. சில கணங்களிலேயே அனைவரிடமும் படர்ந்தது. அந்தச் சுணக்கம் ஒரு சோர்வென உருமாற ஆரம்பித்தது. அச்சோர்வு மென்தொடுகையாக பூசாரியை அடைந்து உடுக்கையடிப்பவரையும் தொற்றியது. அவரின் தீவிரம்

தொய்து நிதானமடைந்தது. இதனை உணர்ந்த வள்ளியின் மனம் பதைத்தது. இச்சோர்வு நம்பிக்கையின்மையை நோக்கிச் செல்லும் என்பதை அறிந்ததால்தான் இந்தப் பதைப்பு என சில கணங்களில் புரிந்தது. எல்லோரும் மனதிலும் நம்பிக்கை உறுதியாக இருந்து அழைக்கும்போதுதானே தெய்வம் வந்திறங்கும்? ஆனால் இச்சோர்வை நீக்கி நம்பிக்கையை மீட்பதற்கான வழி புரியாமல் பூசாரியை நோக்கினர். அவரும் சற்று திகைத்தவராகவே காணப்பட்டார்.

பழிவாங்கும் அத்தனை ஆத்மாக்களையும் சாமியாக்கிட முடியாது. அவை கருணை கொண்டு மனமிறங்கி வந்தால் மட்டுமே நிகழும் என அவர் கூறியது நினைவிற்கு வந்தது. செண்பகத்திற்கு விருப்பம் இல்லை போலும். அவளது ஆசி இக்குடும்பத்திற்கு இல்லை என்றே கொள்ள வேண்டியதுதான் என்கிற எண்ணம் ஓடியது. கூடியிருந்தவர்களிடம் மெல்லிய பேச்சொலி எழ ஆரம்பித்தது.

"செண்பகம்மா செண்பகம்மா
வந்திடம்மா... வந்திடம்மா..."

உடுக்கையின் ஒலி மிகவும் தாழ்ந்து குரல் நிறுத்தப் போவதைப் போல ஒலித்தது. அப்போது கூட்டத்திற்குள் இருந்து குலவைச் சத்தம் எழுந்தது.

"ல்லுலு ல்லுலு ல்லுலு ல்லுலு..."

நின்றவர்கள் பிரிந்து வழி விட வயது முதிர்ந்த கெங்கம்மாள் முன்னால் வந்தார். ஒற்றை நூல் சேலையை கீழிலிருந்து கழுத்து வரைக்கும் சுற்றியிருந்தார். வயதை கணிக்க முடியாத அளவிற்கு உடல் முற்றி இறுகி தெற்றுப் போலக் காணப்பட்டார். ஆனால் கால்களை உறுதியுடன் எடுத்துவைத்து நடந்தார். பற்களில்லாத வாயிலிருந்து கூரிய ஒலியுடன் குலவைச் சத்தம் வெளிவந்தது.

"ல்லுலு ல்லுலு ல்லுலு ல்லுலு..."

குலவைச் சத்தம் கேட்டவுடனேயே பூசாரியின் உடலில் புதுத் தெம்பு வந்ததை வள்ளி கண்டாள். தன் உடலும் மெய்ப்புக் கொண்டதையும் புத்துணர்வை அடைந்ததையும் உணர்ந்தாள். கடலலைபோல அவ்வுணர்வு அனைவரையும் தழுவியது. கெங்கம்மா உடுக்கை அடித்தவரின் அருகில் சென்று நின்றாள்.

“யார்செய்த பாவத்துக்கோ பழிதீர்க்க எழுந்தாளே செண்பகம்மா...

ல்லுலு ல்லுலு ல்லுலு ல்லுலு...

பாவிகள்லாம் மாண்டு போக இளம்பிஞ்சுகதான் இருக்குது செண்பகம்மா...

ல்லுலு ல்லுலு ல்லுலு ல்லுலு...”

வள்ளியுடன் குலவை போடத் தெரிந்த பெண்களும் சேர்ந்து குலவையிட்டார்கள். குலவை ஒலியால் அந்த இடம் நிறைந்து தளும்பியது.

“நோக்கம் நிறைவேத்தி மறைஞ்சு போகப் பாக்குறியே செண்பகம்மா...

ல்லுலு ல்லுலு ல்லுலு ல்லுலு

பாடுபட்ட பிள்ளைகள அருள்தந்து காக்கனும் செண்பகம்மா...

ல்லுலு ல்லுலு ல்லுலு ல்லுலு

பண்ணிய பாவத்துக்குப் பரிகாரம் செய்திடவே அழைக்கிறோம் செண்பகம்மா...

ல்லுலு ல்லுலு ல்லுலு ல்லுலு...”

இப்போது உறுமியும் தன் உச்சத்தில் ஒலித்தது.

“வந்திடம்மா... வந்திடம்மா
இரங்கியே வேண்டுறோம்
வந்திடம்மா... வந்திடம்மா
விரும்புவதைப் படைக்கிறோம்
வந்திடம்மா... வந்திடம்மா
அருள்பெறவே அழைக்கிறோம்
வந்திடம்மா... வந்திடம்மா
செண்பகம்மா செண்பகம்மா
வந்திடம்மா... வந்திடம்மா

நம்பி வேண்டும் பிள்ளைகள காக்கவேணும் செண்பகம்மா
ல்லுலு ல்லுலு ல்லுலு ல்லுலு

செண்பகம்மா செண்பகம்மா
வந்திடம்மா... வந்திடம்மா...”

மொத்தக் கூட்டமுமே உன்மத்தம் எழுந்தது போல

கூவிக் கொண்டிருந்தது. அக்கணம் வள்ளி, தனக்கு முன் நின்று கொண்டிருந்த செந்தில், லெட்சுமணன், சுந்தரத்தை விலக்கிவிட்டுச் சென்று பூசாரி எலுமிச்சம் பழங்களோடு வைத்திருந்த கத்தியை இடது கையில் எடுத்து வலது கையின் கட்டை விரல் மீது கீறினார். துளிர்த்த ரத்தத்தை சாய்த்திருந்த வேலின் கூர்முனையில் சொட்டினார். அனைத்து ஓசைகளும் திகைத்து நின்றன. 'டப்' என்ற மெல்லிய ஒலியுடன் பற்றிக் கொண்ட கற்பூரத்திலிருந்து சுடர் உயர்ந்து எழுந்து ஆடியது. வேலின் முனையிலிருந்து கீழே சொட்டிய ஒரு துளி ரத்தம் தீபத்தினுள் நுழைந்து புகையாகி மறைந்தது. அந்த அறை வேள்விக் குண்டம் போலக் காட்சியளிக்க, 'ஓஓஓ...' என்ற அதிர்வொலி எல்லோரின் வாயிலிருந்தும் எழ அவர்களின் கூப்பிய கரங்கள் நெற்றிக்குமேல் உயர்ந்தன.

***